யோகி ஸ்வாத்மாராமர் அருளிய
ஹடயோக பிரதீபிகை

ஸ்ரீபிரம்மானந்தர் எழுதிய ஜ்யோத்ஸ்னா
உரையிலிருந்து அரிய விளக்கக் குறிப்புக்களுடன்

தமிழில்

முனைவர் ம. ஐயராமன்

இண்டிகா

Hatha yoga Pradipika, Translated into Tamil with Notes by
Dr. M Jayaraman, Indica

விஷய அட்டவணை

ஆசியுரை

"ஏகம் ஸத் விப்ரா பஹுதா வதந்தி".

"உண்மை தத்வம் ஒன்றே. அறிந்தவர்கள் பலவாறாக விவரிப்பர்".

இது ருக் வேத சொற்றொடர். "யோகதத்துவமும் ஒன்றே. அதை உணர்ந்தவர் பலவாறாக சொல்வர். யோகதத்துவம் பயிற்சியால் வரும் அனுபவத்தை பொறுத்தும், செய்முறையில் உள்ள சில மாற்றங்களாலும் பல பெயர்களால் அழைக்கப்படுகிறது. உதாரணமாக கர்மயோகம், ஞானயோகம், பக்தியோகம், ராஜயோகம் (அஷ்டாங்கயோகம்), ஹடயோகம், குண்டலினியோகம் என்பன. மற்றும் யோகம் குரு சிஷ்ய பரம்பரை வழி கற்று தேர்ந்து பாதுகாக்க படுகிறது. யோகத்தின் தோற்றம் வேதத்தில் இருந்து. வேத புராணங்களில் போற்றப்படும் மூன்று தலைமை தேவதைகளான பிரம்மா, விஷ்ணு மற்றும் சிவன் வழி யோக பரம்பரையாக பயின்று காக்கப்படுகிறது. அவ்வழியில் சிவன் உபதேசித்து அவருடைய சீடர்களால் பாதுகாக்க பட்டுவரும் பரம்பரை "நாத சம்பிரதாயம்" என்று போற்றப்படுகிறது. இந்த சம்பிரதாய நூல்கள் பல உள்ளன. அதில் "ஹடயோகப்ரதீபிகா" முக்கியமான ஒன்று. ஸ்வத்மாராமர் என்ற யோகியால் எழுதப்பட்டது. இந்த நூலில் சிவன் யோகத்தின் ஆதி குருவாக போற்றப்படுகிறார். அவரை "ஆதி நாதர்" என்று அழைக்கின்றனர். இவர் மத்ஸ்யேந்திரநாதருக்கு உபதேசித்து அவர் வழி பல யோகிகளால் பயின்று பலனடைந்து உபதேசித்து காக்கப்படுகிறது. இந்த நூலுக்கு "ஜ்யோத்ஸ்னா" என்ற பெயர் கொண்ட அருமையான ஒரு உரையை ப்ராஹ்மாநந்தா என்ற யோகி எழுதியுள்ளார். இந்த இரண்டு நூல்களும் வடமொழியான ஸமஸ்க்ருதத்தில் உள்ளன.

ஹடயோகம் மிகப்பழமையான யோகமுறை. ஹட என்ற வடமொழிச்சொல்லுக்கு பொதுவான பொருள் "பலம்". இதனால் ஆசனப்பயிற்சியை, அதுவும் அழுத்தம் கொடுத்து செய்வதை ஹடயோகம் என்று சொல்வது இப்பொழுது வழக்கத்தில் உள்ளது. இது தவறு. 'ஹடயோகம்' என்பது 'ஹ' 'ட' என்ற இரண்டு சக்திகளின் ஐக்கியம். 'ஹ' என்பது வலது நாடியில் செல்லும் பிராணனையும், 'ட' என்பது இடது நாடியில் செல்லும் அபானனையும் குறிக்கும். இவை இரண்டும் இணைந்து நடு நாடியான 'சுஷும்னா' நாடியில் செல்லும் பொது ஹடயோகம் சித்திக்கும். இதற்கு ஆதாரம் ப்ராணாயாமமே. ஹடயோகப்ரதீபிகாவில் பல முக்கியமான யோகப்பயிற்சிக்கு உதவும் தகவல்கள் உள்ளன. உதாரணத்திற்கு சரியாக மூச்சை விட்டு வாங்கும் வழி, மற்றும் யோக சிகிச்சைக்கான ப்ராணாயாமங்கள் போன்ற பல அறிய குறிப்புகள் உள்ளன.

எங்கள் குருவும், க்ருஷ்ணமாச்சார்யா யோகா மந்திர நிறுவனருமான, ஸ்ரீ தேசிகாச்சார் அவரது தந்தையும் குருவுமான ஸ்ரீ க்ருஷ்ணமாச்சார்யாவிடம் பயின்ற முதல் யோக நூல் இதுவே. ஸ்ரீ தேசிகாச்சார் தனது சீடர்களுக்கு இதில் உள்ள பல முக்கியமான பயிற்சி தகவல்களை விவரமாக உரைப்பார். வடமொழியில் உள்ள இந்த நூலும் அதன் 'ஜ்யோத்ஸ்னா' என்ற உரையும் அருமையானவை. போதிய வடமொழி பயிற்சி இல்லாதவர்களுக்கு ஸ்ரீ ஜெயராமன் செய்திருக்கும் இந்த தமிழ் மொழி பெயர்ப்பு ஒரு வரப்பிரசாதம். ஸ்ரீ ஜெயராமன் என்னிடம் யோகம் கற்று பயிற்சி செய்பவர். யோகப்பயிற்சியின் அனுபவத்தால் அவர் மொழிபெயர்ப்பு மெருகேறுகிறது. யோகா பற்றி அறிய விரும்புவார்கள், பயிற்சி செய்பவர்கள், ஆசிரியர் பயிற்சி எடுத்து கொள்பவர்கள் மற்றும் ஆசிரியர்களும் இதை வாங்கி படித்து பயனடைய வேண்டுகிறேன்.

– **யோகாச்சார்யா ஸ்ரீதரன்**

யோக ஆலோசகர்,

முன்னாள் நிர்வாக அறங்காவலர்,

கிருஷ்ணமாசார்ய யோக மந்திரம்

அணிந்துரை

இன்று யோகா மிகவும் பிரசித்தி பெற்று உலகத்தில் அனைவராலும் பின்பற்றப்பட்டு வருகிறது. இந்த நேரத்தில் யோக விதிமுறைகளை நமக்கு வகுத்து வழங்கிய சான்றோர் நூல்கள் மூலமாக இந்த பாரம்பரியக் கலையின் நுணுக்கங்களை வெளிக்கொண்டுவர முயற்சி எடுத்துள்ள முனைவர் ம. ஜயராமன் அவர்களை பாராட்டுகின்றேன்.

ஹட யோகம் என்பது யோகத்தில் ஓர் தலைசிறந்த மார்க்கம். அதை வகுத்தளித்துள்ளவர்களில் சிறந்தவர் யோகி ஸ்வாத்மாராமர். அவர் அருளிய ஹடயோக பிரதீபிகை என்ற நூலை நமக்கு தமிழில் வழங்கியுள்ளார் முனைவர் ம. ஜயராமன். இந்த மொழிபெயர்ப்பு நூல் ஸ்ரீபிரம்மானந்தர் எழுதிய ஜ்யோத்ஸ்னா என்ற சம்ஸ்க்ருத உரை தரும் பல அரிய விளக்கக்குறிப்புகளையும் கொண்டுள்ளது என்பதனால் யோகா பற்றி மனதில் ஏற்படும் சந்தேகங்கள் பலவற்றை பரிபூர்ணமாக தீர்த்துவைக்கும் வகையில் அமைந்துள்ளது. ஹட பிரதீபிகை சம்ஸ்க்ருதத்தில் எழுதப்பட்ட நூல். இதன் நான்கு உபதேசங்கள் பலரும் அறிந்தவை. ஹடயோக பிரதீபிகை நூல் அத்தியாயங்களை உபதேசங்கள் என்ற சொல்லால் குறிக்கிறது.

முதல் உபதேசம் ஆசனங்களை வகுத்தளிக்கிறது. முக்கியமாக பதினைந்து ஆசனங்களை இந்த உபதேசம் வழங்குகிறது. ஆசனங்களை எப்படி செய்யவேண்டும், அவ்விதம் செய்வதனால் கிடைக்கும் பலன், எப்படி செய்யக்கூடாது, தவறாக செய்தால் என்னவாகும் என்பதையெல்லாம் மிகத்தெளிவாக முதல் உபதேசத்தில் ஸ்வாத்மாராமர் அருளியுள்ளார். யோகி ஸ்வாத்மாராமரின் அந்த உபதேசங்களையும், அதற்கு ஜ்யோத்ஸ்னா

உரை தரும் விளக்கங்களையும் முனைவர் ஐயராமன் அவர்கள் தெள்ளத்தெளிவாக நமக்கு வழங்கியுள்ளார்.

இரண்டாம் உபதேசம் பிராணாயாமத்தின் மகத்துவத்தையும் பிராணாயாமப் பயிற்சி மேற்கொள்வதற்கு முன்னதாக செய்யவேண்டிய ஷட்கர்ம என்று குறிப்பிடக்கூடிய சுத்தி கிரியைகளையும் பற்றியது. நௌலி, வஸ்தி, தௌதி, நேதி, திராடகம், கபாலபாதி ஆகிய அந்த ஷட்கர்மங்களின் விளக்கமும், அஷ்ட(எட்டு)கும்பகங்களும் இந்த உபதேசத்தில் இடம்பெற்றுள்ளன. இன்று பிராணாயாமம் என்று நாம் பயிற்சி செய்வதனை ஹடபிரதீபிகை கும்பகம் என்று குறிப்பிடுகிறது. கும்பம்/கும்பகம் என்பது ஒரு பானை. பானைக்குள் (உணவு போன்ற) முக்கியமான பண்டங்களை வைப்பது போல, பிராணசக்தியை உள்ளே வைத்துக்கொண்டு நாம் அந்த பயிற்சியை செய்வதால், அது கும்பகம் என்று பெயர் பெற்றது என்று கூறப்படுகிறது. அப்படிப்பட்ட அஷ்ட கும்பகங்களை எப்படி செய்யவேண்டும், எப்படி செய்யக்கூடாது, அதனுடைய பலன்கள், தவறான பிராணாயாம சாதனை செய்தால் அதனால் ஏற்படக்கூடிய பக்க விளைவுகள் என எல்லாமே இந்த உபதேசத்தில் தெளிவாக கொடுக்கப்பட்டுள்ளன.

மிக அற்புதமான வகையில் மூன்றாம் உபதேசம் அமைந்துள்ளது. இதில் முத்திரைகள் இடம்பெற்றுள்ளன. பலருக்கு இந்த முத்திரைகளின் மகத்துவம் தெரியாமல் இருக்கலாம். குண்டலி என்ற சக்தியை ஹட யோகிகள் மிக நுணுக்கமான விதத்தில் பயிற்சி செய்துள்ளார்கள். அந்த குண்டலி சக்தியை எப்படி எழுப்ப வேண்டும் என்பதனை நமது தமிழ் முன்னோர்கள், குறிப்பாக, தமிழ் மூதாட்டி அவ்வை விளக்கியுள்ளார்: விநாயகர் அகவல் எனும் நூலில் –

குண்டலி அதனில் கூடிய அஜபை,
விண்டெழு மந்திரம் வெளிப்பட உரைத்து
மூலாதாரத்தின் மூண்டு எழு கனலைக்
காலால் எழுப்பும் கருத்து அறிவித்தே

என்றும்

இடைபிங் கலையின் எழுத்தறி வித்துக்
கடையிற் சுழுமுனைக் கபாலமும் காட்டி
மூன்றுமண் டலத்தின் முட்டிய தூணின்
நான்றெழு பாம்பின் நாவில் உணர்த்தி

எனும் விதமாகவும் கூட தந்திர சாஸ்த்ர தத்துவங்கள் நமது தமிழ் கலாச்சாரத்தில் விவரிக்கப்பட்டுள்ளன. இதனை நமது முன்னோர்கள் நமக்கு எடுத்துக் கூறியிருந்தாலும் இன்று யோக அப்பியாசம் செய்யக்கூடிய பலருக்கு இதனுடைய நுண்ணிய பொருள் தெளிவாக இல்லை. ஆகையினால் இந்த மூன்றாம் உபதேசத்தின் மூலமாக, முத்திரைகளின் முக்கியத்துவம், அதுமூலமாக குண்டலி சக்தியை சரிவர எழுப்பக்கூடிய உபாயம் ஆகியவை தெளிவாக எடுத்துக்கூறப்பட்டுள்ளன.

ஹடயோக பிரதீபிகையின் நான்கம் உபதேசம் சமாதி, லயம், நாத அனுசந்தானம் ஆகிய கருத்துக்கள் பற்றியது. மிகச்சிறப்பாக அந்த நாத அனுசந்தானத்தினுடைய முக்கியத்துவமும், அதற்கு உதவியாக இருக்கக்கூடிய சாம்பவீ முத்திரை, சண்முகீ முத்திரை ஆகியவை இந்த உபதேசத்தில் விளக்கப்பட்டுள்ளன. மேலும் ஆரம்ப நிலை, கட நிலை, பரிச்சய நிலை, நிஷ்பத்தி நிலை - என்று நான்கு நிலைகள் (அவஸ்தா என்று சம்ஸ்க்ருதத்தில் சொல்வார்கள்), அந்த நிலைகள் மூலமாக எந்தெந்த நாதத்தை யோகிகள் அறியமுடியும் எனும் கருத்துக்கள் மிக நேர்த்தியான

முறையில் வழங்கப்பட்டுள்ளன. இந்த நாத அனுசந்தானம் என்பது பலருக்கு தெரியாமல் போய்விட்டது. பொதுவாக இன்றைய காலகட்டத்தில் யோகம் பயில்பவர்கள், சில ஆசனங்கள், ஓரிரு பிராணாயாமங்கள் என்பதோடு நிறுத்திக் கொள்கிறார்கள்.

இன்னும் சிலர் நௌலி, திராடகம், நேதி, கபாலபாதி போன்ற சில சுத்தி கிரியைகளையும் செய்கிறர்கள். ஆனால் நாத அனுசந்தானத்தின் முக்கியத்துவம் பலருக்குத் தெரிவதில்லை.

சமாதி என்பது என்ன? உன்மனீ அவஸ்தா என்பது என்ன? சமாதியில் தியானிக்கப்படும் பொருளுடன் மனம் ஐக்கியமாகும் அந்த மிக முக்கியமான நிலை நமக்கு எவ்விதம் கிடைக்கிறது? அதற்கு நாத அனுசந்தானம் எப்படி உதவி செய்கின்றது என்ற ரகசியம் (secret) இந்த நூலில் வெளிப்படுத்தப்பட்டுள்ளது.

ஹடயோக பிரதீபிகையில் ஸ்வாத்மாராமர் பல முறை - "இந்த விஷயங்களை பொதுவாக வெளியே சொல்லக்கூடாது. இவை ரகசியமாக பாதுகாக்கப்பட வேண்டும், குரு நமக்கு கூறியதனை ரகசியமாக வைத்துக்கொள்ள வேண்டும் " என்று சொல்கிறார். ஆனாலும் வருங்கால சந்ததியினர் இந்த கருத்துக்களை அறியாமல் போய்விடக்கூடாது என்று கருணையோடு இவ்வித அரிய ரகசிய கருத்துக்கள் நிறைந்த ஹடயோக பிரதீபிகை எனும் நூலை ஸ்வாத்மாராமர் எழுதியுள்ளார். இப்படிப்பட்ட மிக முக்கியமான கருத்துக்களை, தற்காலத் தமிழில் இதுவரை கிடைக்காத பொக்கிஷத்தை, இந்த மொழிபெயர்ப்பு நூல் மூலமாக முனைவர் ஜயராமன் அவர்கள் தமிழ் மக்களுக்கு கொண்டு போய்ச் சேர்கிறார்.

இதுவரை சம்ஸ்க்ருத மொழியும், ஆங்கிலமும் அறிந்தவர்கள் மட்டும் தான் ஹட யோக பிரதீபிகையினுடைய கருத்துக்களை அறிவதற்கு வாய்ப்பு இருந்தது. இப்போது, தமிழ் மக்கள், அத்தகைய தத்துவரீதியான, பாரம்பரிய கருத்துக்களை அறிவதற்கும் பயில்வதற்கும் உணர்வதற்கும் வாய்ப்பளித்துள்ளார் முனைவர்

ஜயராமன். இவருடைய இந்த முயற்சி பாராட்டத்தக்கது. இவருடைய இந்த முயற்சி பிற்காலத்தில் புத்துணர்ச்சியினைக் கொடுக்கும். எதிர்காலத்திற்கான ஒரு புது பரிணாமம் இது (It will be a new development for the future). ஏனென்றால் தமிழை அறிந்தவர்கள் தமிழில் படித்த பிறகு, இப்படிப்பட்ட கருத்துக்கள் உள்ளன என்று அறிந்து மற்றவர்களுக்கு போதிக்கக்கூடிய வாய்ப்பு இதனால் ஏற்படும்.

முனைவர் ஜயராமன் பாரம்பரிய யோகத்திற்கும் அதன் நிகழ்கால வாழ்வியல் புரிதல்களுக்கும் ஒரு வாழும் பாலமாக விளங்குகிறார் எனலாம். இவர் பல பிறவிகளின் பலனாக பலமொழிப் புலமை பெற்றிருக்கிறார். செம்மொழிகளாகிய தமிழ், சம்ஸ்க்ருதம் ஆகியவைகளிலும், ஆங்கிலத்திலும் சிறப்பான தேர்ச்சி பெற்றிருக்கிறார். இவையனைத்தும், இவரை பாரம்பரிய வேர்களுக்கு உண்மையாக இருந்து கொண்டு நிகழ்காலத் தேவைகளுக்கேற்ப யோகத்துறையில் அரிய, தனித்துவம் பெற்ற பங்களிப்பினைச் செய்ய உதவுகின்றன.

பாரம்பரியம் மாறாமல், தற்கால சூழலில் யோகத்தின் பயன்பாடுகளை ஆராய இவர் செய்யும் முயற்சிகளை மிகவும் பாராட்டுகின்றேன். தனிப்பட்ட முறையில், இந்த புத்தகத்தின் சிறப்பு பற்றி உலகெங்கிலும் உள்ள, தமிழால் என்னுடன் இணைந்த அனைவரும் அறியச் செய்ய விழைகிறேன்.

ஆதியோகி, நாத சம்பிரதாயத்தில் வந்துள்ள மத்ஸ்யேந்திராதர், கோரக்ஷநாதர், ஸ்வாத்மாராமர், கேரண்டர் ஆகியோரையும்; பதஞ்சலி மகரிஷி, யோகேச்வரர் கண்ணபிரான் முதலியோரையும் உள்ளடக்கியது யோக குருபரம்பரை. இவர்கள் அனைவரின் ஆசீர்வாதமும் அருளும் சம்ஸ்க்ருதத்தையும் தமிழையும் இரண்டையும் அறிந்து இத்தகைய நூலுக்கு வடிவம் கொடுத்துள்ள முனைவர் ஜயராமனுக்கு கிடைக்கவேண்டும் என்று பிரார்த்தனை

செய்கின்றேன். இந்த நூலை பயிலக்கூடிய அனைவருக்கும் யோகத்தின் பலன் கிடைக்கவேண்டும்.

நமக்கு தெய்வமாகத் திகழக்கூடிய யோக அன்னை என்றுமே நமக்கு அவளுடைய அன்பைப் பொழியவேண்டும். யோக அன்னைக்குத் தகுந்த பிள்ளைகளாக நாம் திகழவேண்டும்.

– யோகாச்சார்யர் Dr. ஆனந்த பாலயோகி பவனானி

பேராசிரியர் மற்றும் இயக்குனர்

யோகசிகிச்சை கல்வி ஆராய்ச்சி மையம் (CYTER)

ஸ்ரீ பாலாஜி வித்யாபீத்

பிள்ளையார்குப்பம், புதுச்சேரி

முன்னுரை

உடம்பினை முன்னம் இழுக்கு என்று இருந்தேன்

உடம்பினுக்கு உள்ளே உறுபொருள் கண்டேன்

உடம்பு உளே உத்தமன் கோயில் கொண்டான் என்று

உடம்பினை யான் இருந்து ஓம்பு கின்றேனே

- திருமந்திரம் 725

இவ்வுடம்பினை முன்னர் கீழானது என்று எண்ணியிருந்தேன். உடம்பிற்கு உள்ளே அடையவேண்டிய பொருளைக் கண்டேன். உடம்பின் உள்ளே உத்தமனாகிய (ஆன்மா/ சிவபெருமான்) கோயில் கொண்டிருக்கிறான் என்பதனால் உடம்பினை நான் காப்பாற்றுகின்றேன்/பராமரிக்கின்றேன்.

இவ்விதம் உயர்ந்த குறிக்கோளை அடைய உடலை ஒரு கருவியாகக் கருதி அதனை பேணிப் பாதுகாக்க யோக சாஸ்திரத்தை அளித்தனர் நம் முன்னோர். சம்ஸ்க்ருத இலக்கியத்திலும் கூட - *"சரீரம் ஆத்யம் கலு தர்ம சாதனம்"* - உடலே தர்மத்தை பின்பற்ற முதன்மையான கருவி - என்று காளிதாஸர் குறிப்பிடுகிறார்.

இதற்காகவே அஷ்டாங்க யோகம், ஹடயோகம் என்று பலவிதமான யோக வழிமுறைகள் தோன்றின. பதஞ்சலி முனிவர் இயற்றிய யோக சூத்திரங்கள் அஷ்டாங்க யோகத்தின் தொன்மையான, முதன்மையான வழிகாட்டி நூலாகும். தமிழிலும் கூட இதே அஷ்டாங்க வழிமுறையை திருமூலர் திருமந்திரத்தின் வாயிலாக அருளியிருக்கிறார்.

யோகத்தில் அஷ்டாங்க யோகத்திற்குப் பின் உடலைப் பேணிப் பாதுகாக்கவும் அதன் மூலம் ஆன்மிக பாதையில் செல்லவும்

மிகவும் முக்கியமானதாக கருதப்படுவது ஹடயோக முறை. 'ஹ' என்ற எழுத்தால் குறிக்கப்படும் பிராணனையும், 'ட' என்ற எழுத்தால் குறிக்கப்படும் அபானனையும் ஒன்றிணைத்து (யோகம்) அதனை சுஷும்னா நாடியில் செல்ல வைத்தலே ஹ-ட-யோகம். இது ஹடயோகத்திற்கு பாரம்பரியமான அர்த்தம்.

இவ்விதம் செய்வதற்கு ஆசனம், பிராணாயாமம், முத்ரா-க்கள், ஸமாதி நிலைக்கு இட்டுச் செல்லும் நாதானுசந்தானம் எனும் தியான முறை ஆகியவைகளை விளக்குவதே ஹடயோகம். பழந்தமிழில் திருமந்திர நூலில் அஷ்டாங்க யோகத்துடன் கூட ஹடயோக கருத்துக்களும் இடம் பெற்றிருப்பதைக் காணலாம். கேச்சரீ யோகம் - (பாடல் எண்கள் 799- 824), பரியங்க யோகம்- (பாடல் எண்கள் 825 – 844), அமரீ தாரை – (பாடல் எண்கள் 845 – 850) ஆகிய ஹட யோக கருத்துக்கள், பயிற்சிகள் திருமந்திரத்தில் விளக்கப்பட்டுள்ளன.

சம்ஸ்க்ருதத்தில் பல பழமையான ஹட யோக நூல்கள் உள்ளன. உதாரணமாக கௌலஞான நிர்ணயம் (பொ.யு ஒன்பதாம் நூற்றாண்டு), சித்த சித்தாந்த பத்ததி (பொ.யு பத்து-பன்னிரண்டாம் நூற்றாண்டு) போன்ற நூல்களைக் கூறலாம். ஆனால், பதினைந்தாம் நூற்றாண்டில் இயற்றப்பட்டதாக கருதப்படும் ஸ்வாத்மாராமரின் ஹட-யோக-பிரதீபிகை அல்லது ஹட-பிரதீபிகை மிகச்சிறந்த நூலாக கருதப்படுகிறது. ஹட யோக பிரதீபிகைக்கு முன்னரும் பின்னரும் கூட பல ஹடநூல்கள் இயற்றப்பட்டாலும், தெளிவாகவும், எளிமையாகவும் விரிவாகவும் இருப்பதனால் ஹட-யோக-பிரதீபிகை இன்றளவும் கூட யோக-வல்லுனர்களால் போற்றப்படுகிறது. யோக மாணவர்களால் ஊன்றி படிக்கப்படுகின்றது.

சம்ஸ்க்ருத மொழியில் சுலோக வடிவில் இயற்றப்படுள்ள இந்த நூலில் நான்கு உபதேசங்கள் (அத்தியாயங்கள்) உள்ளன. ஹட

யோகத்தின் நான்கு அங்கங்களான ஆசனம், பிராணாயாமம், முத்திரைகள், நாதானுசந்தான தியானப் பயிற்சி ஆகியவைகளை குறிக்கும் விதமாக முறையே நான்கு உபதேசங்கள் அமைக்கப்பட்டுள்ளன.

முதல் உபதேசம் - 67 சம்ஸ்க்ருத சுலோகங்கள் கொண்ட இந்த அத்தியாயத்தில் முக்கியமாக சுவஸ்திகம் முதலிய பதினைந்து ஆசனங்கள் விளக்கப்பட்டுள்ளன. இவற்றுடன் கூட ஹடயோகத்தின் குறிக்கோள், ஹட யோகத்திற்கு உகந்த வாழ்கைமுறை, பழக்கவழக்கங்கள், உணவு போன்றவையும் விளக்கப்பட்டுள்ளன.

இரண்டாம் உபதேசம் - 78 சுலோகங்கள் கொண்ட இந்த அத்தியாயத்தில் ஆரோக்கியம் தரும் சூரியபேதனம் முதலிய முக்கியமாக எட்டு பிராணாயாமங்கள் (அஷ்ட கும்பகங்கள்) விளக்கப்பட்டுள்ள. நாடி சுத்தி, நேதி, வஸ்தி முதலிய ஆறு சுத்தி கிரியைகளும் கூட இந்த அத்தியாயத்தில் விளக்கப்பட்டுள்ளன.

மூன்றாம் உபதேசம் – 130 சுலோகங்கள் கொண்ட இந்த அத்தியாயமே இந்த நூலில் மிகவும் விரிவான அத்தியாயம். முக்கியமாக மஹாபந்தம் முதலிய பத்து முத்திரைகள் இந்த அத்தியாயத்தில் விளக்கப்பட்டுள்ளன. ஆரோக்கியத்திற்கும், குண்டலி விழிப்படைந்து சுஷும்னா நாடியில் பிராணன் பிரவவேசிப்பதற்கும் இந்த முத்ரா பயிற்சிகள் உதவுகின்றன என்று இந்த அத்தியாயத்தில் தெளிவுபடுத்தப்பட்டுள்ளது.

நான்காம் உபதேசம் – 114 சுலோகங்கள் கொண்ட இந்த அத்தியாயத்தில் மனம் ஒருமுகப்பட்டு சமாதி நிலையை எய்த சாம்பவீ முத்திரை, உன்மனீ முத்திரை, கேச்சரீ முத்திரை ஆகிய பிராண லய வழிமுறைகளும், மேலும் குண்டலி, பரம்பொருள் ஆகியவை பற்றி தியானிக்க சித்த-லய வழிமுறைகளும் கூறப்பட்டுள்ளன. இவ்விதம் சமாதி நிலைய அடைய பலவிதமான வழிமுறைகள் இருந்தாலும், நாதானுசந்தானம் எனும் வழிமுறை

தான் மிகவும் விரிவாக விளக்கப்பட்டுள்ளது. பிராணன் சுஷும்னா நாடியில் பிரவேசித்தால் - அனாஹத-நாதம் எனும் யோகமயமான ஒலி சுஷும்னா நாடியின் உள்ளிருந்து எழும். அந்த நாதத்தில் மனதினை லயிக்கச்செய்தால் கவனச்சிதறல்கள் குறைந்து மனம் ஒருமுகப்பட்டு படிப்படியாக சமாதி நிலையை எய்தும். இந்த சமாதியில் மனம் நிலைத்து பின் கரைந்தும் போகும். இதனால் வீடுபேறு எய்தப்படும்.

இவ்விதம் மிகவும் தெளிவான விதத்தில் கிட்டத்தட்ட நானூறு சம்ஸ்க்ருத சுலோகங்களில் ஹடயோக பயிற்சிகள் இந்த நூலில் செம்மையாக விளக்கப்பட்டுள்ளன.

ஐந்து நூற்றாண்டுகள் பழமையான ஆனால் இன்றளவும் யோக ஆர்வலர்களுக்கு வழிகாட்டியாகத் திகழும் ஸ்வாத்மாராமரின் இந்த மகத்துவம் பொருந்திய ஹடயோகபிரதீபிகை தமிழில் மொழிபெயர்க்கப்பட்டு தற்போது வெளியிடப்படுகிறது.

பத்தொன்பதாம் நூற்றாண்டில் பிரம்ஹானந்தர் எனும் யோகி இந்த நூலுக்கு ஜ்யோத்ஸ்னா (நிலவொளி) எனும் சம்ஸ்க்ருத உரையை எழுதியுள்ளார். இந்த உரையில் ஹடயோகத்தின் பல நுணுக்கமான கருத்துக்களை வெளிக்கொணர்கிறார் பிரம்மானந்தர். இந்த தமிழ் மொழிபெயர்ப்பில் ஜ்யோத்ஸ்னா உரையின் நுணுக்கமான கருத்துக்கள் அந்தந்த சுலோகங்களுக்கு அடியில் குறிப்புகளாகக் கொடுக்கப்பட்டுள்ளன.

இதற்கு முன்னர் ஹடயோக பிரதீபிகை நூலை 1896ஆம் ஆண்டு யோக வல்லுனரான தஞ்சையைச் சேர்ந்த வெ.குப்புஸாமிராஜூ என்பவர் தமிழில் மொழிபெயர்த்து அதற்கு 'தத்துவபிரகாசிகை' எனும் தமிழ் உரையையும் கூட வழங்கியுள்ளார். திருவையாறு கீர்வாணவாணீ விலாச அச்சுக்கூடத்தில் இந்த நூலின் முதல் பதிப்பு வெளியானது. ரிக்வேதம் துவங்கி, தாயுமானவர் பாடல் வரை கிட்டத்தட்ட 87 நூல்களிலிருந்து குறிப்புக்களுடன் இந்த

பழைய தமிழ் மொழிபெயர்ப்பு அமைந்துள்ளது. இவ்வளவு சிறப்புகள் கொண்டிருந்தாலும் இந்த நூல் தற்காலத் தமிழிலிருந்து மாறுபட்டுள்ளது. சம்ஸ்க்ருதம் மிகுந்து இருப்பதால் சம்ஸ்க்ருத பயிற்சி இல்லதவர்கள் இந்த தமிழ்மொழிபெயர்ப்பு நூலை படித்து இதன் கருத்துக்களை கிரகித்துகொள்ளுதல் எளிதன்று.

இந்த நூல் தவிர தற்காலத் தமிழில் ஹடயோக பிரதீபிகை நூலுக்கு நேரிடையான வேறு எந்த விளக்க நூலும் காணக்கிடைக்கவில்லை.

பிணிகள் நீங்குவதற்கும், ஆரோக்கியத்தைப் பாதுகாத்துக்கொள்ளவும் யோகம் உலகெங்கிலும் முனைப்புடன் பயிற்சி செய்யப்படும் இந்த காலகட்டத்தில், ஹடயோகத்தின் அடிப்படை கருத்துக்கள், பயிற்சிகள் ஆகியவைகளை உள்ளடக்கிய முக்கியமான இந்த நூல் தற்காலத் தமிழில் மொழிபெயர்க்கப்படுதல் அவசியமாகிறது. இதனால் தமிழர்களான யோக பயிற்சியாளர்கள், ஆசிரியர்கள் ஆகியோர் பயன்பெறுவர்.

மேலும், கல்லூரிகளிலும், பல்கலைக்கழகங்களிலும் கூட யோகத் துறைகள் நிறுவப்பட்டுவருகின்றன. உதவிப் பேராசிரியர் பணிக்கான 'நெட்' (தேசிய தகுதித் தேர்வு) தேர்விலும் யோகம் ஒரு விஷயமாக உள்ளது. இந்த தேர்விலும், பல்கலைக்கழக பாடத்திட்டத்திலும் கூட ஹடயோகபிரதீபிகை நூல் இடம்பெற்றுள்ளது.

தமிழக மாணவர்களும் இந்தத் தேர்வுகளில் நல்ல தேர்ச்சி அடைய இந்த நூலின் தமிழ் மொழிபெயர்ப்பு உதவிகரமாக இருக்கும்.

இந்த நூலில் ஹடயோகபிரதீபிகையின் சம்ஸ்க்ருத மூலம் எளிய தமிழ் வரிவடிவில் கொடுக்கப்படுள்ளது. எல்லா சுலோகங்களுக்கும் பதவுரை வழங்கப்பட்டுள்ளது. ஜ்யோத்ஸானா உரையின் அடிப்படையில் சுலோகங்களின் மொழிபெயர்ப்பும், குறிப்புகளும் வழங்கப்பட்டுள்ளன.

ஹடயோகத்தின் முக்கிய சொற்கள் அந்தந்த சுலோகங்கத்தின் குறிப்புகளிலேயே விளக்கப்பட்டுள்ளன. ஆயினும் சொற்களின் சொயிலாக நூலின் விஷயங்களை அறிய விரும்புபவர்களுக்கு ஏதுவாக ஹடயோகத்தின் முக்கியச் சொற்கள் திரட்டப்பட்டு அதன் அகரவரிசையும், அவற்றின் விளக்கம் இடம் பெறும் அத்தியாய, சுலோக எண்களும் நூலில் பிற்சேர்க்கையாக கொடுக்கப்பட்டுள்ளது.

பிற்சேர்க்கையாக யோகபயிற்சிகளின் படங்களும் சேர்க்கப்பட்டுள்ளன.

சம்ஸ்க்ருத சுலோகங்களின் தமிழ் வரிவடிவத்தில் ஃ, ஜ, ஷ, ஸ போன்ற கிரந்த எழுத்துக்கள் இடம் பெற்றுள்ளன. சம்ஸ்க்ருத சொற்களை முடிந்த அளவு உள்ளபடி வழங்க சுலோகங்களின் எழுத்துக்கூட்டலில் முயற்சி செய்யப்பட்டுள்ளது. அதே சமயம், படிக்க சிரமம் இல்லாத விதத்தில் க1, க2, க3, க4 போன்ற குறியீடுகள் தவிர்க்கப்பட்டுள்ளன. இந்த சுலோகங்களின் சரியான உச்சரிப்பினை சம்ஸ்க்ருத ஆசிரியர்களிடமிருந்து கற்றறிதல் நலம்.

மேலும் மொழிபெயர்ப்பு பற்றிய ஒரு குறிப்பு. சுஷும்னா, இடா, பிங்கலா போன்ற சொற்களுக்கு தமிழில் சுழுமுனை, இடகலை, பிங்கலை போன்ற தற்பவ சொற்கள் இருந்தாலும், அவற்றை சம்ஸ்க்ருதத்தில் வழங்கும் விதத்திலேயே தமிழ் மொழிபெயர்ப்பிலும் குறிப்பிடப்பட்டுள்ளது – சுஷும்னா, இடா, பிங்கலா எனும் விதமாக. இது மற்ற மொழி யோக மாணவர்களுடனும், ஆசிரியர்களுடனும், பயிற்சியாளர்களுடனும், நிபுணர்களுடனும் உரையடும் போது தமிழ் மாணவர்களுக்கு குழப்பம் ஏற்படாமல் இருப்பதற்காக.

மேலும், உச்சரிப்பினை எளிதாக்குவதற்காக சில சம்ஸ்க்ருத சொற்களின் எழுத்துக்கூட்டலில் சிறிய மாறுபாடுகள் செய்யப்பட்டுள்ளன எ.கா - கேசரீ என்பது கேச்சரீ என்றும், ஆஸனம்

என்பது ஆசனம் என்றும், ப்ராணாயாமம் என்பது பிராணாயாமம் என்று வழங்கப்பட்டுள்ளது. மேலும், மொழிபெயர்ப்பில் சில சொற்களில் கிரந்த எழுத்துக்கள் இருந்தாலும், வேறு சில சொற்களில் அவ்வெழுத்துக்கள் இடம் பெற மாட்ட. உதா - ஆஸனம் என்பது ஆசனம் என்று வழங்கப்பட்டாலும், பஸ்த்ரிகா எனும் பயிற்சி பஸ்த்ரிகா என்றே குறிப்பிடப்படுகிறது - பச்த்ரிகா என்று அல்ல. மேலும் சில சொற்களில் கிரந்த எழுத்தும், தமிழ் எழுத்துக்களும் கலந்தே கொடுக்கப்பட்டுள்ளன. எ.கா- ஸ்வஸ்திகாஸனம் என்பது சுவஸ்திகாசனம் என்று வழங்கப்படுகிறது - சுவச்திகாசனம் எனும் எழுத்துக்கூட்டல் சரியான உச்சரிப்பு வழிகாட்டியாக இருக்காது என்பதனால். எழுத்துக்கூட்டலின் குறிக்கோள் எளிமையாக, அதே சமயம் சம்ஸ்கிருத சொற்களை முடிந்தவரை சிதைவில்லாமல் படித்தலே என்பதனால், சம்ஸ்க்ருத எழுத்துக்களின் சீரான எழுத்துக்கூட்டலுக்கு இந்த மொழிபெயர்ப்பில் முன்னுரிமை வழங்கப்படவில்லை. அந்தந்த சொற்களுக்கு ஏற்ப எழுத்துக்கூட்டல் வழங்கப்பட்டுள்ளது.

இந்த மொழிபெயர்ப்பு நூல் யோக ஆர்வலர்களின், தமிழ் கூறும் நல்லுலகின் ஆதரவினைப் பெறும் என என நம்புகிறேன்.

மொழிபெயர்ப்பாளர்
– முனைவர் ம. ஜயராமன்

நன்றியறிவித்தல்

இந்த நூல் வெளியாவதற்கு ஊக்கமளித்த, இண்டிக் அகாடமி நிறுவனர் ஹரிகிரண் வாட்லமணி அவர்களுக்கு பணிவான நன்றிகள்.

இந்த நூலை பரிசீலித்து ஆசியுரை வழங்கிய யோகவல்லுனர், எனது யோக குரு ஸ்ரீ எஸ்.ஸ்ரீதரன் அவர்களுக்கு எனது பணிவான வந்தனங்கள். இவர் யோகாச்சாரியர் ஸ்ரீ கிருஷ்ணமாச்சாரியர், ஸ்ரீதேசிகாச்சார் ஆகியோரிடம் நேரிடையாக யோகம் பயின்றவர். சென்னையில் உள்ள சர்வதேச புகழ்பெற்ற கிருஷ்ணமாச்சாரிய யோக மந்திரத்தின் அறங்காவலராக இருந்துகொண்டு பல ஆண்டுளாக பாரதத்திலும் பாரெங்கிலும் உள்ள யோக ஆர்வலர்களுக்கு வழிகாட்டிவருகிறார். இவரது யோக சிகிச்சையால் உடல்-மன ஆரோக்கியம் பெற்று பலன் பெற்றவர்கள் எண்ணற்றோர் என்பது குறிப்பிடத்தக்கது. அவருக்கு மனமார்ந்த நமஸ்காரங்கள்.

யோகாச்சாரியர் பேராசிரியர் டாக்டர் ஆனந்த பாலயோகி பவனானி அவர்கள் புதுவையின் யோகத் தவப்புதல்வர். யோக சிகிச்சை முறையிலும், மேற்கத்திய சிகிச்சையிலும் வல்லுனர். பல ஆண்டுகளாக யோகசிகிச்சையின் வாயிலாக உலகெங்கிலும் உள்ள மக்களுக்கு உடல் மன ஆரோக்கியங்களை பேண வழிகாட்டிவருபவர். பல நூறு யோக சிகிச்சை ஆராய்ச்சி கட்டுரைகளை, ஆராய்ச்சி ஏடுகளில் பதிப்பித்துள்ளார். அவருடைய அணிந்துரையை இந்த நூல் பெற்றிருப்பது பெருமைக்குரிய அம்சம். தனது தொடர்ந்த யோகப் பணிகளுக்கு இடையே இந்த நூலை சீர்தூக்கிப் பார்த்து அதற்கு அணிந்துரை வழங்கியுள்ளார்.

பேராசிரியர் டாக்டர் ஆனந்த பவனானி அவர்களுக்கு மனமார்ந்த நன்றிகள்.

இந்த மொழிபெயர்ப்பினை முழுமையாக படித்து மொழிநடையை மேம்படுத்தி அச்சுப்பிழைகளை அகற்றி இந்த நூல் சிறந்திட உதவிய அனுபவம் மிக்க தமிழ் ஊடகவியலாளரான எனது தந்தையார் திரு எஸ்.எஸ்.மகாதேவன் அவர்களைப் பணிகிறேன். இந்த நூலில் இடம் பெற்றுள்ள படங்களை அழகுற வரைந்து கொடுத்த யோக வல்லுனர் திருமதி சந்த்யா சந்த்ரசேகர் அவர்களுக்கு நன்றிகள்.

இந்த நூலினை வடிவமைத்து பதிப்பித்த Notion Press அமைப்புக்கு நன்றிகள்.

மொழிபெயர்ப்பாளர்

– முனைவர் ம. ஜயராமன்

முதல் உபதேசம்[1]

ஆசனம்

குறிப்பு:

1. ச, து என்னும் சொற்களுக்கு, மற்றும், ஆனால் என்ற அர்த்தங்கள் உள்ளன. ஆனால் சில சமயம், இந்த நூலில் அவை செய்யுளின் அடியினை பூர்த்திசெய்வதற்காக அர்த்தம் ஏதுமின்றியும் பயன்படுத்தப்பட்டுள்ளன. எங்கெங்கு அவைகளுக்கு விசேஷமான அர்த்தம் ஏதுமில்லையோ அங்கே ச, து முதலிய சொற்கள், அதற்கு முந்தைய வார்த்தையுடன் சேர்க்கப்பட்டுள்ளன.

2. சொற்களின் அர்த்தம் வழங்கப்படும் போது சுலோகத்தின் சம்ஸ்க்ருத வார்த்தைகளுக்கும் அர்த்த பகுதியில் கொடுக்கப்படும் சம்ஸ்க்ருத வார்த்தைகளுக்கும் எழுத்தாக்கத்தில் (spelling) மாறுபாடு இருக்கும், எ.கா - ஆஸனம் - ஆசனம், ஸ்வாத்மாராமர் – சுவாத்மாராமர் கேசரீ – கேச்சரீ. அர்த்தப்பகுதியில் எளிமையாக தற்கால புழக்கத்தில் உள்ள விதத்தில் சம்ஸ்க்ருத சொற்களுக்கு எழுத்தாக்கம் செய்யப்பட்டுள்ளதே இதற்குக் காரணம்.

3. சில பிரசித்தமான சொற்களுக்கு அர்த்தம் கொடுக்கப்பவில்லை, எ.கா யோகி

---

1   இந்த நூலில் உபதேசம் என்பது அத்தியாயம் என்பதனைக் குறிக்கும் சொல். முதல் உபதேசம் = முதல் அத்தியாயம்.

சுலோகம் 1

ஸ்ரீஆதிநாதாய நமோ(அ)ஸ்து தஸ்மை

யேநோபதிஷ்டா ஹட-யோக-வித்யா I

விப்ராஜதே ப்ரோந்நத-ராஜ-யோகம்

ஆரோடுமிச்சோரதி-ரோஹிணீவ II 1 II

சொற்களுக்கான பொருள்

ஸ்ரீஆதிநாதாய- ஸ்ரீஆதிநாதருக்கு, நம: - வணக்கம், அஸ்து - இருக்கட்டும், தஸ்மை - அவருக்கு, யேந - யாரால், உபதிஷ்டா - உபதேசிக்கப்பட்டதோ, ஹட-யோக-வித்யா- ஹட யோகவித்யை, விப்ராஜதே - விளங்குகிறது, ப்ரோந்நத-ராஜ-யோகம் - மிகவுயர்ந்த ராஜயோகத்தை, ஆரோடும் - ஏறுவதற்கு, இச்சோ: - விழைபவருக்கு, அதி-ரோஹிணீ - ஏணிப்படி, இவ - போல

மொழிபெயர்ப்பு

ஹடயோக வித்யை உபதேசித்த ஸ்ரீஆதிநாதருக்கு நமஸ்காரம். இந்த வித்யை மிக உயர்ந்த ராஜயோகத்தை நோக்கி உயர விரும்புபவருக்கு ஏணிப்படியாக விளங்குகிறது. 1

ஜ்யோத்ஸ்னா உரையாசிரியர், மொழிபெயர்ப்பாளர் ஆகியோரின் விளக்கக் குறிப்புகள்[2]

1. **ஸ்ரீஆதிநாதர்** - நூலின் துவக்கத்தில் ஸ்ரீஆதிநாதராகிய சிவனுக்கு இறைவணக்கம் செலுத்தப்படுகிறது. இதன் மூலம் அவர் ஆசியுடன் ஹடயோகத்தை கசடற கற்று ராஜயோகத்தை

நோக்கி தங்கு தடையின்றி பயணிக்க முடியும். இவ்விதம் நூல் துவக்கத்தில் இறைவணக்கம் செலுத்துதல் பாரதத்தில் தொன்றுதொட்டு இருந்து வரும் மரபாகும்.

2. **ஹடயோகம், ராஜயோகம்** - ஹ - என்றால் சூரியன் - இது பிராணனைக் குறிக்கிறது - இது உடலுக்குச் சூரியனைப் போல சக்தியை அளிக்கிறது. ட - என்றால் சந்திரன் - இது அபானனைக் குறிக்கிறது - இது உடலில் உள்ள கழிவுகளை வெளியேற்றுகிறது. யோகம் - சேர்க்கை. இந்த நூலின் முதல் மூன்று உபதேசங்களில் (அத்தியாயங்களில்) கூறப்படும் ஆசனம், பிராணாயாமம், முத்ரா-க்கள் முதலிய பயிற்சிகளால், குறிப்பாக பிராணாயாமத்தால் - பிராண,அபான வாயுக்கள் ஒன்றிணைந்து முதுகுத் தண்டை ஒட்டி அமைந்துள்ள சுஷும்னா எனும் நாடியில் பிரவேசித்தல் யோகம் எனப்படும். இதன் மூலம், பிராணனும், மனமும் சலனமில்லாமல் நிலைபெற்று விடும். இது ஹடயோகம்.

இனி ராஜயோகம். மேற்கூறிய ஹடயோக நிலை எய்தப்படும் போது நாதானுசந்தானம் (இந்த நூலின் நான்காவது உபதேசம்/அத்தியாயம் முழுவதும் இது பற்றித் தான் விளக்கப்பட்டுள்ளது) என்ற பயிற்சியால் உள்ளுணர்வு வடிவிலான ஆன்மாவினைப் பற்றிய தெளிவான ஞானம் மனதில் ஏற்பட்டு சமாதி நிலை (ராஜயோகம்) சித்திக்கும். யோகத்தின் ராஜா ராஜயோகம். யோகத்தில் மிகச்சிறந்த நிலை சமாதி தான் (ஆசனம், பிராணாயாமம் முதலியவை இதற்கு உபாயங்கள்) என்பதனைத் தெளிவுபடுத்த இந்த சொற்பிரயோகம். இந்தச் சமாதி நிலையில் முதிர்ச்சி ஏற்படும் போது ஜீவன் இவ்வுலகனைத்தயும் வியாபித்த பரமாத்மாவுடன் ஒன்றிணைந்து விடும். இது தான் முக்தி - உரையாசிரியர்

சுலோகம் 2

ப்ரணம்ய ஸ்ரீகுரும் நாதம்

ஸ்வாத்மாராமேண யோகிநா ।

கேவலம் ராஜ-யோகாய

ஹட-வித்யோபதிஷ்யதே ॥ 2 ॥

ப்ரணம்ய - வணங்கி, ஸ்ரீகுரும் - ஸ்ரீகுருவை, நாதம் - நாதரை, ஸ்வாத்மாராமேண - சுவாத்மாராமரால், யோகிநா - யோகியால், கேவலம் - மட்டுமே, ராஜ-யோகாய - ராஜ-யோகத்திற்காக, ஹட-வித்யா- ஹட-வித்யை, உபதிஷ்யதே - உபதேசிக்கப்படுகிறது

நாத குருவை வணங்கி நிற்கும் சுவாத்மாராமன் எனும் யோகியால் (என்னால்) ராஜயோகத்திற்காக மட்டுமே ஹட வித்யை உபதேசிக்கப்படுகிறது. 2

குறிப்புகள்

1. முதல் சுலோகத்தில் இறைவணக்கம் செய்யப்பட்டது. இந்த சுலோகத்தில் குருவந்தனம் செய்யப்படுகிறது. இதுவும் புராதனமான பாரத மரபு.

2. **நாத குரு** - நாத குரு என்று குறிப்பிடப்படுபவர் நூலாசிரியரான சுவாத்மாராமரின் குரு - உரையாசிரியர்.

3. **ராஜயோகத்திற்காக மட்டுமே** - இந்த நூலின் குறிக்கோள் சமாதி நிலையாகிய ராஜயோகம் தான். யோகசித்திகள், சக்திகள் அல்ல என்பது இதனால் தெளிவுபடுத்தப்படுகின்றது - உரையாசிரியர்.

சுலோகம் 3

ப்ராந்த்யா பஹூமத-த்வாந்தே ராஜயோகமஜாநதாம் ।
ஹட-ப்ரதீபிகாம் தத்தே ஸ்வாத்மாராம: க்ருபாகர: ॥ 3 ॥

ப்ராந்த்யா - குழப்பத்தால், பஹூமத-த்வாந்தே- பலவிதமான கருத்துக்கள் எனும் இருட்டில், ராஜயோகம் - ராஜயோகத்தை, அஜாநதாம் - அறியாதவர்களுக்கு, ஹட-ப்ரதீபிகாம் - ஹட பிரதீபிகையை (ஹடம் பற்றிய விளக்கை), தத்தே - தாங்கி நிற்கிறார், ஸ்வாத்மாராம: - சுவாத்மாராமர், க்ருபாகர: - கருணைகொண்டவர்

பல்வேறு குழப்பும் கருத்துக்கள் எனும் இருட்டில் சிக்கி ராஜயோகத்தை அறியாமல் இருப்பவர்களுக்காக, ஹட-பிரதீபிகையை (ஹடம் எனும் சிறந்த விளக்கை) ஏந்தி நிற்கிறார் கருணை நிறைந்த சுவாத்மாராமர். 3

குறிப்புகள்

1. **பல்வேறு குழப்பும் கருத்துக்கள்** - ராஜயோகத்தினை அடைய - மந்த்ர-யோகம், ஸகுண-தியானம், நிர்குண-தியானம் என்ற பலவிதமான வழிகளால் குழப்பம் நிலவுகிறது - உரையாசிரியர்

2. **சுவாத்மாராமர்** - இந்த நூலாசிரியர். சுவாத்ம என்றால் தன் உள்ளுணர்வான ஆன்மா. ஆராம என்றால் - முழுமையாக திளைத்தல். தன் உள்ளுணர்வான ஆன்மாவிலேயே மூழ்கித் திளைப்பவர் - சுவாத்மாராமர். மிகவும் உயர்ந்த யோக அனுபவத்தை அடைய விழைபவர்/ அடைந்தவர் இவர் என்று இதனால் அறியப்படுகிறது.

சுலோகம் 4

ஹட-வித்யாம் ஹி மத்ஸ்யேந்த்ர-
கோரக்ஷாத்யா விஜாநதே l
ஸ்வாத்மாராமோ(அ)தவா யோகீ
ஜாநீதே தத்-ப்ரஸாதத: ll 4 ll

ஹட-வித்யாம் - ஹட-வித்யையை, ஹி - நிச்சயமாக, மத்ஸ்யேந்த்ர-கோரக்ஷாத்யா: - மத்ஸ்யேந்திரர், கோரக்ஷர் முதலியவர்கள், விஜாநதே - அறிவர், ஸ்வாத்மாராம: - சுவாத்மாராமர், அதவா- அல்லது, யோகீ, ஜாநீதே - அறிவார், தத்-ப்ரஸாதத: - அவர்களுடைய அருளால்

ஹட-வித்யையை மத்ஸ்யேந்திரர், கேரக்ஷர் முதலிய யோகிகள் அறிவர். மேலும், அவர்களுடைய அருளால் சுவாத்மாராமர் எனும் யோகி அறிவார். 4

சுலோகம் 5-9

ஸ்ரீஆதிநாத-மத்ஸ்யேந்த்ர-
ஶாபராநந்த-பைரவா: l
ஸௌரங்கீ-மீந-கோரக்ஷ-
விரூபாக்ஷ-பிலேஶயா: ll 5 ll

ஸ்ரீஆதிநாத-மத்ஸ்யேந்த்ர-ஶாபராநந்த-பைரவா: - ஸ்ரீஆதிநாதர், மத்ஸ்யேந்த்ரர், சாபரர், ஆனந்தர், பைரவர் ஆகியோர், ஸௌரங்கீ-மீந-கோரக்ஷ-விரூபாக்ஷ-பிலேஶயா: - ஸௌரங்கீ, மீனர் (மீனநாதர்), கோரக்ஷர், விரூபாக்ஷர், பிலேசயர் ஆகியோர்

மந்தானோ பைரவோ யோகீ

ஸித்திர்-புத்தஞ்ச கந்தடி: I

கோரண்டக: ஸூராநந்த:

ஸித்த-பாதஞ்ச சர்படி: II 6 II

மந்தாந: - மந்தானர், பைரவ:- பைரவர், (எனும்) யோகீ, ஸித்தி:- ஸித்தி, புத்த: - புத்தர், ச - மற்றும், கந்தடி: - கந்தடி கோரண்டக: - கோரண்டகர், ஸூராநந்த: - ஸூராநந்தர், ஸித்த-பாத: - ஸித்த-பாதர், ச - மற்றும், சர்படி:- சர்படி

காநேரீ பூஜ்ய-பாதஞ்ச

நித்ய-நாதோ நிரஞ்ஜன: I

கபாலீ பிந்து-நாதஞ்ச

காக-சண்டீஸ்வராஹ்வய: II 7 II

காநேரீ - காநேரீ, பூஜ்ய-பாத: - பூஜ்ய-பாதர், ச - மற்றும், நித்ய-நாத: - நித்ய-நாதர், நிரஞ்ஜன: - நிரஞ்ஜனர், கபாலீ - கபாலீ, பிந்து-நாத: - பிந்து-நாதர், ச - மற்றும் காக-சண்டீஸ்வராஹ்வய: - காக-சண்டீஸ்வரர் என்று அழைக்கப்படுபவர்

அல்லாம: ப்ரபு-தேவஞ்ச

கோடாசோலீ ச டிண்டிணி: I

பாநுகீ நாரதேவஞ்ச

கண்ட: காபாலிகஸ்ததா II 8 II

அல்லாம: - அல்லாமர், ப்ரபு-தேவ: - பிரபு-தேவர், ச - மற்றும், கோடாசோலீ -கோடாசோலீ, ச - மற்றும், டிண்டிணி:- டிண்டிணி பாநுகீ - பாநுகீ, நாரதேவ: - நாரதேவர், ச- மற்றும் கண்ட: காபாலிக: - கணட காபாலிகர், ததா - மற்றும்

இத்யாதயோ மஹா-ஸித்தா:

ஹடயோக-ப்ரபாவத: |

கண்டயித்வா கால-தண்டம்

ப்ரஹ்மாண்டே விசரந்தி தே || 9 ||

இத்யாதய: - முதலிய, மஹா-ஸித்தா: - சிறந்த சித்தர்கள், ஹட-யோக-ப்ரபாவத: - ஹட-யோகத்தின் மகிமையால், கண்டயித்வா - அறுத்தெறிந்து, கால-தண்டம் - காலத்தின் தண்டனையை, ப்ரஹ்மாண்டே - பிரம்மாண்டத்தில், விசரந்தி - உலவுகிறார்கள், தே - அவர்கள்

ஸ்ரீஆதிநாதர், மத்ஸ்யேந்திரர், சாபரர், ஆனந்தர், பைரவர், செளராங்கீ, மீனர், கோரக்ஷர், விரூபாக்ஷர், பிலேசயர், மந்தானர், யோகி பைரவர், சித்தி, புத்தர், கந்தடி, கோரண்டகர், ஸூரானந்தர், சித்தபாதர், சர்படி, காணேரீ, பூஜபாதர், நித்யநாதர், நிரஞ்ஜனர், கபாலீ, பிந்துநாதர், காகசண்டீச்வரர், அல்லாமர், பிரபுதேவர், கோடாசோல், டிண்டிணி, பானுகீ, நாரதேவர், கண்டகாபாலிகர் ஆகிய இவர்கள் (முப்பத்து நான்கு பேர்) மஹாசித்தர்கள். இவர்கள் காலம் அளிக்கும் தண்டனைக்கு (மரணத்திற்கு) உள்ளாகாமல், இந்த உலகில் உலவுகின்றனர். 5-9

குறிப்புகள்

1. ஹட யோகம் செய்யத் தூண்டுவதற்காக ஹட யோகத்தினால் பல சக்திகளை அடைந்த யோகிகளைப் பற்றி கூறப்படுகிறது – உரையாசிரியர்

2. **ஸ்ரீமத்ஸ்யேந்த்ரநாதர்** - மனித உருக்கொண்ட முதல் நாத பரம்பரை குரு. அவரைப் பற்றி ஒரு கதை வழங்கி வருகிறது. ஒருமுறை ஸ்ரீஆதிநாதராகிய சிவன் இது ஜீவராசிகள் அற்ற இடம் என்று கருதிக்கொண்டு ஒரு தீவில், பார்வதிக்கு (ரகசியமாக) யோகவித்யையை போதித்துக்கொண்டிருந்தார்.

அவர் யோகத்தை போதித்த இடம் ஒரு நீர்நிலையின் கரை. ஸ்ரீஆதிநாதரின் உபதேசத்தை நீரில் இருந்த ஒரு மீன் கேட்டு கொண்டு அசையாமல் ஓரிடத்தில் இருந்துவிட்டது. இதனைக் கண்டு கருணைகொண்ட ஸ்ரீஆதிநாதர் சிறிது நீரை அதன் மேல் தெளித்தார். உடனடியாக அந்த மீன் ஒரு சித்தபுருஷனாக வடிவுகொண்டுவிட்டது. அவர் தான் மத்ஸ்யேந்த்ர நாதர் எனும் யோகி. இவ்விதம் மத்ஸ்யேந்த்ர நாதர் போல மற்ற ஹடயோகிகளும் மேலானவர்கள் - உரையாசிரியர்

சுலோகம் 10

அஸேஷ-தாப-தப்தாநாம்

ஸமாஸ்ரய-மடோ ஹட: ।

அஸேஷ-யோக-யுக்தாநாம்

ஆதார-கமடோ ஹட: ॥ 10 ॥

அஸேஷ-தாப-தப்தாநாம் - பலவிதமான இன்னல்களால் தகிக்கப்பட்டவர்களுக்கு, ஸமாஸ்ரய-மட: - தங்கும் மடம் - ஹட: - ஹடம், அஸேஷ-யோக-யுக்தாநாம் - பலவிதமான யோகங்களில் நிலைத்தவர்களின், ஆதார-கமட: - ஆதார ஆமை(கூர்மம்) ஹட: - ஹடம்

எல்லாவிதமான இன்னல்களால் தகிக்கப்பட்டவர்களுக்கு (குளிர்ந்த) தங்கும் மடமாக விளக்குவது ஹடம்.பலவிதமான யோகங்களில் நிலைத்தவர்களின் ஆதார-கமடமாக (கூர்மமாக/ ஆமையாக) விளக்குவது ஹடம் ஆகும். 10

குறிப்புகள்

1. **எல்லாவிதமான**... - இன்னல்களை மூன்று வகைப்படுத்தலாம்: ஆதி-தைவிகம், ஆதி-பௌதிகம், ஆத்யாத்மிகம் என்று.

அவற்றுள் ஆத்யாத்மிக இன்னல் இரண்டுவிதம். ஒன்று நோய்களால் உடலில் ஏற்படும் இன்னல். இரண்டு காமம், குரோதம் முதலியவைகளினால் மனதில் ஏற்படும் துன்பம். ஆதி-பௌதிக இன்னல் – பாம்பு, புலி முதலிய சக பிராணிகளினால் விளையும் துன்பம். ஆதிதைவிக இன்னல் – கோள்களின் நிலை முதலியவைகளினால் ஏற்படும் துன்பம் – உரையாசிரியர் (இவையனைத்தையும் ஹட யோகத்தினால் எதிர்கொள்ளலாம்)

2. **மடம் – கமடம்:** மடம் - ஆசிரமம். கமடம் - ஆமை

இங்கு சம்ஸ்கிருதச் செய்யுளின் எதுகை மோனைக்காக மடம்-கமடம் எனும் இரண்டு சொற்கள் பயன்படுத்தப்பட்டுள்ளன.

வெயிலின் கொடுமை தாங்காமல் ஆசிரமத்தின், மடத்தின் நிழலை மக்கள் நாடுவார்கள். மடம் போலவே இன்னல் தீர்க்கும் திறன் கொண்டது ஹட யோகம். மேலும் இவ்வுலகனைத்தையும் கூர்மத்தின்/ஆமையின்/கமடத்தின் வடிவில் மகாவிஷ்ணு தாங்குவதாக புராண நம்பிக்கை உள்ளது. அதே போல, பக்தி யோகம், கர்மயோகம்,ஞான யோகம் என எல்லவிதமான யோகபயிற்சிகளுக்கும் அடிப்படையாக இருப்பது ஆசனம், பிராணாயாமம் முதலிய பயிற்சிகள் கொண்ட ஹடயோகம் தான் - உரையாசிரியர்

சுலோகம் 11

ஹட-வித்யா பரம் கோப்யா

யோகிநா ஸித்திமிச்சதா |

பவேத் வீர்யவதீ குப்தா

நிர்வீர்யா து ப்ரகாஸிதா | || 11 ||

ஹட-வித்யா - ஹடவித்யை, பரம் கோப்யா - மிகவும் ரகசியமாக காக்கப்படவேண்டியது, யோகிநா - யோகியால், ஸித்திம் - சித்தியை/வீடுபேற்றை இச்சதா - விரும்புபவரால், பவேத் - இருக்கும், வீர்யவதீ - வீரியம் கொண்டதாக, குப்தா - ரகசியமாக காக்கப்பட்டால், நிர்வீர்யா து - வீரியம் குன்றியதாக (ஆகும்), ப்ரகாஸிதா - (தகுதியற்றவர்களுக்கு) வெளிப்படுத்தப்பட்டால்

சித்தி அடைய விரும்பும் யோகி, ஹடவித்யையை ரகசியமாக பாதுகாக்க வேண்டும். இந்த வித்யை ரகசியமாக காக்கப்பட்டால் வீரியத்துடன் விளங்கும். இல்லையென்றால் அதன் வீரியம் குன்றிவிடும். 11

குறிப்புகள்

1. **சித்தி** - இந்தச் சொல்லுக்கு - அணிமா முதலிய அட்டமாசித்திகள் அல்லது கைவல்யம்/வீடுபேறு என்று பொருள் - உரையாசிரியர்.

2. **வீரியம்** - மட்டற்ற சக்தி- உரையாசிரியர்

3. **ரகசியம்** - தம்பட்டம் அடிக்காமல் இந்தப் பயிற்சிகளை அமைதியாக, முனைப்புடன், மன ஒருமைப்பாட்டுடன் செய்யவேண்டும். அப்போது குறிக்கோளை நோக்கி முன்னேற முடியும். இல்லை என்றால் கவனச்சிதறல் ஏற்பட்டு யோக சக்திகளை அடையமுடியாது. மேலும், தகுதியான மாணாக்கர்களைத் தேர்வு செய்து தனிப்பட்ட கவனத்துடன் தான் இந்த வித்யையை கற்பிக்க வேண்டும். அப்போது தான் இந்தப் பயிற்சிகளின் தரம் குறையாமல் பலன்களை எய்த முடியும் என்பது இதன் பொருள்.

சுலோகம் 12

ஸுராஜ்யே தார்மிகே தேஸே

ஸுபிக்ஷே நிருபத்ரவே |

தனு: ப்ரமாண-பர்யந்தம்

ஶிலாக்நி-ஜல-வர்ஜிதே |

ஏகாந்தே மடிகா-மத்யே

ஸ்தாதவ்யம் ஹட-யோகிநா || 12 ||

ஸுராஜ்யே - சிறப்பாக ஆளப்படும், தார்மிகே - அறத்தின்/தர்மத்தின் வழியில் ஆளப்படும், தேஸே - தேசத்தில், ஸுபிக்ஷே - வளம் பொருந்திய, நிருபத்ரவே - (களவு போன்ற) தொந்தரவுகளற்ற, தனு: ப்ரமாண-பர்யந்தம் - ஒரு வில் அளவு வரை, ஶிலாக்நி-ஜல-வர்ஜிதே - பாறை, நெருப்பு, நீர் அற்ற, ஏகாந்தே - தனிமையான, மடிகா-மத்யே - சிறு மடத்தில், ஸ்தாதவ்யம் - இருக்கப்பட வேண்டும் (வசிக்க வேண்டும்), ஹட-யோகிநா - ஹட-யோகியால்

அறத்தின் வழியில், திறம்பட ஆளப்படும், வளம் பொருந்திய, (களவு போன்ற) தொந்தரவுகளற்ற தேசத்தில் தனிமையான இடத்தில் தனது சிறு மடத்தில் ஹட-யோகி வசிக்க வேண்டும். (மேலும்) ஆசனம் (முதலியவை) செய்யும் இடம் பாறை, நெருப்பு, நீர் ஆகியவைகளிலிருந்து ஒரு வில் அளவு தூரத்தில் இருக்க வேண்டும். 12

குறிப்புகள்

1. **வில் அளவு தூரம்/தனு:ப்ரமாணம்** - ஒரு வில் அளவு என்பது நான்கு ஹஸ்தங்கள் கூடியது. ஒரு ஹஸ்தம் என்பது முழங்கையிலிருந்து நடுவிரலில் நுனிவரையிலான தூரம் - என்கிறார் உரையாசிரியர். ஒரு ஹஸ்தம் என்பது பதினெட்டு இஞ்ச் என்கிறது - ஆப்டே சம்ஸ்க்ருத-ஆங்கில அகராதி.

2. **பாறை, நெருப்பு, நீர்** - கடினமான நிலப்பரப்பு, உஷ்ணம், குளிர் ஆகியவற்றைத் ஹடயோக பயிற்சியாளர் தவிர்க்க வேண்டும் என்பது பொருள் - உரையாசிரியர்.

சுலோகம் 13

அல்ப-த்வாரமரந்த்ர-கர்த-விவரம்

நாத்யுச்ச-நீசாயதம் ।

ஸம்யக் கோமய-ஸாந்த்ர-லிப்தமமலம்

நிஸ்ரேஷ-ஐந்தூஜ்ஜிதம் ।

பாஹ்யே மண்டப-வேதி-கூப-ருசிரம்

ப்ராகார-ஸம்வேஷ்டிதம் ।

ப்ரோக்தம் யோக-மடஸ்ய லக்ஷணமிதம்

ஸித்தைர்-ஹடாப்யாஸிபி: ॥ 13 ॥

அல்ப-த்வாரம் - சிறிய வாசல் கொண்டதாக இருத்தல், அரந்த்ர-கர்த-விவரம்- பொந்துகளும், குழிகளும், ஓட்டைகளும் அற்று இருத்தல், நாத்யுச்ச-நீசாயதம் -மிகவுயரத்திலும் அல்லாமல், மிகவும் கீழேயும் அல்லாமலும், மிகவும் அகலமாகவும் அல்லாமலும் இருத்தல், ஸம்யக் கோமய-ஸாந்த்ர-லிப்தம் - பசுவின் சாணியால் அடர்த்தியாக மொழுகப்பட்டு இருத்தல், அமலம் - தூய்மையாக இருத்தல், நிஸ்ரேஷ-ஐந்தூஜ்ஜிதம்- எந்த விதமான பூச்சிப்பொட்டுக்களும் இல்லாமல் இருத்தல், பாஹ்யே - வெளிப்புறம், மண்டப-வேதி-கூப-ருசிரம் - மண்டபம், (உடற்பயிற்சிக்காக அல்லது இறைவழிபாட்டிற்காக) பண்டுத்தப்பட்ட பூமி, கிணறு - ஆகியைவகளால் அழகாக அமைந்திருத்தல், ப்ராகார-ஸம்வேஷ்டிதம் - பிராகாரத்தால் சூழப்பட்டதாகவும் இருத்தல், ப்ரோக்தம் - (என்று) கூறப்பட்டுள்ளது, யோக-மடஸ்ய - யோக மடத்தின், லக்ஷணம் -

இலக்கணம், இதம் - இது, ஸித்தை:- சித்தர்களால் ஹடாப்யாஸிபி:
- ஹட பயிற்சியாளர்களால்

ஹட யோகத்தில் மிகவுயர்ந்த நிலை அடைந்தவர்கள் ஒரு (யோக) மடம் எவ்வாறு இருத்தல் வேண்டும் என்று கூறுகிறார்கள். யோகமடம் - சிறிய வாசல் கொண்டதாகவும், பொந்துகளும், குழிகளும் ஓட்டைகளும் இல்லாததாகவும், மிகவுயரத்திலும் அல்லாமல், மிகவும் கீழேயும் அல்லாமலும், மிகவும் அகலமாகவும் அல்லாமலும், இருத்தல் வேண்டும். மேலும் அந்த மடமானது பசுவின் சாணியால் அடர்த்தியாக மெழுகப்பட்டு தூய்மையாக இருத்தல் வேண்டும். அங்கு எந்த விதமான பூச்சிப்பொட்டுக்களும் இருத்தல் கூடாது. இந்த மடத்தின் வெளிப்புறம் - மண்டபம், (உடற்பயிற்சிக்காக அல்லது இறைவழிபாட்டிற்காக) பண்படுத்தப்பட்ட பூமி, கிணறு – ஆகியவை சூழ அழகாக அமைக்கப்படலாம். மடம் பிராகாரத்தால் சூழப்பட்டதாகவும் இருக்கவேண்டும். 13

குறிப்புகள்

* **மிகவுயரத்திலும் அல்லாமலும், மிகவும் கீழேயும் அல்லாமலும்** - (மலைபோன்ற) உயரமான பகுதியில் மடம் அமைக்கப்பட்டால் ஏறுவதற்கான சிரமம். (பாதாளகுகை போன்ற) கீழ்மட்டத்தில் மடம் அமைக்கப்பட்டால், அதனை அணுகுவதற்கு இறங்கிப் போவது சிரமம். இவற்றை தவிர்க்கவேண்டும் என்பது இதன் கருத்து - உரையாசிரியர்.

சுலோகம் 14

ஏவம்விதே மடே ஸ்தித்வா

ஸர்வ-சிந்தா-விவர்ஜித: I

குருபதிஷ்ட-மார்கேண

யோகமேவ ஸதாப்யஸேத் ‖ 14 ‖

ஏவம்விதே - இப்படி அமைக்கப்பட்ட, மடே - மடத்தில், ஸ்தித்வா - இருந்து கொண்டு, ஸர்வ-சிந்தா-விவர்ஜித: -, எல்லா விதமான கவலைகளும் அற்று, குருபதிஷ்ட-மார்கேண- குரு உபதேசித்த வழியில், யோகம் - யோகத்தை, ஏவ- மட்டுமே, ஸதா - எப்போதும், அப்யஸேத் - பயிற்சி செய்ய வேண்டும்

இப்படி அமைக்கப்பட்ட ஒரு மடத்தில் இருந்து கொண்டு, எல்லா விதமான கவலைகளும் அற்று, குரு உபதேசித்த வழியில் மட்டும் எப்போதும் யோகத்தை பயிற்சி செய்ய வேண்டும். 14

குறிப்புகள்

- **குரு உபதேசித்த வழியில் மட்டும்** - குரு உபதேசித்ததைத் தவிர்த்து வேறு வழிகளில் பயிற்சி செய்வதனால், (யோகப் பயிற்சிகளில்) முன்னேற்றத்தில் தடை ஏற்படலாம் - உரையாசிரியர்

சுலோகம் 15

அத்யாஹார: ப்ரயாஸஞ்ச

ப்ரஜல்போ நியம-க்ரஹ: I

ஜந-ஸங்கஞ்ச லௌல்யம் ச

ஷட்பிர்-யோகோ விநஸ்யதி II 15 II

அத்யாஹார: - மிகவும் அதிகப்படியான உணவு, ப்ரயாஸ: - உடலை வருத்திக்கொள்ளுதல் ச -, மற்றும் ப்ரஜல்ப:- ஓயாத பேச்சு, நியம-க்ரஹ: - தேவையற்ற விரதங்களை பற்றிக்கொண்டிருத்தல், ஜந-ஸங்க:- ஜனங்களுடன் (தேவையற்ற) சேர்க்கை, ச - மற்றும், லௌல்யம் - அலைபாயும் மனம், ச - மற்றும், ஷட்பி:- (இந்த) ஆறினால் (ஆறு விஷயங்களால்), -யோக:-யோகம், விநஸ்யதி - அழியும்

மிகவும் அதிகப்படியான உணவு, உடலை வருத்திக்கொள்ளுதல், ஓயாத பேச்சு, தேவையற்ற விரதங்களை பற்றிக்கொண்டிருத்தல், ஜனங்களுடன் (தேவையற்ற) சேர்க்கை, அலைபாயும் மனம் – ஆகியவை ஆறும் யோகத்தை அழித்துவிடும். 15

குறிப்புகள்

1. **அதிகப்படியான உணவு** - பசி நீங்கிய பின்னும் உண்ணுதல் அதிபப்படியாக உண்ணுதல் - உரையாசிரியர்.

   (உணவினை கவனத்துடன் உண்டால், பசி நீங்கியது தெரியவரும். அத்துடன் உண்பதனை நிறுத்திக்கொள்ளலாம்.)

2. **தேவையில்லாத விரதங்கள்** - குளிர்ந்த நீரில் காலையில் குளியல், பழங்களை மட்டுமே இரவில் உட்கொள்ளுதல் முதலியவை - உரையாசிரியர்.

   (குளிர்ந்த நீரில் காலையில் குளிப்பதால் கபம் ஏற்பட்டு, அதனால் மூக்கடைப்பு ஏற்படலாம். பிராணாயாமம் செய்யமுடியாமல் போகலாம். இது போல ஹடபயிற்சிகளுக்குத் தடையான விரதங்களைத் தவிர்க்கலாம். மேலும், இது விரதங்கள் பற்றி எல்லோருக்குமான உபதேசமல்ல. ஹடபயிற்சியாளர்களுக்கு மட்டும் தான் இந்த உபதேசம் என்றும் புரிந்துகொள்ள வேண்டும். ஹட யோகியும் கூட துவக்கத்தில் இந்த கட்டுப்பாடுகளை அவசியம் பின்பற்ற வேண்டும். பின்னர் யோகப் பயிற்சியினால் உடல் உறுதியான பின் குளிர்ந்த நீர் குளியல் போன்றவை யோகியை பாதிக்க மாட்டா.)

3. **ஜனங்களுடன் சேர்க்கை** - ஜனங்களுடன் சேர்வதால் மனதில் காமம் முதலியவை தூண்டப்படலாம் - உரையாசிரியர்.

சுலோகம் 16

உத்ஸாஹாத் ஸாஹஸாத் தைர்யாத்

தத்த்வ-ஜ்ஞாநாச்ச நிஶ்சயாத் ।

ஜந-ஸங்க-பரித்யாகாத்

ஷட்பிர்-யோக: ப்ரஸித்த்யதி ॥ 16 ॥

உத்ஸாஹாத் - உற்சாகத்தினாலும், ஸாஹஸாத் - சாகஸத்தினாலும் தைர்யாத் - தைரியத்தினாலும், தத்த்வ-ஜ்ஞாநாத் - தத்துவ ஞானத்தினாலும், ச - மற்றும், நிஶ்சயாத் - தெளிவினாலும், ஜந-ஸங்க-பரித்யாகாத் - ஜனங்களுடன் சேர்வதைத் தவிர்ப்பதாலும், ஷட்பி: - (இந்த) ஆறினால் (ஆறு விஷயங்களால்) யோக: - யோகம், ப்ரஸித்த்யதி - சித்திக்கும்

உற்சாகம், சாகஸம், (தோல்வி கண்டு) தைரியம், தத்துவஞானம், தெளிவு, ஜனங்களுடன் சேர்வதை தவிர்த்தல் - ஆகிய ஆறு யோக சித்திக்கு இட்டுச்செல்லும். 16

குறிப்புகள்

1. **உற்சாகம்** - புலன்களின் பொருட்களை நோக்கிச் செல்லும் மனதை தடுத்து நிறுத்திவிடுவேன் என்பதில் முயற்சி - உரையாசிரியர்.

2. **சாகஸம்** – முடியும், முடியாது என்பது பற்றி மிகவும் கவலைப் படாமல் முயலுதல் - உரையாசிரியர்.

3. **தைரியம்** - உயிருள்ள வரை (யோகத்தில் வெற்றிபெற) முயன்று கொண்டிருப்பேன் என்ற மனத்திண்மை - உரையாசிரியர்.

4. **தத்துவ ஞானம்** - புலன்களினால் கிரகிக்கப்படக்கூடிய பொருட்கள் மாயை. பிரம்மம் தான் உண்மை எனும் புரிதல்- உரையாசிரியர்.

5. **நிச்சயம்** – குருவும், சாஸ்திரங்களும் கூறுவன உண்மை எனும் நம்பிக்கை– உரையாசிரியர்.

(ஜனங்களுடன் சேர்க்கை பற்றி கடந்த சுலோகத்திலேயே கூறப்பட்டுவிட்டது.)

சுலோகம் 17

ஹடஸ்ய ப்ரதமாங்கத்வாத்

ஆஸநம் பூர்வமுச்யதே |

குர்யாத் ததாஸநம் ஸ்தைர்யம்

ஆரோக்யம் சாங்கலாகவம் || 17 ||

ஹடஸ்ய – ஹடத்தினுடைய, ப்ரதமாங்கத்வாத் – முதல் அங்கம் என்பதனால், ஆஸநம் – ஆசனம், பூர்வம் – முதலில், உச்யதே – கூறப்படுகின்றது, குர்யாத் – செய்யும், தத்– அந்த, ஆஸநம் – ஆசனம், ஸ்தைர்யம் – ஸ்திரத்தன்மை, ஆரோக்யம் – ஆரோக்கியம், ச – மற்றும், அங்கலாகவம் – உடல் அவயவங்கள் இலகுவாக இருத்தல்

ஆசனம் ஹடத்தின் முதல் அங்கம் என்பதனால் முதலில் கூறப்படுகிறது. ஆசனம் – ஸ்திரத்தன்மை, ஆரோக்கியம், உடல் அங்கங்கள் இலகுவாக இருத்தல் ஆகியவைகளை (பலன்களை) அளிக்கிறது. 17

குறிப்புகள்

1. **ஸ்திரத்தன்மை** – ஆசனம் உடல், மனம் ஆகியவற்றில் ரஜோ குணத்தின் தாக்கத்தினை குறைத்து மனதை நிலையான தன்மையை நோக்கி இட்டுச் செல்கின்றது – உரையாசிரியர்.

2. **உடல் அங்கங்கள் இலகுவாதல்** – தமோகுணத்தின் தாக்கத்தினால் உடலின் அவயங்கள் கனத்தல் போன்ற

அனுபவம் ஏற்படும். ஆசன பயிற்சியினால் தமோகுணத்தின் தாக்கத்தையும் குறைக்கலாம் - உரையாசிரியர்.

3. ரஜஸ், தமஸ் ஆகிய குணங்களின் தாக்கத்தை குறைப்பதனால் இயற்கையாகவே சத்வ குணம் ஓங்குகின்றது. அதனால் மனதில் அமைதி, ஞான நாட்டம் ஆகியவை ஏற்படுகின்றன என புரிந்துகொள்ளலாம்.

சுலோகம் 18

வஸிஷ்டாத்யைய்ச முநிபி:

மத்ஸ்யேந்த்ராத்யைய்ச யோகிபி: I

அங்கீக்ருதாந்யாஸநாநி

கத்யந்தே காநிசிந்மயா II 18 II

வஸிஷ்டாத்யை: - வசிஷ்டர் முதலியவர்களால், ச - மற்றும், முநிபி: - முனிவர்களால், மத்ஸ்யேந்த்ராத்யை: - மத்ஸ்யேந்திரர் முதலியவர்களால், ச - மற்றும், யோகிபி: - யோகிகளால், அங்கீக்ருதாநி - அங்கீகரிக்கப்பட்டவையான, ஆஸநாநி - ஆசனங்கள், கத்யந்தே - கூறப்படுகின்றன, காநிசித் - சில, மயா - என்னால்

வசிஷ்டர் முதலிய முனிவர்களாலும், மத்ஸ்யேந்திரர் முதலிய யோகிகளாலும் ஏற்கப்படும் ஆசனங்கள் சிலவற்றை நான் கூறுகிறேன். 18

குறிப்புகள்

- **முனிவர்கள், யோகிகள்** - முனிவர்கள், யோகிகள் ஆகிய இரு பிரிவினரும் மனனம் (வேதாந்த கருத்துக்களை சிந்தித்தல்), ஹட பயிற்சி ஆகிய இரண்டையும் செய்பவர்கள் தான். ஆனால் முனிவர்களுக்கு மனனம் முக்கியம். யோகிகளுக்கு ஹட பயிற்சி முக்கியம்- உரையாசிரியர்.

சுலோகம் 19

சுவஸ்திகாசனம்

ஜநூர்வோரந்தரே ஸம்யக்

க்ருத்வா பாததலே உபே |

ருஜுகாய: ஸமாஸீந:

ஸ்வஸ்திகம் தத் ப்ரசக்ஷதே || 19 ||

ஜநூர்வோ:- முழங்கால், தொடைகளுடைய, அந்தரே - இடைப்பட்ட பகுதியில், ஸம்யக் - நன்றாக, க்ருத்வா - செய்து/பொருத்தி, பாததலே - உள்ளங்கால்கால்களை, உபே - இரண்டையும், ருஜுகாய:- நேரான உடம்புடன், ஸமாஸீந: - அமர்ந்திருத்தல், ஸ்வஸ்திகம் - சுவஸ்திகம், தத் - அது, ப்ரசக்ஷதே – கூறப்படுகின்றது

முழங்காலுக்கும் தொடைக்கும் இடையே பாதத்தை பொருத்தி, (முதுகுத் தண்டு) நேராக (இருக்கும் விதம்) அமர்ந்திருத்தல் ஸ்வஸ்திகம் (ஸ்வஸ்திகாசனம்) எனப்படும். 19

குறிப்புகள்

1. **சுவஸ்திகாசனம்** - சுலபமாக செய்யக்கூடியது என்பதனால் சுவஸ்திகாசனம் முதலில் கூறப்படுகின்றது. - உரையாசிரியர்.

2. சுவஸ்திகம் என்பதற்கு மங்களகரமானது என்று பொருள்.

3. **முழங்காலுக்கும் தொடைக்கும் இடையே** - இங்கு முழங்கால் என்ற சொல் பயன்படுதப்பட்டிருக்கின்றது. முழங்கால் என்பதனை முன்னங்கால் என்று அர்த்தம் கொள்ள வேண்டும். முழங்காலுக்கும் தொடைக்கும் இடையே இடைவெளி ஏது? - உரையாசிரியர்.

4. ஆசனத்தின் படம் காண்க: பிற்சேர்க்கை 2 படம் 1

சுலோகம் 20

கோமுகாசனம்

ஸவ்யே தக்ஷிணகுல்பம் து
ப்ருஷ்ட-பார்ஸ்வே நியோஜயேத் ।
தக்ஷிணே(அ)பி ததா ஸவ்யம்
கோ-முகம் கோ-முகாக்ருதி ॥ 20 ॥

ஸவ்யே- இடது புறம், தக்ஷிணகுல்பம் து - வலது கணுக்காலை, ப்ருஷ்ட-பார்ஸ்வே -இடுப்பின் பக்கத்தில், நியோஜயேத் - வைக்க வேண்டும், தக்ஷிணே - (இடுப்பின்)வலது புறம், அபி - கூட, ததா - அது போலவே, ஸவ்யம் - இடது(கணுக்காலை) கோ-முகம் - கோமுகம் (ஆசனம்), கோ-முகாக்ருதி - பசுவின் முகத்தின் வடிவினைக் கொண்டது

இடுப்பின் இட பாகத்தின் அருகில் வலது கணுக்காலையும், இடுப்பின் வலது பாகத்தின் அருகில் இடது கணுக்காலையும் வைக்க வேண்டும், இது (இந்த அங்க அமைப்பு - குறிப்பாக கால்களின் முட்டிகள் ஒன்றன் மேல் ஒன்றாக இருத்தல்) பசுவின் முகத்தை ஒத்து இருப்பதால் இதற்குப் பெயர் கோமுகம் (கோமுகாசனம்). 20

குறிப்புகள்

* **இடுப்பின் இட பாகத்தின் அருகில்** - இடுப்பின் இட பாகத்தின் அருகில் என்று கூறப்பட்டிருந்தாலும் ஆசனப் பயிற்சி மரபுப்படி, இடபாக இடுப்பின் அடியில் வலது கணுக்காலைச் சொருக வேண்டும் - - உரையாசிரியர். ஆசனத்தின் படம் காண்க: பிற்சேர்க்கை 2 படம் 2

சுலோகம் 21

வீராசனம்

ஏகம் பாதம் ததைகஸ்மிந்
விந்யஸேதூருணி ஸ்திரம் ‖
இதரஸ்மிம்ஸ்ததா சோரும்
வீராஸநமிதீரிதம் ‖ 21 ‖

ஏகம் - ஒரு பாதத்தை, ததா - மற்றும், ஏகஸ்மிந் - ஒன்றில், விந்யஸேத் - வைக்கவேண்டும், ஊருணி- தொடையில், ஸ்திரம் - ஸ்திரமாக, இதரஸ்மின்- மற்றொன்றில், ததா - அது போலவே, ச- மற்றும், ஊரும் - தொடையினை, வீராஸநம் - வீராசனம், இதி- என்று, ஈரிதம் - கூறப்பட்டது.

ஒரு பாதத்தை (வலது பாதத்தை) ஒரு (இடது)தொடையில் உறுதியாக வைக்க வேண்டும். இன்னொரு தொடையினை (இடது தொடையினை) மற்றொரு (வலது)பாதத்தின் மேல் வைக்க வேண்டும். இது வீராசனம் ஆகும். 21

ஆசனத்தின் படம் காண்க: பிற்சேர்க்கை 2 படம் 3

சுலோகம் 22

கூர்மாசனம்

குதம் நிருத்ய குல்பாப்யாம்
வ்யுத்க்ரமேண ஸமாஹித: ‖
கூர்மாஸநம் பவேதேதத்
இதி யோக-விதோ விது: ‖ 22 ‖

குதம்- ஆசனவாயினை, நிருத்ய- தடுத்து, குல்பாப்யாம்- இரு கணுக்கல்களினால், வ்யுத்க்ரமேண- எதிர்மறையாக, ஸமாஹித: - அமர்ந்திருத்தல், கூர்மாஸநம்- கூர்மாசனம், பவேத்- ஆகும், ஏதத்- இது, இதி- என்று, யோக-வித:- யோக அறிஞர்கள், விது: - அறிவார்கள்

ஆசனவாயினை இரண்டு கணுக்கல்களினாலும் அழுத்திக்கொண்டு, எதிர்மறையாக (தலை கீழே படும்படியாக) இருத்தல் கூர்மாசனம் (ஆமைபோன்ற ஆசனம்) எனப்படும் என்று யோகம் அறிந்தவர்கள் கூறுவர். 22

ஆசனத்தின் படம் காண்க: பிற்சேர்க்கை 2 படம் 4

சுலோகம் 23

குக்குடாசனம்

பத்மாஸநம் து ஸம்ஸ்தாப்ய

ஜாநூர்வோரந்தரே கரௌ l

நிவேஶ்ய பூமௌ ஸம்ஸ்தாப்ய

வ்யோமஸ்தம் குக்குடாஸநம் ll 23 ll

பத்மாஸநம் து - பத்மாசனத்தை, ஸம்ஸ்தாப்ய - மேற்கொண்டு, ஜாநூர்வோ: - முழங்கால் தொடைகளுடைய, அந்தரே - இடையே கரௌ- கைகளை, நிவேஶ்ய - நுழைத்து, பூமௌ - தரையில், ஸம்ஸ்தாப்ய- வைத்து, வ்யோமஸ்தம்- மேலெழும்புதல், குக்குடாஸநம் - குக்குடாசனம்

பத்மாசனத்தில் அமர்ந்து கொண்டு தொடைக்கும் முழங்காலுக்கும் இடையே இரண்டு கைகளையும் நுழைத்து தரையில் வைத்து, உடலை மேலே தூக்குதல் குக்குடாசனம் (சேவல் போன்ற ஆசனம்) எனப்படும். 23

குறிப்புகள்

- **தொடைக்கும் முழங்காலுக்கும் இடையே...** - முழங்கால் என்பது அதனருகில் இருக்கும் முன்னங்கால் என்று புரிந்து கொள்ளப்பட வேண்டும் - உரையாசிரியர். ஆசனத்தின் படம் காண்க: பிற்சேர்க்கை 2 படம் 5

சுலோகம் 24

உத்தான கூர்மாசனம்

குக்குடாஸந-பந்தஸ்தோ
தோர்ப்யாம் ஸம்பத்ய கந்தராம் |
பவேத் கூர்மவதுத்தாந
ஏததுத்தாந-கூர்மகம் || 24 ||

குக்குடாஸந-பந்தஸ்த;- குக்குடாசனத்திலிருந்து கொண்டு, தோர்ப்யாம்- இரண்டு கைகளால்/தோள்களால், ஸம்பத்ய- தொடர்புபடுத்தி, கந்தராம் - கழுத்துப்பகுதியை, பவேத் - இருக்கவேண்டும், கூர்மவத்- ஆமை போல், உத்தாந:- புரட்டிபோடப்பட்ட, ஏதத்- இது, உத்தாந-கூர்மகம் - உத்தாந-கூர்மகம் (ஆசனம்)

குக்குடாசனத்திலிருந்து கொண்டு, இரண்டு கைகளால் கழுத்துப்பகுதியை தொடர்புபடுத்த வேண்டும். அதன் பின் புரட்டி போடப்பட்ட ஆமையைப் போல மேல் நோக்கி இருத்தல் உத்தான கூர்மாசனம் எனப்படும். (புரட்டி போடப்பட்ட ஆமை போன்ற ஆசனம்) 24

குறிப்புகள்

- **குக்குடாசனத்திலிருந்து கொண்டு...** - கடந்த சுலோகத்தில் குக்குடாசனம் செய்யும் முறை விளக்கப்பட்டது. ஆசனத்தின் படம் காண்க: பிற்சேர்க்கை 2 படம் 6

சுலோகம் 25

தனுராசனம்

பாதாங்குஷ்டௌ து பாணிப்யாம்
க்ருஹீத்வா ஶ்ரவணாவதி |
தநுராகர்ஷணம் குர்யாத்
தநுராஸநமுச்யதே || 25 ||

பாதாங்குஷ்டௌ து - கால்கட்டைவிரல்கள் இரண்டையும், பாணிப்யாம் - இரு கைகளால், க்ருஹீத்வா - பிடித்துக்கொண்டு, ஶ்ரவணாவதி - காது வரை, தநுராகர்ஷணம் - வில்லைப் போல இழுத்தல், குர்யாத் - செய்யவேண்டும், தநுராஸநம்- தநுராசனம், உச்யதே – எனப்படுகிறது.

இரண்டு கால்கட்டைவிரல்களையும் கைகளால் பிடித்துக்கொள்ள வேண்டும். பின்னர் (காலைமடக்கி ஒரு கட்டைவிரலை) காதுவரை, வில்லை இழுப்பது போல இழுத்தல் தநுராசனம் எனப்படும். (வில் போன்ற ஆசனம்) 25

குறிப்புகள்

- **தநுராசனம்** - இதனை ஆகர்ண-தநுராசனம் என்று கூறுவர். ஆசனத்தின் படம் காண்க: பிற்சேர்க்கை 2 படம் 7

சுலோகம் 26

மத்ஸேந்த்ராசனம்

வாமோரு-மூலார்பித-தக்ஷ-பாதம்
ஜாநோர்பஹிர்-வேஷ்டித-வாம-பாதம் |
ப்ரக்ருஹ்ய திஷ்டேத் பரிவர்திதாங்க:
ஶ்ரீமத்ஸ்ய-நாதோதிதமாஸநம் ஸ்யாத் || 26 ||

வாமோரு-மூலார்பித-தக்ஷ-பாதம் - வலது பாதம் இடது தொடை தொடங்கும் இடத்தில் வைக்கப்பட வேண்டும், ஜாநோ: - முழங்காலினுடைய, பஹிர்-வேஷ்டித-வாம-பாதம் - வெளிப்புறம் இடது பாதத்தை சுற்றி வைக்க வேண்டும், ப்ரக்ருஷ்ய - பிடித்துக்கொண்டு, திஷ்டேத் - இருக்கவேண்டும், பரிவர்திதாங்க: - திரும்பிய அங்கங்களுடன் ஸ்ரீமத்ஸ்ய-நாதோதிதம் - ஸ்ரீமத்ஸ்யநாதர் கூறிய, ஆஸநம் - ஆசனம், ஸ்யாத் - ஆகும்

வலது பாதத்தை இடது தொடை தொடங்கும் இடத்தில் (தொடையின் மேல்) வைக்க வேண்டும். வலது முழங்காலின் வெளிப்புறம் இடது பாதத்தை சுற்றி வைக்க வேண்டும். அதன் பின் (இடது புறமாக) உடலை திருப்பி (இடது கையால் வலது கணுக்காலுக்கு கீழேயும், வலது கையால் இடது கட்டைவிரலையும்) பிடித்துக்கொண்டு இருத்தல் ஸ்ரீமத்ஸேந்த்ரநாதரால் கூறப்பட்ட ஆசனம் ஆகும். 26

குறிப்புகள்

1. **அதன் பின் (இடது புறமாக) உடலை திருப்பி...** - இடது புறம் திரும்பி செய்தது போல் வலது புறமும் செய்யவேண்டும் - உரையாசிரியர்.

2. **ஸ்ரீமத்ஸேந்த்ரநாதரால் கூறப்பட்ட ஆசனம்...** - மத்ஸ்யேந்த்ர நாதர் இந்த ஆசனத்தை உபதேசித்தால் அவர் பெயராரல் இந்த ஆசனம் வழங்கப்படுகிறது - உரையாசிரியர். ஆசனத்தின் படம் காண்க: பிற்சேர்க்கை 2 படம் 8

சுலோகம் 27

மத்ஸ்யேந்த்ர-பீடம் ஜடர-ப்ரதீப்திம்

ப்ரசண்ட-ருக்மண்டல-கண்டநாஸ்த்ரம் I

அப்யாஸத: குண்டலிநீ-ப்ரபோதம்

சந்த்ர-ஸ்திரத்வம் ச ததாதி பும்ஸாம் II 27 II

மத்ஸ்யேந்த்ர-பீடம் - மத்ஸ்யேந்திர ஆசனம், ஜடர-ப்ரதீப்திம் - ஜடராக்னியினைத் தூண்டுதல், ப்ரசண்ட-ருக்மண்டல-கண்டநாஸ்த்ரம் - கொடிய நோய்களை வெட்டிச்சாய்க்கும் ஆயுதம், அப்யாஸத:- பயிற்சியினால், குண்டலிநீ-ப்ரபோதம் - குண்டலினீ விழித்தெழுதல், சந்த்ர-ஸ்திரத்வம் - சந்திரனுக்கு நிலையான தன்மை, ச- மற்றும், ததாதி - அளிக்கிறது, பும்ஸாம்- மனிதர்களுடைய/பயிற்சி செய்பவர்களுடைய

மத்ஸ்யேந்த்ர ஆசனம் ஜடராக்னியை (ஜீரணிக்கும் திறன்) தூண்டிவிடுகிறது, கொடிய நோய்களை வெட்டிச்சாய்க்கும் ஆயுதம் இது. தொடர்ந்த பயிற்சியினால் குண்டலினியை எழுப்புகிறது, இது மனிதர்களுடைய/பயிற்சி செய்பவர்களுடைய சந்திரனுக்கும் நிலையான தன்மையையும் நல்குகிறது. 27

குறிப்புகள்

- **சந்திரனுக்கும் நிலையான தன்மை** – மேலண்ணத்திற்கு மேலே சந்திரன் இருக்கிறது. அது தினமும் உருகிகொண்டே வருகிறது. அதனைத் தடுக்கிறது - உரையாசிரியர்.

  இதற்கு விளக்கம் வருமாறு - ஹடயோக மரபில் மேல் அண்ணத்திற்கு மேல் அதாவது, கிட்டத்தட்ட இரு புருவங்களுக்கு இடையே சந்திரன் எனப்படும் உயிர் சக்தி இருக்கிறது. வயிற்றில் - தொப்புள் பகுதியில் இருக்கும்

ஜடராக்னி இந்த சந்திரனுடன் பொதுவாக நேர் கோட்டில் இருக்கிறது. அதனால் அன்றாடம் இந்த சந்திரன் அக்னிக்கு நேர் மேலே இருப்பதால் உருகி வருகிறது. அதனால் படிப்படியாக மனிதன் வாழ்நாள் முடிந்து போகிறது. (மூன்றாவது அத்தியாயத்தின் 52வது சுலோகத்தில் இது பற்றி விளக்கம் காணலாம்) மத்ஸ்யேந்த்ர ஆசனத்தை கவனித்தால் அது உடலை முறுக்கும் பயிற்சி என்பது தெளிவாகும். உடல் முறுக்கப்படும் போது நேர்கோட்டில் இருக்கும் (தொப்புள் பகுதி) அக்னிக்கும் புருவங்களுக்கு இடையே உள்ள சந்திரனுக்கும் உள்ள தொடர்பு இல்லாமல் போகிறது. அதனால் சந்திரன் உருகுவதில்லை. உயிர்சக்தியும் திடமாக இருந்து, வாழ்நாளை நீட்டிக்கிறது. விபரீத கரணீ போன்ற முத்ரா பயிற்சிகளும் கூட சந்திரன், சூரியன்(அக்னி) ஆகியவைகளின் தொடர்பு அற்றுப்போகும் விதமே அமைக்கப்பட்டுள்ளன. அங்கே சந்திரன் கீழேயும் சூரியன் (அக்னி) மேலேயும் இருக்கும். அக்னி என்றுமே மேல் நோக்கி எரியுமே தவிர கீழ்நோக்கி எரியாது. இதனாலும் சந்திரன் உருகாமல் திடமாக காப்பாற்றப்படுகிறது. இதன் மேலதிக விளக்கத்தை மூன்றாம் அத்தியாயத்தில் (சுலோகங்கள்78-82) காணலாம்.

சுலோகம் 28

ப்ரஸார்ய பாதௌ புவி தண்ட-ரூபௌ
தோர்ப்யாம் பதாக்ர-த்விதயம் க்ருஹீத்வா |
ஜாநூபரி ந்யஸ்த-லலாட-தேஶ:
வஸேதிதம் பஶ்சிம-தாநமாஹு: ॥ 28 ॥

ப்ரஸார்ய - நீட்டி, பாதௌ- இரு கால்களையும், புவி - பூமியில், தண்ட-ரூபௌ- மரத் தடியின் வடிவில், தோர்ப்யாம்- இரு தோள்பட்டைகளால், பதாக்ர-த்விதயம்- கால்நுனி இரண்டையும், க்ருஹீத்வா - பிடித்துக்கொண்டு, ஜானூபரி - முழங்காலின் மேல், ந்யஸ்த-லலாட-தேஶ: - வைக்கப்பட்ட நெற்றிப்பகுதியுடன், வஸேத்- இருக்கவேண்டும், இதம்- இது, பஸ்சிம-தானம் - பஸ்சினதானம், ஆஹு: - (என்று) கூறுவர்

கால்கள் இரண்டையும் மரத் தடியினைப் போல் நேராக தரையில் நீட்ட வேண்டும். இரண்டு தோள்பட்டைகளை நீட்டி கால்களின் நுனி (கட்டைவிரல்) பகுதியினை (கைவிரல்களால்) பிடித்துக்கொள்ள வேண்டும். (முன்புறம் வளைந்து) நெற்றியினை முட்டி பகுதியில் வைத்துக் கொண்டு, (இந்த நிலையில்) இருத்தல் வேண்டும். இதனை பஸ்சிம-தானம் (ஆசனம்) என்று கூறுவர். 28

குறிப்புகள்

1. **கால்கள் இரண்டையும்... நீட்ட வேண்டும்** - நீட்டப்பட்ட இருகால்களின் கணுக்கால்கள் ஒன்றோடொன்று ஒட்டியிருக்க வேண்டும் -உரையாசிரியர்.

2. **கால்களின் நுனி பகுதியினை பிடித்துக்கொள்ள வேண்டும்** – இரு கைகளின் ஆள்காட்டி விரல்கள் இரண்டையும் கொக்கி போல மடித்துக்கொண்டு அவ்விரண்டு விரல்களால் அந்தந்த கால்களின் கட்டைவிரல்களை பிடிக்கவேண்டும் – உரையாசிரியர்

3. **நெற்றியினை முட்டியில் வைத்துக் கொண்டு...** - இந்த ஆசனத்தைப் பயிற்சி செய்பவர் கால்களை(கைவிரல்களால்) தன்னைநோக்கி இழுத்துக்கொண்டு முன்புறம்

வளையவேண்டும். அப்போது முழங்கல்களின்/ முட்டியின் அடிப்பகுதி தரையிலிருந்து மேலே எழக் கூடாது – உரையாசிரியர். ஆசனத்தின் படம் காண்க: பிற்சேர்க்கை 2 படம் 9

சுலோகம் 29

இதி பஶ்சிமதாநமாஸநாக்ர்யம்
பவநம் பஶ்சிம-வாஹிநம் காரோதி ।
உதயம் ஜடராநலஸ்ய குர்யாத்
உதரே கார்ஶ்யமரோகதாம் ச பும்ஸாம் ॥ 29 ॥

இதி - இவ்விதம், பஶ்சிமதாநம்- பஶ்சிமதாநம், ஆஸநாக்ர்யம் - ஆசனங்களுள் சிறந்தது, பவநம் - (மூச்சுக்)காற்றினை, பஶ்சிம-வாஹிநம் - சுஷும்னா நாடியில் பிரவகிக்கும் வண்ணம், காரோதி - செய்கிறது, உதயம்- ஓங்குதலை/தூண்டிவிடுதல், ஜடராநலஸ்ய- ஜடரக்னியினுடைய, குர்யாத்- செய்யும், உதரே- வயிற்றில், கார்ஶ்யம்- மெலிதல், அரோகதாம் - நோயற்ற தன்மை, ச - மற்றும், பும்ஸாம் - மனிதர்களுக்கு/பயிற்சியாளர்களுக்கு

இப்படிப்பட்ட இந்த பஸ்சிமதானம் (மூச்சுக்) காற்றினை பஸ்சிமத்தில் (சுஷும்னா நாடியில்) செல்லும்படி செய்கிறது. இது ஜடராக்னியை (ஜீரணிக்கும் திறன்)) தூண்டிவிடுகிறது, வயிற்றுப்பகுதியை மெலிதாக்குகிறது, நோயற்ற தன்மையை (நோய் எதிர்ப்பு சக்தியை) நல்குகிறது. 29

சுலோகம் 30

மா(ம)யூராசனம்

தராமவஷ்டப்ய கர-த்வயேந
தத்-கூர்பர-ஸ்தாபித-நாபி-பார்ஶ்வ: ।
உச்சாஸநோ தண்டவதுத்தித: கே
மாயூரமேதத் ப்ரவதந்தி பீடம் ॥ 30 ॥

தராம்- தரையினை, அவஷ்டப்ய- ஊன்றிக்கொண்டு, கர-த்வயேந - இரு கைகளாலும், தத்-கூர்பர-ஸ்தாபித-நாபி- பார்ஶ்வ: - தொப்புளுக்கு இரு பக்கத்திலும் வைக்கப்பட்ட முழங்கைகளுடன், உச்சாஸந: - உயர்ந்த ஆசனத்தில், தண்டவத்- மரத்தடியைப் போல, உத்தித:- எழும்பி, கே- ஆகாயத்தில், மாயூரம்- மாயூரம், ஏதத் - இது, ப்ரவதந்தி - கூறுவர், பீடம் - ஆசனம்

இரண்டு (உள்ளங்)கைகளையும் தரையில் பதிய வைக்கவேண்டும். இரண்டும் முழங்கைகளையும் தொப்புளுக்கு இரு பக்கத்திலும் வைக்க வேண்டும். (முழங்கைகளின் பலத்தில்) உடலை ஆகாயத்தில் மரத்தடியைப் போல் (தரைக்கு சமமாக) உயர்த்தி இருத்தல் மாயூராசனம் என்பர். 30

குறிப்புகள்

1. **இரண்டு (உள்ளங்)கைகளையும் தரையில்...** - இரண்டு கைகளை தரையில் வைக்கும் போது விரல்கள் அனைத்தையும் விரித்து வைக்கவேண்டும் - உரையாசிரியர்.

இவ்விதம் செய்வதால் ஆசனம் நிலையாக இருக்கும் என்பதனை செய்து பார்த்து உணரலாம்.

2. **மாயூராஸானம்** – மயூரம் என்றால் மயில், அதனுடன் தொடர்பு கொண்டது, அது போலத் தோன்றுவது மாயூராசனம் – உரையாசிரியர். ஆசனத்தின் படம் காண்க: பிற்சேர்க்கை 2 படம் 10

சுலோகம் 31

ஹரதி ஸகல்ரோகாஸு-குல்மோதராதீந்
அபிபவதி ச தோஷாநாஸநம் ஸ்ரீமயூரம் ।
பஹு-கதஸந-புக்தம் பஸ்ம-குர்யாதஶேஷம்
ஐநயதி ஜடராக்நிம் ஜாரயேத் காலகூடம் ॥ 31 ॥

ஹரதி – நீக்குகிறது, ஸகலரோகாந்– எல்லா நோய்களையும், ஆஶு- சீக்கிரம், குல்மோதராதீந் – மண்ணீரல் வீக்கம், உடலில் நீர் கோர்த்துக்கொள்வது முதலியவைகளை, அபிபவதி- சமனப்படுத்துகிறது/அடக்குகிறது, ச- மற்றும், தோஷாந் – (வாதம், பித்தம், கபம் ஆகிய)தோஷங்களை, ஆஸநம் - ஆசனம், ஸ்ரீமயூரம் - ஸ்ரீமயூரம் (மயில் போன்றது), பஹு -கதஸந-புக்தம் - அதிக அளவில் உட்கொள்ளப்பட்ட ஒவ்வாத உணவுகளை, பஸ்ம-குர்யாத்- பொசுக்கிவிடுகிறது, அஶேஷம்- மீதமில்லாமல், ஐநயதி- தூண்டிவிடுகிறது/உற்பத்தி செய்கிறது, ஜடராக்நிம்- ஜடராக்னியை, ஜாரயேத்- ஜீரணித்துவிடுகிறது, காலகூடம் - கொடிய விஷத்தையும்

மண்ணீரல் வீக்கம், உடலில் நீர் கோர்த்துக்கொள்வது போன்ற எல்லா நோய்களையும் மாயூராசனம் வெகு சீக்கிரமாக நிவர்த்தி செய்து விடுகிறது. வாதம், பித்தம், கபம் ஆகியவைகளினால் ஏற்படும் நோய்களையும் சமனப்படுத்துகிறது. அதிக அளவில் ஒவ்வாத உணவுகளை உண்டாலும் மீதமில்லாமல் அவற்றை (செரித்துச்) சாம்பலாக்கிவிடுகிறது. ஜடராக்னியை

தூண்டிவிடுகிறது. கொடிய விஷத்தையும்கூட ஜீரணித்துவிடும் திறனை அளிக்கிறது. 31

குறிப்புகள்

1. **வாதம், பித்தம், கபம் ஆகியவைகளினால் ஏற்படும் நோய்களையும்...** - சோம்பல் ஆகியவை கூட இதனால் நீங்குகின்றன - உரையாசிரியர்

2. **கொடிய விஷத்தையும் கூட...** - கொடிய விஷம் எனப்படுவது ஒருவருக்கு மிகவும் துன்பத்தைக் கொடுக்கும் உணவுவகை - உரையாசிரியர்

சுலோகம் 32

சவாசனம்

உத்தானம் ஶவவத்பூமௌ
ஶயநம் தச்சவாஸநம் ।
ஶவாஸநம் ஶ்ராந்திஹரம்
சித்தவிஶ்ராந்திகாரகம் ॥ 32 ॥

உத்தானம் - மேல் நோக்கி/மல்லாந்த நிலையில், ஶவவத்-உயிரற்ற உடலை போல, பூமௌ - தரையில், ஶயநம்- கிடத்தில்/படுத்திருத்தல், தத்- அது, ஶவாஸநம்- சவானம், ஶவாஸநம் - சவாசனம், ஶ்ராந்தி-ஹரம் - களைப்பை நீக்குகிறது, சித்த-விஶ்ராந்தி-காரகம் - மனதிற்கு ஓய்வளிக்கிறது

மல்லாந்து உயிரற்ற உடலைப் போல தரையில் கிடத்தல் சவாசனம் எனப்படுகிறது. இப்படிச் செய்தல் களைப்பை நீக்குகிறது. மனதிற்கு ஓய்வளிக்கிறது. 32

குறிப்புகள்

- **களைப்பை நீக்குகிறது** - ஹடயோக பயிற்சியினால் ஏற்படும் களைப்பை நீக்குகிறது - உரையாசிரியர். ஆசனத்தின் படம் காண்க: பிற்சேர்க்கை 2 படம் 11

சுலோகம் 33

சதுரஸ்ரீத்யாஸநாநி

ஸிவேந கதிதாநி ச I

தேப்யஸ்சதுஷ்கமாதாய

ஸார-பூதம் ப்ரவீம்யஹம் II 33 II

சதுரஸ்ரீத்யாஸநாநி - எண்பத்துநான்கு ஆசனங்கள், ஸிவேந - (பரம) சிவனாரால், கதிதாநி ச - கூறப்பட்டுள்ளன, தேப்ய:- அவற்றிலிருந்து, சதுஷ்கம்- நான்கினை, ஆதாய - தெரிவு செய்து ஸார-பூதம்- சிறந்ததான, ப்ரவீமி- கூறுகின்றேன், அஹம் - நான்

(பரம) சிவனார் எண்பத்து நான்கு ஆசனங்களைக் கூறியுள்ளார். அவற்றிலிருந்து சிறந்ததான நான்கினை தெரிவு செய்து நான் கூறுகிறேன். 33

குறிப்புகள்

- **எண்பத்து நான்கு ஆசனங்களை...** - உலகில் எத்தனை விதமான ஜீவரசிகள் இருக்கின்றானவோ அத்தனை ஆசனங்கள். (உலகில் எண்பத்து நான்கு லக்ஷம் ஜீவராசிகள் ஆகவே) பரம சிவனார் எண்பத்து நான்கு லக்ஷம் ஆசனங்களை கூறியுள்ளார். (அந்த எண்பத்து நான்கு லக்ஷம் ஆசனங்களிலிருந்து) எண்பத்து நான்கு ஆசனங்களை தெரிவு செய்து சிவனாரே கூறியுள்ளார் - உரையாசிரியர்.

சுலோகம் 34

ஸித்தம் பத்மம் ததா ஸிம்ஹம்
பத்ரம் சேதி சதுஷ்டயம் I
ஶ்ரேஷ்டம் தத்ராபி ச ஸுகே
திஷ்டேத் ஸித்தாஸநே ஸதா II 34 II

ஸித்தம் - சித்தாசனம், பத்மம் - பத்மாசனம், ததா - மற்றும், ஸிம்ஹம் - சிம்மாசனம், பத்ரம் - பத்ராசனம், ச- மற்றும், இதி - என்று, சதுஷ்டயம் - நான்கும், ஶ்ரேஷ்டம் - சிறந்தவை, தத்ர- அவற்றிலும், அபி ச - கூட, ஸுகே - சுகமான, திஷ்டேத் - (அமர்ந்து) இருக்கவேண்டும், ஸித்தாஸநே - சித்தாசனத்தில், ஸதா - எப்போதும்

சித்தாசனம், பத்மாசனம், சிம்மாசனம், பத்ராசனம் என்பன அவை. அவற்றிலும் கூட சிறந்தது சித்தாசனம் ஆகும். ஆகவே அந்த ஆசனத்திலேயே சுகமாக எப்போதும் அமர்ந்திருத்தல் வேண்டும். 34

குறிப்புகள்

- **அந்த ஆசனத்திலேயே சுகமாக எப்போதும்...** - இதிலிருந்து ஆசனங்களுள் சிறந்தது சித்தாசனம் என்பது தெளிவாகிறது - உரையாசிரியர்.

சுலோகம் 35

சித்தாசனம்

யோநிஸ்தாநகமங்க்ரி-மூல-கடிதம் க்ருத்வா
த்ருடம் விந்யஸேத்
மேட்ரே பாதமதைகமேவ ஹ்ருதயே க்ருத்வா
ஹநும் ஸெளஸ்திரம் l
ஸ்தாணுஸ்-ஸம்யமிதேந்த்ரியோ(அ)சலத்ருஸா
பஸ்யேத் ப்ருவோரந்தரம்
ஹ்யேதந்மோக்ஷ-கபாட-பேத-ஜநகம்
ஸித்தாஸநம் ப்ரோச்யதே ll 35 ll

யோநிஸ்தாநகம்-   யோனிப்பகுதியினை,   அங்க்ரி-மூல-கடிதம்-
(இடது)குதிக்காலுடன் சேர்ந்ததாக, க்ருத்வா - செய்து, த்ருடம்-
உறுதியாக,விந்யஸேத்-வைக்கவேண்டும்,மேட்ரே-பிறப்புறுப்பின்
மேல், பாதம்- (வலது குதி)காலை, அத- அதன் பின், ஏகம்-
ஒன்றினை, ஏவ- மட்டும், ஹ்ருதயே- நெஞ்சுப் பகுதியில், க்ருத்வா-
வைத்துவிட்டு, ஹநும்- தாடையை, ஸெளஸ்திரம் - மிகவுறுதியாக,
ஸ்தாணு:-   அசைவற்று,   ஸம்யமிதேந்த்ரிய:-   புலன்களை
கட்டுப்படுத்தி, அசலத்ருஸா - நிலையான பார்வையுடன், பஸ்யேத்-
பார்க்கவேண்டும், ப்ருவோ: - இரு புருவங்களுக்கு அந்தரம்-
இடைப்பட்ட பகுதியினை, ஹி -நிச்சயமாக, ஏதத்- இது, மோக்ஷ-
கபாட-பேத-ஜநகம்- வீடுபேற்றின் கதவினைப் பிளந்து திறக்கும்,
ஸித்தாஸநம்- சித்தாசனம், ப்ரோச்யதே - (என்று) கூறப்படுகிறது

இடது குதிகாலை யோனி ஸ்தானத்தில் சேர்க்க வேண்டும்.
மற்றொரு (வலது குதி) காலை பிறப்புறுப்பிற்கு மேல் வைக்க
வேண்டும். அதன் பின் தாடையை நெஞ்சுப் பகுதியில்
மிகவுறுதியாக பொருத்த வேண்டும். (உடலில்) அசைவின்றி,
புலன்களைக் கட்டுப்படுத்தி, இரண்டு புருவத்தின் மத்தியில்

நிலையாக பார்வையைச் செலுத்த வேண்டும். இது தான் வீடுபேற்றின் கதவினைப் பிளந்து திறக்கும் சித்தாசனம் எனப்படுகிறது. 35

குறிப்புகள்

1. **சித்தாசனம்** - ஆசனங்களுள் சிறந்தது என்றபடியால் முதலில் சித்தாசனம் கூறப்படுகிறது. மேலும், சித்தர்கள் யோகிகள், ஆகியோருக்கு உகந்த ஆசனம் சித்தாசனம் என்பது இந்த ஆசனப் பெயர் விளக்கம் - உரையாசிரியர்.

2. **யோனிஸ்தானத்தில்**... - ஆசனவாய்க்கும் பிறப்புறுப்பிற்கும் இடைப்பட்ட பகுதி - உரையாசிரியர். ஆசனத்தின் படம் காண்க: பிற்சேர்க்கை 2 படம் 12

சுலோகம் 36

மேட்ராதுபரி விந்யஸ்ய

ஸ்வயம் குல்பம் ததோபரி।

குல்பாந்தரம் ச நிக்ஷிப்ய

ஸித்தாஸநமிதம் பவேத் ॥ 36 ॥

மேட்ராத்- பிறப்புறுப்பின், உபரி- மேல், விந்யஸ்ய- வைத்து, ஸ்வயம்- இடது, குல்பம்- கணுக்காலை, ததா - மற்றும், உபரி- மேலே, குல்பாந்தரம் ச - இன்னொறு கணுக்காலையும், நிக்ஷிப்ய - வைத்து, ஸித்தாஸநம்- சித்தாசனம், இதம்- இது, பவேத் - ஆகும்.

பிறப்புறுப்பிற்கு மேல் இடது கணுக்காலை வைக்க வேண்டும். அதன் மேல் (வலது) மற்றொரு கணுக்காலை வைத்துவிட வேண்டும். இது(வும்) சித்தாசனம் எனப்படுகிறது. 36

குறிப்புகள்

1. **இது(வும்) சித்தாசனம்** - கடந்த சுலோகத்தில் கூறப்பட்டது மத்ஸ்யேந்திரர் கருத்துப்படி சித்தாசனம். இங்கு கூறப்படுவது சித்தாசனம் செய்ய பிரிதொரு முறை - உரையாசிரியர்.

   இந்த சுலோகத்தில் கூறப்படும் சித்தாசனம் யாருடைய கருத்துப்படி என்று உரையாசிரியர் பதிவு செய்யவில்லை.

2. **அதன் மேல் (வலது) மற்றொரு கணுக்காலை** - அதன் மேல் என்பது இங்கு மற்றொரு கணுக்காலின் மேல் என்பதல்ல. இடது உள்ளங்காலின் மேல் என்று புரிந்துக்கொள்ளப்பட வேண்டும் - உரையாசிரியர்.

சுலோகம் 37

ஏதத் ஸித்தாஸநம் ப்ராஹு:

அந்யே வஜ்ராஸநம் விது: l

முக்தாஸநம் வதந்த்யேகே

ப்ராஹுர்-குப்தாஸநம் பரே ll 37 ll

ஏதத் -இது, ஸித்தாஸநம்- சித்தாசனம், ப்ராஹு: - (என்று) கூறுவார்கள், அந்யே- பிறர், வஜ்ராஸநம் - வஜ்ராசனம், விது:- (என்று) அறிவார்கள், முக்தாஸநம் - முக்தாசனம், வதந்தி- (என்று) கூறுவார்கள் ஏகே - சிலர், ப்ராஹு:- கூறுவார்கள், குப்தாஸநம்- குப்தாசனம், பரே- (என்று)பிறர்

இதனைச் சிலர் சித்தாசனம் என்கின்றனர். சிலரோ இதனை வஜ்ராசனம் என்கின்றார்கள். முக்தாசனம் என்றும் வேறு சிலரும், குப்தாசனம் என்று மற்றும் சிலரும் இதனைக் குறிப்பிடுகின்றனர். 37

குறிப்புகள்

- **இதனைச் சிலர் சித்தாசனம் என்கின்றனர். சிலரோ... -** இந்தப் பல்வேறு பெயர்களைப் பற்றி ஆசன வல்லுனர்களின் கருத்தினை வருமாறு தெளிவுபடுத்துகிறர் உரையாசிரியர்

  1. இடது குதிகாலை யோனி ஸ்தானத்தில் பொருத்தி வலது குதிகாலை பிறப்புறுப்பிற்கு மேல் வைப்பது **சித்தாசனம்**

  2. வலது குதிகாலை யோனிஸ்தானத்தில் பொருத்தி இடது குதிகாலை பிறப்புறுப்பிற்கு மேல் வைப்பது **வஜ்ராசனம்**

  3. வலது குதிகால் மேலேயும், இடது குதிகால் கீழேயும் இருக்குமாறு பண்ணிக்கொண்டு, இரண்டையும் யோனிஸ்தானத்தில் பொருத்துவது **முக்தாசனம்**.

  4. வலது குதிகால் மேலேயும், இடது குதிகால் கீழேயும் இருக்குமாறு பண்ணிக்கொண்டு, இரண்டையும் பிறப்புறுப்பிற்கு மேல் பொருத்துவது **குப்தாசனம்**.

சுலோகம் 38

யமேஷ்விவ மிதாஹாரம்

அஹிம்ஸாம் நியமேஷ்விவ ।

முக்யம் ஸர்வாஸநேஷ்வேகம்

ஸித்தா: ஸித்தாஸநம் விது: ॥ 38 ॥

யமேஷு - யமங்களுள், இவ - போல, மிதாஹாரம்- அளவான உணவு, அஹிம்ஸாம்- துன்புறுத்தாமை, நியமேஷு- நியமங்களுள், இவ- போல, முக்யம்- முக்கியமானது, ஸர்வாஸநேஷு- எல்லா ஆசனங்களுள், ஏகம்- ஒன்று, ஸித்தா:- சித்தர்கள், ஸித்தாஸநம்- சித்தாசனம், விது: - (என) அறிவார்கள்

யமங்களுள் (தவறான வாழ்க்கை முறையைத் தவிர்க்க யோகம் விதிக்கும் கட்டுப்பாடுகள்) அளவான, உகந்த உணவினை உண்ணுதல் சிறந்தது. நியமங்களுள் (யோகப் பாதையில் இருப்பவர்கள் முயன்று வளர்த்துகொள்ள வேண்டிய தன்மைகள்) அகிம்சை சிறந்தது. இவ்விதமே ஆசனங்களுள் சிறந்தது சித்தாசனம் என்று யோகிகள் அறிவார்கள். 38

குறிப்புகள்

1. **யமங்களில்...** - இது தொடங்கி அடுத்த ஏழு சுலோகங்களில் - சித்தாசனத்தின் மகிமை வர்ணிக்கப்படுகின்றது - உரையாசிரியர்

2. **அளவான, உகந்த உணவினை உண்ணுதல்...** - இதனை மிதாஹாரம் என்பர். இது பற்றி இதே அத்தியாயத்தில் 58வது சுலோகத்தில் அதிக விவரணம் காணலாம் - - உரையாசிரியர்

சுலோகம் 39

சதுரஸ்ரீதிபீடேஷு

ஸித்தமேவ ஸதாப்யஸேத் |

த்வாஸப்ததி-ஸஹஸ்ராணாம்

நாடீநாம் மல-ஶோதநம் ‖ 39 ‖

சதுரஸ்ரீதிபீடேஷு- எண்பத்து நான்கு ஆசனங்களுள், ஸித்தம்- சித்தாசனத்தை, ஏவ- மட்டும், ஸதா - எப்போதும், அப்யஸேத்- பயிற்சி செய்யவேண்டும், த்வாஸப்ததி-ஸஹஸ்ராணாம் - எழுபத்தி இரண்டாயிரம், நாடீநாம்- நாடிகளின், மல-ஶோதநம் - கழிவினை அகற்றுவது (இது)

எண்பத்து நான்கு ஆசனங்களுள் சித்தாசனத்தை மட்டுமே பயிலவேண்டும். இது எழுபத்திரெண்டாயிரம் நாடி துவாரங்களில் உள்ள கழிவுகளை அகற்றி விடும். 39

சுலோகம் 40

ஆத்ம-த்யாயீ மிதாஹாரீ
யாவத்-த்வாதஸ-வத்ஸரம் |
ஸதா ஸித்தாஸநாப்யாஸாத்
யோகீ நிஷ்பத்திமாப்நுயாத் || 40 ||

ஆத்ம-த்யாயீ - உள்ளுணர்வான (ஆன்மாவினை) தியானிப்பவராக, மிதாஹாரீ - யோகத்திற்கு உகந்த உணவினை உட்கொள்பவராக, யாவத்-த்வாதஸ-வத்ஸரம்- பன்னிரெண்டு ஆண்டுகள் வரை, ஸதா- எப்போதும், ஸித்தாஸநாப்யாஸாத்- சித்தாசனத்தை செய்து வந்தால், யோகீ, நிஷ்பத்திம்- குறிக்கோளை, ஆப்நுயாத் - அடைவார்

உள்ளுணர்வான (ஆன்மாவினை) தியானிப்பவராக, யோகத்திற்கு உகந்த உணவினை உட்கொள்பவராக, பன்னிரெண்டு ஆண்டுகள் வரை, எப்போதும், சித்தாசனத்தை செய்து வந்தால் யோகப் பயிற்சியாளர் குறிக்கோளைஅடைவார். 40

குறிப்புகள்

* **சித்தாசனத்தை செய்து வந்தால்...** - வேறு எந்த யோகபயிற்சியும் செய்யாமல் சித்தாசனத்தை மட்டுமே இவ்விதம் செய்து வந்தால் குறிக்கோளை அடையாலாம் - உரையாசிரியர்.

சுலோகம் 41

கிமந்யைர்-பஹுபி: பீடை:

ஸித்தே ஸித்தாஸநே ஸதி l

ப்ராணாநிலே ஸாவதாநே

பத்தே கேவல-கும்பகே l

உத்பத்யதே நிராயாஸாத்

ஸ்வயமேவோந்மநீ கலா ll 41 ll

கிம் - என்ன அந்யை:- மற்றவைகளால் பஹுபி:- பலவற்றால், பீடை:- ஆசனங்களால், ஸித்தே- வாய்க்கப்பெற்று, ஸித்தாஸநே- சித்தாசனம், ஸதி - இருக்கும் போது, ப்ராணாநிலே- மூச்சுக்காற்று, ஸாவதாநே- நிதானம் அடைந்தால், பத்தே- (மூச்சுக்காற்று) கட்டப்பட்டால், கேவல-கும்பகே- கேவல கும்பகநிலை, உத்பத்யதே- ஏற்படுகிறது, நிராயாஸாத்- சிரமம் இல்லாமல், ஸ்வயம் எவ - தானாகவே, உந்மநீ கலா- சமாதி நிலை.

சித்தாசனம் வாய்க்கப்பெற்றால் வேறு ஆசனங்களால் என்ன பயன். (இந்த ஆசனத்தில்) கேவல கும்பக நிலையினை அடைந்து பிராணன் (மூச்சுக்காற்று) நிதானம் அடைந்தால் (அதுவே போதும். வேறு ஆசனங்களால் என்ன பயன்?) இதனால், எந்தவிதமான சிரமமும் இன்றி உந்மநீ கலை (சமாதி நிலை) அடையப்படுகிறது. 41

குறிப்புகள்

- **உந்மனீ கலை** - கலை என்பது சந்திரனின் பிறையைக் குறிக்கிறது. சந்திரனின் பிறை பார்ப்பதற்கு மனமகிழ்வினை அளிக்கிறது. அதே போல உந்மனீ எனும் சமாதி நிலை மனதிற்கு மகிழ்வளிப்பதால் கலை/பிறை என்று குறிப்பிடப்பட்டது - உரையாசிரியர்.

சுலோகம் 42

ததைகஸ்மிந்நேவ த்ருடே
பத்தே ஸித்தாஸநே ஸதி I
பந்த-த்ரயமநாயாஸாத்
ஸ்வயமேவோபஜாயதே II 42 II

ததா - மற்றும், ஏகஸ்மிந் ஏவ- ஒரே ஒரு, த்ருடே- உறுதியாக, பத்தே - அமையப்பெற்று, ஸித்தாஸநே- சித்தாசனம், ஸதி-இருக்கும் போது, பந்த-த்ரயம்- மூன்று பந்தங்களும், அநாயாஸாத் - சிரமமின்றி, ஸ்வயம் எவ- தாமாகவே, உபஜாயதே - ஏற்படுகின்றன

அது போலவே, ஒரே ஒரு சித்தாசனம் உறுதியாக அமையப் பெற்றால் மூன்று பந்தங்களும் (ஜாலந்தர-பந்தம், மூல-பந்தம், உட்டியான-பந்தம்) சிரமமின்றி தாமாகவே ஏற்படுகின்றன. 42

குறிப்புகள்

- **மூன்று பந்தங்களும்** - மூன்று பந்தங்கள் பற்றிய விளக்கம் அறிய காண்க மூன்றாவது அத்தியாயம் சுலோகங்கள் 55-76

சுலோகம் 43

நாஸநம் ஸித்த-ஸத்ருஸம்
ந கும்ப: கேவலோபம: I
ந கேசரீஸமா முத்ரா
ந நாத-ஸத்ருஸோ லய: II 43 II

ந -இல்லை, ஆஸநம் - ஆசனம் ஸித்த-ஸத்ருஸம்- சித்தாசனம் போன்றது, ந- இல்லை, கும்ப:- கும்பகம் (மூச்சை உள்ளே நிறுத்தும் பயிற்சி), கேவலோபம: - கேவல கும்பகத்திற்கு ஒப்பானது,

ந - இல்லை கேசரீஸமா - கேச்சரீ முத்திரைக்கு ஒப்பானது, முத்ரா - முத்ரா, ந - இல்லை, நாத-ஸத்ருஶ: - நாதானுசந்தானத்திற்கு ஒப்பானது, லய: - லய பயிற்சி (மனம் ஒடுங்கும் பயிற்சி)

சித்தாசனம் போன்ற ஆசனம் இல்லை. கேவல-கும்பகம் போன்ற கும்பகம் இல்லை. கேச்சரீக்கு ஒப்பான முத்ரா இல்லை. நாதம் (அனுஸந்தானம்) போன்ற லய பயிற்சி வேறு இல்லை. 43

குறிப்புகள்

- **கேவல-கும்பகம், கேச்சரீ, நாதம், லய பயிற்சி** - இவை பற்றிய விளக்கங்களை முறையே இரண்டு, மூன்று, நான்கு ஆகிய அத்தியாயங்களில் காணலாம்

சுலோகம் 44

வாமோரூபரி தக்ஷிணம் ச சரணம் ஸம்ஸ்தாப்ய வாமம் ததா தக்ஷோரூபரி பஶ்சிமேந விதிநா த்ருத்வா கராப்யாம் த்ருடம் ।
அங்குஷ்டௌ ஹ்ருதயே நிதாய சிபுகம் நாஸாக்ரமாலோகயேத் ஏதத்-வ்யாதி-விநாஶகாரி யமிநாம் பத்மாஸநம் ப்ரோச்யதே ॥ 44 ॥

வாமோரூபரி -இடது தொடையின் மேல், தக்ஷிணம் ச - வலது சரணம் - பாதத்தை, ஸம்ஸ்தாப்ய - வைத்து, வாமம் - இடது பாதத்தை, ததா - அது போலவே, தக்ஷோரூபரி - வலது தொடையின் மேல், பஶ்சிமேந- பின்புறத்தால், விதிநா- முறையில், த்ருத்வா- பிடித்துக்கொண்டு, கராப்யாம்- கைகளால், த்ருடம் - உறுதியாக, அங்குஷ்டௌ- கால்கட்டைவிரல்களை, ஹ்ருதயே- நெஞ்சுப்பகுதியில், நிதாய- வைத்து, சிபுகம்-

தாடையை, நாஸாக்ரம்- மூக்கின் நுனியினை, ஆலோகயேத்- பார்க்கவேண்டும், ஏதத்- இது, வ்யாதி-விநாஸுகாரி- வியாதிகளை அழிக்கவல்ல, யமிநாம்- சுயகட்டுப்பாடு கொண்டவர்களுடைய (யோகிகளுடைய), பத்மாஸநம்- பத்மாசனம், ப்ரோச்யதே - (என்று) கூறப்படுகிறது

இடது தொடைமீது வலது பாதத்தை வைக்க வேண்டும்.அதே போல வலது தொடைமீது இடது பாதத்தை வைக்க வேண்டும். கைகளை பின்புறமாகக் கொண்டு சென்று கால் கட்டை விரல்களை (இடது கையால் வலது கட்டை விரலையும், வலது கையால் இடது கட்டை விரலையும்) பிடித்துக்கொள்ள வேண்டும். தாடையை நெஞ்சில் பதித்து பார்வையை மூக்கின் நுனியில் நிலை நிறுத்த வேண்டும். இது சுயகட்டுப்பாடு கொண்டவர்களுடைய அனைத்து நோய்களையும் போக்க வல்ல பத்மாசனம் எனப்படுகிறது. 44

குறிப்புகள்

1. **பத்மாசனம்** - இதனை பத்த-பத்மாசனம் என்பர். பத்த - கட்டப்பட்ட பத்மாஸானம். கைகளால் உடல் கட்டப்படுவதனால் இந்தப் பெயர் புழக்கத்தில் உள்ளது.

2. **முகவாயை நெஞ்சில் பதித்து**... - நெஞ்சிலிருந்து நாலு அங்குல தூரத்தில் முகவாயை பதிக்கவேண்டும் என்பது அரிய தகவல் - உரையாசிரியர். ஆசனத்தின் படம்: காண்க பிற்சேர்க்கை 2 படம் 13

சுலோகம் 45, 46

உத்தாநெள சரணெள க்ருத்வா

ஊரு-ஸம்ஸ்தெள ப்ரயத்நத: |

ஊரு-மத்யே ததோத்தாநெள

பாணீ-க்ருத்வா ததோ த்ருஸௌ || 45 ||

நாஸாக்ரே விந்யஸேத் ராஜ-

தந்த-மூலே து ஜிஹ்வயா |

உத்தம்ப்ய சிபுகம் வக்ஷஸ்-

யுத்தாப்ய பவநம் ஶநை: || 46 ||

உத்தாநெள - மேல்நோக்கி இருக்கும் வண்ணம், சரணெள- பாதங்களை, க்ருத்வா - செய்து, ஊரு-ஸம்ஸ்தெள - தொடைகளின் மேல் வைத்து, ப்ரயத்நத:- முயன்று, ஊரு- மத்யே- இரு தொடைகளுக்கு இடையே, ததா- அதே போல, உத்தாநெள- மேல் நோக்கி இருக்கும் வண்ணம், பாணீ- க்ருத்வா- உள்ளங்கைகள் வைத்து, தத: - அதன் பின், த்ருஸௌ - கண்களை, (45) நாஸாக்ரே- மூக்கின் நுனியில், விந்யஸேத் - வைக்க வேண்டும், ராஜ-தந்த-மூலே து - முன்பல் (பின்புறம்) துவங்கும் இடத்தில், ஜிஹ்வயா - நாக்கினால், உத்தம்ப்ய - அழுத்தி, சிபுகம்- தாடையை, வக்ஷஸி- நெஞ்சுபகுதியில், உத்தாப்ய - மேலெழச்செய்ய வேண்டும், பவநம்- வாயுவினை, ஶநை: - மெல்ல, 46

இரண்டு பாதங்களும் மேல்நோக்கி இருக்கும் வண்ணம் (எதிர் எதிர்) தொடைகள் மேல் முயன்று வைக்கப்பட வேண்டும். இரண்டு உள்ளங்கைகளும் மேல் நோக்கி இருக்கும் விதமாக (ஒன்றன் மேல் ஒன்றினை வைத்து) தொடைகளுக்கு இடையில்

வைக்க வேண்டும். அதன் பின் இரு கண்களின் பார்வையை மூக்கின் நுனியில் நிலைக்கச்செய்ய வேண்டும். முன்பல் (பின்புறம்) துவங்கும் இடத்தில் நாக்கின் நுனியை பொருத்த வேண்டும். அதன் பின் மெதுவாக வாயுவினை மேலெழும்பச் செய்யவேண்டும் (மூல பந்தம் செய்யவேண்டும் என்று பொருள்). 45, 46

குறிப்புகள்

1. **பத்மாசனம்** - இந்த சுலோகமும் பத்மாசனத்தைத் தான் கூறுகிறது. இதுவும் பத்மாசனம் செய்யும் இன்னொரு விதம். இந்த பத்மாசனம் மத்ஸ்யேந்திரநாதர் பரிந்துரைப்பது - உரையாசிரியர்.

2. **இரண்டும் கைத்தலங்களும் மேல் நோக்கி இருக்கும் விதமாக...** - இடது கையின் புறங்கை இரண்டு குதிகால்கள் மேல் படும் விதமாக வைக்க வேண்டும். இடது உள்ளங்கை மேல் வலது உள்ளங்கையை வைக்கவேண்டும் - உரையாசிரியர்.

3. **முன் பல்லின் பின்புறம் நாக்கின் நுனியை...** - இதற்கு பெயர் ஜிஹ்வா-பந்தம். இதன் நுணுக்கங்களை குருவிடமிருந்து அறிந்துகொள்ள வேண்டும் - உரையாசிரியர்.

4. **வாயுவினை மேலெழும்பச்செய்யவேண்டும்...** - மேற்கூறிய ஜிஹ்வா-பந்தம் செய்தால் இந்த வரி மூலம் கூறப்படும் மூல பந்தம் தேவைப்படாது என்று ஹட-ரஹஸ்யத்தை அறிந்தவர்கள் கூறுவர் - உரையாசிரியர்.

சுலோகம் 47

இதம் பத்மாஸநம் ப்ரோக்தம்

ஸர்வ-வ்யாதி-விநாஶநம் ।

துர்லபம் யேந கேநாபி

தீமதா லப்யதே புவி ॥ 47 ॥

இதம் - இது, பத்மாஸநம் - பத்மாசனம், ப்ரோக்தம் - கூறப்பட்டுள்ளது, ஸர்வ-வ்யாதி-விநாஶநம்- எல்லா வியாதிகளையும் அழிப்பது, துர்லபம் - அடைவதற்கு அரியது, யேந கேநாபி- யாரோ ஒருவரால், தீமதா- புத்திசாலியால், லப்யதே- அடையப்படுகிறது, புவி- புவியில்

இது அனைத்து வியாதிகளையும் போக்க வல்ல பத்மாசனம் ஆகும். இந்த அரிய பத்மாசனம், புவியில் மிகச்சில புத்திசாலிகளுக்கு மட்டுமே வாய்க்கிறது. 47

சுலோகம் 48

க்ருத்வா ஸம்புடிதௌ கரௌ த்ருடதரம் பத்தவா து பத்மாஸநம்

காடம் வக்ஷஸி ஸந்நிதாய சிபுகம் த்யாயம்ஶ்ச தச்சேதஸி ।

வாரம் வாரமபாநமூர்த்வமநிலம் ப்ரோத்ஸாரயந் பூரிதம்

ந்யஞ்சந் ப்ராணமுபைதி போதமதுலம் ஶக்தி-ப்ரபாவாந்நர: ॥ 48 ॥

க்ருத்வா - செய்து, ஸம்புடிதௌ - ஸம்புடித வடிவில்(குறிப்பு காண்க), கரௌ- கைகளை, த்ருடதரம்- நிலையாக, பத்தவா து- செய்து, பத்மாஸநம்- பத்மாசனம், காடம்- அழுத்தமாக, வக்ஷஸி- நெஞ்சுபகுதியில், ஸந்நிதாய- வைத்து, சிபுகம்- தாடையை, த்யாயன்ச- தியானித்துக்கொண்டு, தத்- அதனை, சேதஸி - மனதில், வாரம் வாரம்- மீண்டும் மீண்டும், அபாநம்- அபானவாயுவினை,

ஊர்த்வம்- மேல்நோக்கி, அநிலம்- வாயுவினை, ப்ரோத்ஸாரயந்-எழச்செய்துகொண்டு, பூரிதம்- உள்ளே நிரப்பப்பட்டதனை, ந்யஞ்சந்- கீழ்ந்நோக்கித் தள்ளிக்கொண்டு, ப்ராணம்- பிராணனை, உபைதி- அடைகிறார், போதம்- தெளிவினை, அதுலம்- ஒப்பற்றதான, ஶக்தி-ப்ரபாவாத்- சக்தியின் மகிமையால், நர: - மனிதர்/பயிற்சி செய்பவர்

கைத்தலம் இரண்டினையும் ஸம்புடிதம் (விளக்கம் குறிப்பில்) செய்யவேண்டும். அதன் பின், நிலையாக பத்மாசனத்தில் அமரவேண்டும். நெஞ்சுப்பகுதியில் முகவாயை அழுத்தி வைக்க வேண்டும். மனதில் அதனை(விளக்கம் குறிப்பில்) தியானிக்க வேண்டும். மீண்டும் மீண்டும் காற்றினை மேல் எழும்பச் செய்யவேண்டும் (மூல பந்தம்). உள்ளே நிரப்பப்பட்ட காற்றை கீழ்நோக்கித் தள்ள வேண்டும் (ஜாலந்தர பந்தம்). (இதைச் செய்வதனால் விழித்தெழும் (குண்டலீ) சக்தியின் மகிமையினால் பயிற்சி செய்பவருக்கு ஒப்பற்ற ஞானம்/தெளிவு ஏற்படும். 48

குறிப்புகள்

1. **பத்மாசனம்** - மஹாயோகிகள் சிலரின் கருத்துப்படி பத்மாசனத்தில் செய்ய இன்னொரு பயிற்சி இந்த சுலோகம் மூலம் கூறப்படுகிறது - - உரையாசிரியர்

2. **ஸம்புடிதம்** - வலது தொடைமேல் இடது கையின் புறங்கையை, உள்ளங்கை மேல் நோக்கி இருக்கும் வண்ணம் வைக்க வேண்டும். கூட்டல் குறி வடிவம் ஏற்படும் விதம் இடது உள்ளங்கையின் மேல் வலது உள்ளங்கையை வைத்து, வலது கைவிரல்களால் இடது கையைப் பிடித்துக்கொள்ளுதல் ஸம்புடிதம் எனும் செயல். இது உரையாசிரியரால் கோடிகாட்டப்படுள்ளது.

3. **மனதில் அதனை தியானிக்க வேண்டும்...** - அது என்பது - ஒவ்வொருவரின் இஷ்டதெய்வம், அல்லது பிரம்மம் - உரையாசிரியர்.

4. **சக்தியின் மகிமையினால்** - இவ்விதம் பிராண-அபானங்களை (ஜாலந்தர-மூல பந்தங்கள் மூலம்) ஒன்றுபடுத்தும் முயற்சியில் குண்டலீ விழித்தெழும். மேலும், குண்டலீ விழித்தெழுவதன் மூலம் பிராணன் சுஷும்னா நாடிக்குள் பிரவேசிக்க முடியும். அவ்விதம் பிரவேசித்த பிராணன் பிரம்ம-ரந்திரத்தை (தலையின் உச்சி) அடையும் போது சித்தம்/மனம் நிலைபெற்று விடுகிறது. இதனால் ஆன்ம ஸாக்ஷாத்காரம் ஏற்படுகிறது - உரையாசிரியர்.

சுலோகம் 49

பத்மாஸநே ஸ்திதோ யோகீ

நாடீ-த்வாரேண பூரிதம் ।

மாருதம் தாரயேத் யஸ்து

ஸ முக்தோ நாத்ர ஸம்ஶய: ॥ 49 ॥

பத்மாஸநே- பத்மாசனத்தில், ஸ்தித:- நிலைத்த, யோகீ - யோக பயிற்சியாளர், நாடீ-த்வாரேண- நாடிகள் வழியே, பூரிதம்- உள்ளிழுக்கப்பட்ட, மாருதம்- வாயுவினை, தாரயேத்- இருத்திக்கொண்டவர், ய: து - யாரோ, ஸ:- அவர், முக்த:- முக்தியடைந்தவர், ந - இல்லை, அத்ர- இவ்விஷயத்தில், ஸம்ஶய:- சந்தேகம்

பத்மாசனத்தில் நிலைத்த யோகி நாடிகள் (நாசி துவாரங்கள்) வழியே உள்ளிழுக்கப்பட்ட பிராணனை உள்ளே இருத்திக்

கொண்டாரானால், அவர் முக்தி அடைவார் என்பதில் எந்தச் சந்தேகமும் இல்லை. 49

குறிப்புகள்

* ...உள்ளே நிலை நிறுத்திக்கொண்டாரானால்... - உள்ளிழுக்கப்பட்ட பிராணனை சுஷும்னாவில் செலுத்தி நிலைப்படுத்திக் கொண்டாரானால் - என்று புரிந்து கொள்ள வேண்டும் - உரையாசிரியர்.

சுலோகம் 50

சிம்ஹாசனம்

குல்பௌ ச வ்ருஷணஸ்யாத:

ஸீவந்யா: பார்ஷ்வயோ: க்ஷிபேத்

தக்ஷிணே ஸவ்யகுல்பம் து

தக்ஷகுல்பம் து ஸவ்யகே ‖ 50 ‖

குல்பௌ ச - கணுக்கால்கள் இரண்டையும், வ்ருஷணஸ்ய-விதைப்பைக்கு, அத: - கீழே, ஸீவந்யா:-(ஆசனவாய்க்கு மேலே) தையல் போன்ற இருக்கும் பகுதியின், பார்ஷ்வயோ:- இரு பக்கத்திலும், க்ஷிபேத்- பொருத்த வேண்டும், தக்ஷிணே- வலது புறம், ஸவ்யகுல்பம் து- இடது கணுக்காலையும், தக்ஷகுல்பம் து - வலது கணுக்காலையோ, ஸவ்யகே - இடது புறம்

கணுக்கால்கள் இரண்டையும் (விரை)விதைப் பைக்கு கீழே, (ஆசனவாய்க்கு மேலே) தையல் போன்று இருக்கும் பகுதியின் இரு பக்கத்திலும் பொருத்த வேண்டும். வலப்பக்கத்தில் இடது கணுக்காலும், இடப்பக்கத்தில் வலது கணுக்காலும் இருக்க வேண்டும். 50

குறிப்புகள்

* **...தையல் போன்ற இருக்கும்...** – இந்தப் பகுதிக்கு ஸீவனீ (தையல்) என்று சம்ஸ்க்ருதத்தில் பெயர். ஆசனத்தின் படம் காண்க பிற்சேர்க்கை 2 படம் 14

சுலோகம் 51

ஹஸ்தௌ து ஜாந்வோ: ஸம்ஸ்தாப்ய
ஸ்வாங்குலீ: ஸம்ப்ரஸார்ய ச l
வ்யாத்த-வக்த்ரோ நிரீக்ஷேத
நாஸாக்ரம் ஸுஸமாஹித: ll 51 ll

ஹஸ்தௌ து - கைகளை, ஜாந்வோ:- முழங்கால்களின் மேல், ஸம்ஸ்தாப்ய - வைத்து, ஸ்வாங்குலீ:- தன் விரல்களை, ஸம்ப்ரஸார்ய ச - விரித்து, வ்யாத்த-வக்த்ர:- அகலத் திறந்த வாயுடன், நிரீக்ஷேத - பார்க்கவேண்டும், நாஸாக்ரம் - மூக்கின் நுனியினை, ஸுஸமாஹித: - நன்றாக அமர்ந்து கொண்டு

விரித்த விரல்களுடன் இரண்டு கைகளையும் முழங்கால்களின் மேல் மீது வைக்கவேண்டும். இவ்விதம் நன்றாக அமர்ந்து கொண்டு வாயை அகலத்திறந்து மூக்கின் நுனியினை பார்க்கவேண்டும். 51

குறிப்புகள்

* **வாயை அகலத்திறந்து** - வாயைத் திறக்கும் போது நாக்கினையும் வெளியே துருத்தவேண்டும் - உரையாசிரியர்.

சுலோகம் 52

ஸிம்ஹாஸநம் பவேதேதத்

பூஜிதம் யோகி-புங்கவை: l

பந்த-த்ரிதய-ஸந்தாநம்

குருதே சாஸநோத்தமம் ll 52 ll

ஸிம்ஹாஸநம் - சிம்மாசனம், பவேத்- ஆகும், ஏதத்- இது, பூஜிதம்-
பூஜிக்கப்பட்டது, யோகி-புங்கவை: - யோகிகளுள் சிறந்தவர்களால்,
பந்த-த்ரிதய-ஸந்தாநம்- மூன்று பந்தங்களுடைய சேர்க்கையினை,
குருதே ச - ஏற்படுத்துகிறது, ஆஸநோத்தமம் - சிறந்த ஆசனம்,

இது யோகிகளுள் சிறந்தவர்களால் பூஜிக்கப்படும் சிம்மாசனம்
ஆகும். இந்த சிறந்த ஆசனம் மூன்று பந்தங்களை ஒரு சேர
பயில உதவுகிறது. 52

குறிப்புகள்

* **மூன்று பந்தங்களை...** – ஜாலந்தரபந்தம், மூல பந்தம்,
  உட்டியானபந்தம்

சுலோகம் 53

பத்ராசனம்

குல்பௌ ச வ்ருஷணஸ்யாத:

ஸீவந்யா: பார்ஸ்வயோ: க்ஷிபேத் l

ஸவ்ய-குல்பம் ததா ஸவ்யே

தக்ஷ-குல்பம் து தக்ஷிணே ll 53 ll

குல்பௌ ச - கணுக்கால்கள் இரண்டையும், வ்ருஷணஸ்ய-
விரைகளுக்கு, அத:- கீழே, ஸீவந்யா:- (ஆசனவாய்க்கு மேலே)
தையல் போன்ற இருக்கும் பகுதியின், பார்ஸ்வயோ:- இரு

பக்கத்திலும், க்ஷிபேத்- பொருத்த வேண்டும், ஸவ்ய-குல்பம்-இடது கணுக்காலை, ததா- மற்றும், ஸவ்யே- இடது புறம், தக்ஷ-குல்பம் து- வலது கணுக்காலை, தக்ஷிணே- வலது புறம்

கணுக்கால்கள் இரண்டையும் (விரை)விதைப்பைக்கு கீழே, (ஆசனவாய்க்கு மேலே) தையல் போன்று இருக்கும் பகுதியின் இரு பக்கத்திலும் பொருத்த வேண்டும். வலப்பக்கத்தில் வலது கணுக்காலும், இடப்பக்கத்தில் இடது கணுக்காலும் இருக்க வேண்டும். 53

ஆசனத்தின் படம்: காண்க பிற்சேர்க்கை 2 படம் 15

சுலோகம் 54

பார்ஷ்வ-பாதௌ ச பாணிப்யாம்

த்ருடம் பத்த்வா ஸுநிஶ்சலம் ।

பாத்ராஸநம் பவேதேதத்

ஸர்வ-வ்யாதி-விநாஶநாம் ।

கோரக்ஷாஸநமித்யாஹு:

இதம் வை ஸித்தயோகிந: ॥ 54 ॥

பார்ஷ்வ-பாதௌ ச - ஒன்று சேர்க்கப்பட்ட அடிக்கால்களின் இரு புறங்களையும், பாணிப்யாம் - கைகளால், த்ருடம்- கெட்டியாக, பத்த்வா - இணைத்து, ஸுநிஶ்சலம்- அசையாமல், பாத்ராஸநம் - பத்திராசனம், பவேத்- ஆகும், ஏதத்- இது, ஸர்வ-வ்யாதி-விநாஶநாம் - எல்லா வியாதிகளையும் அழிக்கவல்லது, கோரக்ஷாஸநம்- கோரக்ஷாசனம், இதி - என்று, ஆஹு:- கூறுவர், இதம் வை - இதனை, ஸித்தயோகிந: - சித்தயோகிகள்

ஒன்று சேர்க்கப்பட்ட உள்ளங்கால்களின் இரு புறங்களையும் கெட்டியாக இணைத்துப் பற்றிக் கொண்டு அசைவற்று

அமரவேண்டும். இது அனைத்து வியாதிகளையும் போக்கவல்ல பத்ராசனம் எனப்படும். சித்தயோகிகள் இதனை கோரக்ஷாசனம் என்றும் கூறுவர். 54

குறிப்புகள்

1. **பாதங்கள் (உள்ளங்கால்) இரண்டினையும் கெட்டியாக இணைத்துப் பற்றிக் கொண்டு...** - பாதங்களை கைவிரல்களால் பற்றிக்கொள்ள வேண்டும். அவ்விதம் செய்யும் போது இரு கைகளின் விரல்களையும் கோர்த்துக்கொள்ள வேண்டும் - உரையாசிரியர்.

2. **கோரக்ஷாசனம்** - அநேகமாக கோரக்ஷரால் பயிற்சி செய்யப்படப்பட்டதால் இது கோரக்ஷாசனம் என்று வழங்கப்படுகிறது - உரையாசிரியர்.

சுலோகம் 55

ஏவமாஸந-பந்தேஷு
யோகீந்த்ரோ விகத-ஶ்ரம: |
அப்யஸேந்நாடிகா-ஶுத்திம்
முத்ராதி-பவந-க்ரியாம் || 55 ||

ஏவம்- இவ்விதம், ஆஸந-பந்தேஷு- ஆசனமுறைகளில், யோகீந்த்ர:- யோகிகளுள் சிறந்தவர், விகத-ஶ்ரம:- பிரயாசை இன்றி, அப்யஸேத்- பயிற்சி செய்து வரவேண்டும், நாடிகா-ஶுத்திம்- நாடிசுத்தியை, முத்ராதி-பவந-க்ரியாம் - முத்ரா முதலிய மூச்சுப்பயிற்சி தொடர்பான பயிற்சிகளையும்.

இப்படிப்பட்ட ஆசனமுறைகளை யோகிகளுள் சிறந்தவர் பிரயாசை இன்றி பயிற்சி செய்து வரவேண்டும். அதன் பின்

நாடிசுத்தி, முத்ரா பயிற்சி ஆகிய மூச்சுப்பயிற்சி தொடர்பான பயிற்சிகளையும் செய்ய வேண்டும். 55

குறிப்புகள்

- **சிரமமின்றி பயிற்சி செய்து**... - ஆசனங்களை சரியான வழி முறையில், படிப்படியாகத், தொடர்ந்து செய்வதால், அதனைச் செய்யும் போது சிரமம் ஏற்படாது. தவறான வழிமுறைகள், அன்றாடம் பயிற்சி செய்யாமை ஆகியவைகளினால் ஆசனப் பயிற்சி சிரமத்தில் கொண்டு விட்டு விடும் என்பதனை அனுபவத்தினாலேயே உணரலாம்.

சுலோகம் 56

ஆஸநம் கும்பகம் சித்ரம்

முத்ராக்யம் கரணம் ததா ।

அத நாதாநுஸந்தநம்

அப்யாஸாநுக்ரமோ ஹடே ॥ 56 ॥

ஆஸநம் - ஆசனம், கும்பகம்- கும்பகம்/கும்பகங்கள் (மூச்சுக்காற்றினை உள்ளே அடக்குதல்), சித்ரம்- பலவிதமான, முத்ராக்யம்- முத்ரா எனும், கரணம்- பயிற்சி, ததா- மற்றும், அத- அதன் பின், நாதாநுஸந்தநம்- நாதாநுசந்தானம், அப்யாஸாநுக்ரம:- பயிற்சியின் வரிசைக்கிரமம், ஹடே - ஹடயோகத்தில்

ஆசனங்கள், பலவிதமான கும்பகங்கள் (பிராணாயாமங்கள்), முத்ரா பயிற்சி, அதன் பின் நாதானுசந்தானம் எனும் வரிசைக் கிரமத்தை ஹடயோகத்தில் பின்பற்ற வேண்டும். 56

சுலோகம் 57

ப்ரஹ்ம-சாரீ மிதாஹாரீ
த்யாகீ யோக-பராயண: ।
அப்தாதூர்த்வம் பவேத் ஸித்த:
நாத்ர கார்யா விசாரணா ॥ 57 ॥

ப்ரஹ்ம-சாரீ- பிரம்மசாரியாக/சிற்றின்பத்தில் ஈடுபடாமல், மிதாஹாரீ- அளவான-உகந்த உணவு உண்டு, த்யாகீ- பற்றற தன்மை கொண்டு, யோக-பராயண:- யோகத்தினையே பின்பற்றுபவர், அப்தாதூர்த்வம்- ஒரு வருடத்திற்குப் பின், பவேத்- ஆகலாம், ஸித்த:- யோகசித்தி அடைந்தவர், ந - தேவையில்லை, அத்ர- இங்கு, கார்யா- செய்ய, விசாரணா-சிந்தனை

சிற்றின்பத்தில் ஈடுபடாமல், அளவான-உகந்த உணவு உண்டு, பற்றற்ற தன்மை கொண்டு, யோகத்தில் நிலைப்பவர் ஒரு வருடத்திற்குப் பின் சித்தர் (உயர்ந்த யோகநிலை அடைந்தவர்) ஆகலாம். இது பற்றி எந்தக் சிந்தனையும் தேவையில்லை. 57

சுலோகம் 58

ஸுஸ்நிக்த-மதுராஹார:
சதுர்தாம்ஶ-விவர்ஜித: ।
புஜ்யதே ஶிவ-ஸம்ப்ரீத்யை
மிதாஹார: ஸ உச்யதே ॥ 58 ॥

ஸுஸ்நிக்த-மதுராஹார:- எண்ணைப் பசையுடன் உள்ள, இனிப்புத்தன்மை கொண்ட, உணவு, சதுர்தாம்ஶ-விவர்ஜித:- மூக்கால் வயிறு அளவு நிரம்பும் வண்ணம், புஜ்யதே- உண்ணப்படுதல், ஶிவ-ஸம்ப்ரீத்யை- சிவனின் மகிழ்விற்காக,

மிதாஹார:- மிதாஹாரம் (அளவாக உண்ணுதல்), ஸ:- அது, உச்யதே- எனப்படுகிறது

எண்ணெய்ப் பசையுடன் உள்ள, இனிப்புத்தன்மை கொண்ட, உணவினை உட்கொள்ள வேண்டும். உண்ணும் உணவு முக்கால் வயிறு அளவு நிரம்பும் வண்ணம் இருக்க வேண்டும். (உள்ளுறையும்) சிவனின் மகிழ்விற்காக இந்த உணவு உண்ணப்படுகிறது எனும் எண்ணம் இருத்தல் வேண்டும், இது மிதாஹாரம் (அளவான-உகந்த உணவு) எனப்படுகிறது. 58

குறிப்புகள்

1. **எண்ணெய்ப் பசையுடன்...** - உணவு காய்ந்து போனதாக இருக்கக்கூடாது என்பது இதன் பொருள்

2. **இனிப்புத்தன்மை கொண்ட...** - உணவு காரமானதாக இருத்தல் கூடாது என்று புரிந்து கொள்ள வேண்டும்.

சுலோகம் 59

கட்வம்ல-தீக்ஷண-லவணோஷ்ண-ஹாரீதஸாக-
ஸௌவீர-தைல-தில-ஸர்ஷப-மத்ய-மத்ஸ்யாந் ।
ஆஜாதி-மாம்ஸ-ததி-தக்ர-குலத்த-கோல-
பிண்யாக-ஹிங்கு-லஶுநாத்யமபத்யமாஹு: ॥ 59 ॥

கட்வம்ல-தீக்ஷண-லவணோஷ்ண-ஹாரீதஸாக-ஸௌவீர-தைல-தில-ஸர்ஷப-மத்ய-மத்ஸ்யாந் - கசப்பு, காரம், புளிப்பு, உப்பு ஆகிய சுவைகள் (அதிகம்) கொண்ட உணவு வகைகள் (மிகவும்) சூடான உணவுகள், பச்சைக் காய்கறிகள், இலந்தைபழம், எண்ணை, எள், கடுகு, மது, மீன், ஆஜாதி-மாம்ஸ-ததி-தக்ர-குலத்த-கோல-பிண்யாக-ஹிங்கு-லஶுநாத்யம் - ஆட்டு மாமிசம், தயிர், மோர், கொள், நெல்லிக்காய், பிண்ணாக்கு, பெருங்காயம், பூண்டு

முதலியவை, அபத்யம் - உகந்ததல்லாதவை, ஆஹுঃ:- என்று கூறுகின்றனர்

பின்வரும் உணவு வகைகள் யோகப் பயிற்சியாளர்களுக்கு உகந்ததல்ல – கசப்பு, காரம், புளிப்பு, உப்பு ஆகிய சுவைகள் (அதிகம்) கொண்ட உணவு வகைகள், (மிகவும்) சூடான உணவுகள், பச்சைக் காய்கறிகள், இலந்தைப் பழம், எண்ணெய், எள், கடுகு, மது, மீன், ஆட்டு மாமிசம் முதலியன, தயிர், மோர், கொள், நெல்லிக்காய், பிண்ணாக்கு, பெருங்காயம், பூண்டு முதலியவை. 59

குறிப்புகள்

- **முதலியவை** - வெங்காயம், சிவப்பு முள்ளங்கி வகை அல்லது சிறிய சிவப்பு நிற பூண்டு அல்லது வெங்காயம், போதைப் பொருட்கள், உளுந்து ஆகியவையும் தவிர்க்கப்பட வேண்டிய உணவு பட்டியலில் சேர்க்கப்பட வேண்டும் - உரையாசிரியர்.

சுலோகம் 60

போஜநமஹிதம் வித்யாத்
புநரஸ்யோஷ்ணீக்ருதம் ரூக்ஷம் ।
அதைல-லவணமம்ல-யுக்தம்
கதஸுந-ஶாகோத்கடம் வர்ஜ்யம் ॥ 60 ॥

போஜநம்- உணவு, அஹிதம்- கெடுதியானது, வித்யாத்- அறியவேண்டும், புந:- மீண்டும், அஸ்ய- இதனை, உஷ்ணீக்ருதம்- சூடாக்கப்பட்டது, ரூக்ஷம்- காய்ந்த உணவு, அதைல-லவணம்- எண்ணையும், உப்பும் அற்றது, அம்ல-யுக்தம்- புளிப்பு கொணடது, கதஸுந-ஶாகோத்கடம் - உகந்ததல்லாத உணவு, (உகந்ததல்லாத) காய்வகைகள், வர்ஜ்யம் - தவிர்க்கப்பட வேண்டியது

மேலும் - ஒருமுறை சமைத்து மீண்டு சூடாக்கப்பட்ட உணவு, காய்ந்த உணவு, எண்ணெய்யும், உப்பும் (சிறிதும்) அற்ற உணவு, (ஒருவருடைய ஆரோக்கியத்திற்கு) உகந்ததல்லாத உணவு, (உகந்ததல்லாத) காய்வகைகள் - ஆகியவையும் கெடுதியானது, தவிர்க்கப்பட வேண்டியது. 60

குறிப்புகள்

* **காய்ந்த உணவு** - நெய் இல்லாத பருப்பு சாதம், காய்ந்த ரொட்டி ஆகியவை - உரையாசிரியர்.

சுலோகம் 61

வஹ்நி-ஸ்த்ரீ-பதி-ஸேவாநாம்
ஆதெள வர்ஜநமாசரேத் |
ததா ஹி கோரக்ஷவசநம் -
வர்ஜயேத் துர்ஜந-ப்ராந்தம்
வஹ்நி-ஸ்த்ரீ-பதி-ஸேவநம் |
ப்ராத: ஸ்நாநோபவாஸாதி-
காய-க்லேஶ-விதிம் ததா || 61 ||

வஹ்நி-ஸ்த்ரீ-பதி-ஸேவாநாம் - பெண்கள், நெருப்பு, பிரயாணம் ஆகியவற்றில் நாட்டத்தை, ஆதெள-ஆரம்பத்திலேயே, வர்ஜநம்-தவிர்த்தல், ஆசரேத்- செய்யவேண்டும்

ததா ஹி - இது பற்றி, கோரக்ஷவசநம் - கோரக்ஷரின் வசனம்

வர்ஜயேத் - தவிர்க்கவேண்டும், துர்ஜந-ப்ராந்தம்- தீயவர்கள் வசிக்கும் பகுதியை. வஹ்நி-ஸ்த்ரீ-பதி-ஸேவநம்- பெண்கள், நெருப்பு, பிரயாணம் ஆகியவற்றில் நாட்டத்தை, ப்ராத: ஸ்நாநோபவாஸாதி-காய-க்லேஶ-விதிம்- (அதி) காலையில்

(குளிர்ந்தநீரில்) குளியல், உபவாசம் ஆகியவை, மேலும் உடலை வருத்திக்கொள்ளும் செயல்களையும், ததா - கூட

பெண்கள், நெருப்பு, பிரயாணம் ஆகியவற்றில் நாட்டத்தை ஆரம்பத்தில் (லேயே) தவிர்க்க வேண்டும்.

இது பற்றி கோரக்ஷர் வசனம் -

தீயவர்கள் வசிக்கும் பகுதியைத் தவிர்க்கவேண்டும். பெண்கள், நெருப்பு, பிரயாணம், (அதி) காலையில் (குளிர்ந்த நீரில்) குளியல், உபவாசம் ஆகியவை, மேலும் உடலை வருத்திக்கொள்ளும் செயல்களையும் கூடத் தவிர்க்க வேண்டும். 61

குறிப்புகள்

1. **பெண்கள்** - இருபாலரும் சிற்றின்பத்தில் ஈடுபடுவதைத் தவிர்க்கவேண்டும் என்று புரிந்து கொள்ள வேண்டும். சிற்றின்ப நாட்டத்தினால் உடலும், உள்ளமும் நிலைகொள்ள மாட்டா.

2. **நெருப்பு** - நெருப்பில் குளிர்காய்வது. இதனைச் செய்வதனால் குளிருக்கு இதமாக இருந்தாலும், நெருப்பின் தாக்கத்தால் சீக்கிரம் உடல் களைத்துப் போய்விடும். யோகப்பயிற்சி செய்வதற்கு உடலில் தெம்பு இருக்காது - என்பதனை அனுபவத்தினால் உணரலாம்.

3. **பிரயாணம்** - பிரயாணங்கள் சோர்வளிக்கக் கூடியவை என்பது நாம் அனைவரும் அறிந்ததே. ஆக யோக பயிற்சியாளர் துவக்கத்தில் ஓரிடத்தில் நிலையாக இருந்து கொண்டு யோகப்பயிற்சியில் ஈடுபடவேண்டும்.

4. **அதிகாலையில் குளிர்ந்த நீரில் குளிப்பது...** - இதனால் உடலில் கபம் அதிகப்பட்டுப் போகும் என்கிறார்

உரையாசிரியர். மூக்கடைப்பு முதலியவைகளினால் பிராணாயாமம் முதலியவை செய்யமுடியாமல் போகும்.

5. **உபவாசம் முதலியவைகளினால்**...- உடலில் பித்தம் மிகுந்துவிடும் - உரையாசிரியர்,

6. **உடலை வருத்திக்கொள்வது**... - மிக அதிக அளவில் சூரியநமஸ்காரம் செய்வது, அதிகமாக பாரம் சுமப்பது முதலிய செயல்கள் - உரையாசிரியர்.

சுலோகம் 62

கோதூரம-ஶாலி-யவ-ஷாஷ்டிக-ஸோபநாந்நம்

க்ஷீராஜ்ய-கண்ட-நவநீத-ஸிதா-மதூநி |

ஶௌண்ட-படோலக-பலாதிக-பஞ்ச-ஶாகம்

முத்காதி-திவ்யமுதகம் ச யமீந்த்ர-பத்யம் || 62 ||

கோதூரம-ஶாலி-யவ-ஷாஷ்டிக-ஸோபநாந்நம் - கோதுமை, அரிசி, பார்லி, அறுபது நாள்களில் விளையும் அரிசி வகை (ஷாஷ்டிகம்/ அறுபதாம் குறுவை) ஆகியவைகள் கொண்ட நன்றாக சமைக்கப்பட்ட உணவு, க்ஷீராஜ்ய-கண்ட-நவநீத-ஸிதா-மதூநி - பால், நெய், கற்கண்டு, வெண்ணெய், சர்க்கரை, தேன், ஶௌண்ட-படோலக-பலாதிக-பஞ்ச-ஶாகம் - சுக்கு, புடலங்காய் மற்றும் இது போன்ற காய்கறிகள், ஐந்துவிதமான கீரைகள், முத்காதி - பச்சைப்பயிறு முதலியவை, திவ்யம் - தூய்மையான, உதகம் - நீர், ச - மற்றும், யமீந்த்ர-பத்யம் - யோகிகளுக்கு உகந்த உணவு வகைகள்

யோகிகளுக்கு உகந்த உணவு வகைகள் - கோதுமை, அரிசி, பார்லி, அறுபது நாள்களில் விளையும் அரிசி வகை (ஷாஷ்டிகம்/ அறுபதாம் குறுவை) ஆகியவைகள் கொண்ட நன்றாக சமைக்கப்பட்ட உணவு. பால், நெய், கற்கண்டு,

வெண்ணெய், சர்க்கரை, தேன், சுக்கு, புடலங்காய் மற்றும் இது போன்ற காய்கறிகள், ஐந்துவிதமான கீரைகள், பச்சைப்பயிறு மற்றும் சுத்தமான நீர். 62

குறிப்புகள்

* **ஐந்துவிதமான கீரைகள்** – ஜீவந்தீ/பாலைக் கீரை, வாஸ்துமால்யா/சுக்கங்கீரை, மூல்யாக்ஷி/முருங்கைக் கீரை, மேகநாத/முள்ளுக்கீரை, புனர்நவ/மூக்கரட்டி கீரை ஆகியவை ஐந்துவித கீரைகள் – உரையாசிரியர்.

சுலோகம் 63

புஷ்டம் ஸுமதுரம் ஸ்நிக்தம்

கவ்யம் தாது-ப்ரபோஷணம் ।

மநோபிலஷிதம் யோக்யம்

யோகீ போஜநமாசரேத் ॥ 63 ॥

புஷ்டம் - ஊட்டச்சத்து மிக்க, ஸுமதுரம்- இனிப்பான, ஸ்நிக்தம்- எண்ணைப்பசை கொண்ட, கவ்யம் - பசுவிடமிருந்து கிடைக்கப் பெறும் உணவு வகைகள், தாது-ப்ரபோஷணம்- தாதுக்களை போஷிக்கும், மநோபிலஷிதம்- மனதிற்கு ஏற்புடைய, யோக்யம் - உகந்த (உணவினை), யோகீ, போஜநம்- உண்ணுதல், ஆசரேத் - செய்யவேண்டும்.

ஊட்டச்சத்தை அளிக்கவல்ல, இனிப்பான, எண்ணெய்ப்பசை கொண்ட, பசுவிடமிருந்து கிடைக்கப் பெறும் உணவு வகைகள், பசுவிடமிருந்து கிடைக்கப் பெறும் (பால், நெய் முதலிய) உணவு வகைகள், தாதுக்களை போஷிக்கும் உணவுகள், மனதிற்கு பிடித்த விதத்தில் தயாரிக்கப்பட்டு, உகந்த வகையில் யோகி உண்ண வேண்டும். 63

குறிப்புகள்

1. **தாதுக்கள்** - ரஸம் (உண்ட உணவின் சாரம்), ரக்தம் (குருதி), மாம்ஸம் (தசைகள்), மேதஸ் (கொழுப்பு), அஸ்தி (எலும்பு), மஜ்ஜை (மஜ்ஜை), சுக்கிரம் (விந்து).

2. **தாதுக்களை போஷிக்கும் உணவுகள்** - லட்டு, வடை, அப்பம் முதலியவை - உரையாசிரியர்.

3. **உகந்த வகையில் யோகி உண்ண வேண்டும்**... - மேற்கூறிய விதத்திலான உணவு வகைகளை உண்ணவேண்டும். வறுத்து அரைக்கப்பட்ட மாவு வகைகள், வறுத்த உணவுவகைகளை கொண்டு காலம் தள்ளக்கூடாது - உரையாசிரியர்.

சுலோகம் 64

யுவா வ்ருத்தோ(அ)திவ்ருத்தோ வா

வ்யாதிதோ துர்பலோ(அ)பி வா |

அப்யாஸாத் ஸித்திமாப்நோதி

ஸர்வ-யோகேஷ்வதந்த்ரித: || 64 ||

யுவா - இளைஞர், வ்ருத்த:- முதியவர், அதிவ்ருத்த:- மிகவும் மூப்பெய்தியவர், வா- அல்லது, வ்யாதித:- நோயுற்றவர், துர்பல:- பலஹீனமானவர், அபி - ஆனாலும் வா- அல்லது, அப்யாஸாத்- பயிற்சியால், ஸித்திம்- வெற்றியை, ஆப்நோதி- அடைகிறார், ஸர்வ-யோகேஷு- எல்லவிதமான யோகங்களிலும், அதந்த்ரித:- சோம்பலின்றி

இளைஞர், முதியவர், மிகவும் மூப்பெய்தியவர், நோயுற்றவர், பலஹீனமானவர் என அனைவரும் யோக பயிற்சி செய்யலாம். சோம்பலின்றி/இடைவிடாத பயிற்சியினால் தான் யோகத்தில் வெற்றி கிட்டும். 64

சுலோகம் 65

க்ரியா-யுக்தஸ்ய ஸித்தி: ஸ்யாத்

அக்ரியஸ்ய கதம் பவேத் l

ந ஶாஸ்த்ர-பாட-மாத்ரேண

யோக-ஸித்தி: ப்ரஜாயதே ll 65 ll

க்ரியா-யுக்தஸ்ய- செயல்களைச் செய்பவருக்கு, ஸித்தி: மேன்மை/ வெற்றி, ஸ்யாத் - ஏற்படும், அக்ரியஸ்ய - செயல்படாமல் இருப்பவருக்கு, கதம்- எவ்விதம், பவேத் - ஏற்படும், ந - கிடையாது, ஶாஸ்த்ர-பாட-மாத்ரேண- சாத்திரங்களை(யோக நூல்களை) ஓதுவதானல் மட்டுமே, யோக-ஸித்தி:- யோகத்தில் மேன்மை, ப்ரஜாயதே - ஏற்படுவது

செயல்களைச் செய்பவருக்குத் தான் மேன்மை. செயல்படாமல் இருப்பவருக்கு வெற்றி எங்ஙனம்? சாத்திரங்களை(யோக நூல்களை) ஓதுவதானல் மட்டுமே யோகத்தில் மேன்மை அடையமுடியாது. 65

சுலோகம் 66

ந வேஷ-தாரணம் ஸித்தே:

காரணம் ந ச தத்கதா l

க்ரியைவ காரணம் ஸித்தே:

ஸத்யமேதந்ந ஸம்ஶய: ll 66 ll

ந - அல்ல, வேஷ-தாரணம்- வேடமிடுதல், ஸித்தே: -வெற்றிக்கு, காரணம் - காரணம், ந ச அல்ல-, தத்-கதா- அது பற்றி பேசுதல், க்ரியா - செயல் ஏவ- மட்டுமே, காரணம் - காரணம், ஸித்தே: - வெற்றிக்கு, ஸத்யம்- உண்மை, ஏதத்- இது, ந - இல்லை, ஸம்ஶய: - சந்தேகம்

(ஒரு யோகியைப் போல) வேடம் புனைந்து கொண்டாலோ, அது பற்றி (நன்றாக) பேசுவதானாலேயோ மேன்மை கிடைக்காது. செயலில் ஈடுபடுதலே வெற்றிக்குக் காரணம் என்பது தான் உண்மை. இதில் சந்தேகம் ஏதும் கிடையாது. 66

குறிப்புகள்

- **வேடம் புனைந்து கொண்டாலோ...** - காவி உடை உடுத்திக்கொள்ளுவதனால் மட்டுமே யோக சித்தி கிடைக்காது - உரையாசிரியர்.

இவ்விதம் உரையாசிரியர் கூறுவதனால் சன்னியாசிகளை இழிவாகக் காணுதல் கூடாது. இந்தச் சொற்றொடர் யாரையும் இகழக் கூறப்பட்டதல்ல. வெளிப்புறத் தோற்றத்தை விட தனிப்பட்ட வாழ்வில் யோகப் பயிற்சியே மேன்மையை அளிக்கும் என்று உணரவேண்டும். மேலும், யோகம் ஒரு தொழிலாக ஆகி, வெளிப்புறத் தோற்றத்திற்கு முக்கியத்துவம் அளிக்கப்பட்டு வரும் இந்த காலகட்டத்தில் சரியான ஆசிரியரைத் தேர்வு செய்ய அவரின் பயிற்சியில் தேர்ச்சியே அளவுகோல் என்று இங்கு நூலாசிரியர் கோடிகாட்டுகிறார் என்று உணரவேண்டும்.

சுலோகம் 67

பீடானி கும்பகாஃசித்ரா:

திவ்யானி கரணானி ச

ஸர்வாண்யபி ஹடாப்யாஸே

ராஜயோக-பலாவதி || 67 ||

பீடானி - ஆசனங்கள், கும்பகா:-, கும்பங்கள் (மூச்சை உள்ளே இருத்திக்கொள்ளுதல்) சித்ரா: - பலவிதமான, திவ்யானி - தெய்விகமான, கரணானி -செயல்கள் ச - மற்றும், ஸர்வாணி-

எல்லாம், அபி - கூட, ஹடாப்யாஸே - ஹட பயிற்சியில், ராஜயோக-பலாவதி - ராஜயோக-பலனை அடைவதற்காகவே

ஆசனங்கள், பலவிதமான மூச்சுப்பயிற்சிகள், மேன்மையான பல (முத்ரா) வழிமுறைகள் என இவை அனைத்துமே ராஜயோக-பலனை அடைவதற்காகவே ஏற்படுத்தப்பட்டுள்ளன. 67

குறிப்புகள்

- **ராஜயோக பலன்** - ராஜயோகம் என்பது சமாதி நிலை. மனம் ஒருமுகப்பட்டு ஆன்மாவில் லயிப்பது. அதுவே பலன். அந்தப் பலன் கிடைப்பதற்குத்தான் ஆசனம் முதலியவைகள் வழிமுறைகள்- உரையாசிரியர்.

  இந்த அத்தியாயத்தின் முதல் சுலோகத்தில் குறிப்பிடப்பட்ட இதே குறிக்கோளை நினைவுபடுத்தி விட்டு (இந்த அத்தியாயத்தை) நிறைவு செய்கிறார் நூலாசிரியர்.

இரண்டாம் உபதேசம்

பிராணாயாமம்

சுலோகம் 1

அதாஸநே த்ருடே யோகீ

வஶீ ஹித-மிதாஶந: |

குருபதிஷ்ட-மார்கேண

ப்ராணாயாமாந் ஸமப்யஸேத் || 1 ||

அத- அடுத்தபடியாக, ஆஸநே- ஆசனத்தில், த்ருடே- நிலையான, யோகீ, வஶீ - புலனடக்கம் கொண்டவர், ஹித-மிதாஶந:- (ஆரோக்கியத்திற்கு) உகந்த உணவினை அளவாக உட்கொள்பவர், குருபதிஷ்ட-மார்கேண- குரு காட்டிய வழியில், ப்ராணாயாமாந் - பிராணாயாமங்களை, ஸமப்யஸேத் - பயிற்சி செய்ய வேண்டும்

புலனடக்கம் கொண்ட, (ஆரோக்கியத்திற்கு) உகந்த உணவினை அளவாக உட்கொள்ளும் யோகி, ஆசனப் பயிற்சியில் நிலைபெற்ற பின், குரு காட்டிய வழியில் பிராணாயாமங்களைச் பயிற்சி செய்ய வேண்டும். 1

குறிப்புகள்

1. **அத** - இது ஒரு மங்களகரமான சொல் - உரையாசிரியர். மங்களகரமாக இந்த அத்தியாயம் துவக்கப்படுவதனை இது குறிக்கிறது.

2. **உகந்த உணவினை அளவாக** - கடந்த அத்தியாயத்திலேயே இது பற்றி கூறப்பட்டுள்ளது நினைவுகொள்ளத்தக்து – உரையாசிரியர் (சுலோகம் 1.58)

3. **ஆசனப் பயிற்சியில் நிலைபெற்ற பின்** - நிலையான ஆசனத்தில் என்றும் இதனை புரிந்து கொள்ளலாம். நிலையற்ற) குக்குடாசனம் தவிர்த்து, சித்தாசனம் முதலிய (நிலையான) ஆசனத்தில் அமர்ந்து கொண்டு பிராணாயாமம் செய்யவேண்டும் - உரையாசிரியர்.

சுலோகம் 2

சலே வாதே சலம் சித்தம்

நிஸ்சலே நிஸ்சலம் பவேத் ।

யோகீ ஸ்தாணுத்வமாப்நோதி

ததோ வாயும் நிரோதயேத் ॥ 2 ॥

சலே - நிலையற்ற, வாதே – வாயுவினால், சலம்- நிலையற்றது, சித்தம் - மனது, நிஸ்சலே- நிலைபெற்றால், நிஸ்சலம் நிலைபெற்றது, பவேத் - ஆகிவிடுகிறது, யோகீ, ஸ்தாணுத்வம்- நீண்ட ஆயுளை, ஆப்நோதி - அடைகிறார், தத:- ஆகவே, வாயும்- வாயுவினை, நிரோதயேத் - ஒடுக்க வேண்டும்

மூச்சுக்காற்று நிலையற்று இருந்தால் சித்தம் அலைபாயும். மூச்சுக்காற்று நிலைபெற்றால் சித்தம் நிலைபெறும். இதனால் யோகி நீண்ட ஆயுளைப் பெறுவார் (ஸ்தாணுத்வம்). ஆகவே மூச்சுக் காற்றினை ஒடுக்கவேண்டும். (பிராணாயாமம் செய்யவேண்டும்). 2

குறிப்புகள்

1. **மூச்சுக்காற்று அலைபாய்ந்தால்...** - பயனை அறியாமல் யாரும் ஒரு செயலையும் செய்வதில்லை. ஆகவே இந்த

சுலோகத்தில் பிராணாயாமத்தின் பயன் குறிப்பிடப்படுகிறது
- உரையாசிரியர்.

2. **ஸ்தாணுத்வம்...** - ஸ்தாணு எனும் சொல்லுக்கு நிலையான
தன்மை என்று பொருள். இங்கு அது நீண்ட ஆயுளைக்
குறிக்கிறது. இது ஒரு அர்த்தம். அது போலவே ஸ்தாணு
எனும் சொல் ஈசனைக் குறிக்கும். ஸ்தாணுத்வம் என்பது
ஈசனைப் போன்ற தன்மை – சர்வ வல்லமை. ஆக இரண்டு
விதமாகவும் இந்தச் சொல்லுக்கு அர்த்தம் கொள்ளலாம் -
உரையாசிரியர்.

சுலோகம் 3, 4

யாவத் வாயு: ஸ்திதோ தேஹே

தாவஜ்ஜிவநமுச்யதே |

மரணம் தஸ்ய நிஷ்க்ராந்தி:

ததோ வாயும் நிரோதயேத் || 3 ||

யாவத்- எதுவரை, வாயு: - மூச்சுக்காற்று, ஸ்தித:- இருக்கிறதோ,
தேஹே- உடலுக்குள், தாவத்- அதுவரை, ஜிவநம்- உயிர்
உள்ளது, உச்யதே - எனப்படுகிறது, மரணம்- இறத்தல், தஸ்ய-
அதனுடைய, நிஷ்க்ராந்தி: - வெளியேறுதல், தத:- ஆகவே, வாயும்-
மூச்சுக்காற்றினை, நிரோதயேத் - ஒடுக்கவேண்டும்

மலாகுலாஸு நாடீஷு

மாருதோ நைவ மத்யக: |

கதம் ஸ்யாதுந்மநீபாவ:

கார்ய-ஸித்தி: கதம் பவேத் || 4 ||

மலாகுலாஸு - கழிவுகள் நிறைந்திருந்தால், நாடீஷு- நாடிகளில்,
மாருத:- காற்று, ந ஏவ- முடியவே முடியாது, மத்யக:- நடுவில்

செல்லுதல், கதம்- எவ்விதம், ஸ்யாத்- ஏற்படும், உந்மநீபாவ:- சமாதி நிலை, கார்ய-ஸித்தி:- காரியம் கைகூடுதல், கதம்- எவ்விதம், பவேத் - ஏற்படும்

உடலில் மூச்சுக்காற்று உள்ளவரை உயிர் உள்ளது எனப்படுகிறது. மரணம் என்பது மூச்சுக்காற்று உடலை விட்டு விலகுதல். ஆகவே மூச்சுக் காற்றினை ஒடுக்க வேண்டும். (பிராணாயாமம் செய்யவேண்டும்). 3

நாடிகளில் (பிராணன் சஞ்சரிக்கும் பாதைகள்) கழிவுகள் நிறைந்திருந்தால் பிராணன் சுஷும்னா நாடியில் பிரவேசிக்க முடியாது. (நாடிகளில் கழிவு-நிறைந்திருந்தால்) உன்மனீ (சமாதி) நிலையை எய்துவது எப்படி? காரியம் கைகூடுவது எப்படி? 4

குறிப்புகள்

1. **காரியம் கைகூடுவது எப்படி** – காரியம் என்பது அடையப்படவேண்டிய குறிக்கோளான கைவல்ய நிலையை குறிக்கிறது - உரையாசிரியர்.

2. **நாடிகளில் கழிவு நிறைந்திருந்தால், பிராணன் சுஷும்னா நாடியில் பிரவேசிக்க முடியாது** - பிராணன் சுஷும்னா நாடியில் பிரவேசிக்காவிட்டால் உன்மனீ நிலையை எய்தமுடியாது. உன்மனீயாகிய சமாதி நிலையை எய்தாவிட்டால் கைவல்ய நிலையை அடைவது சாத்தியமில்லை. ஆகவே அனைத்திற்கும் அடிப்படையாக உள்ளது நாடிகளில் உள்ள கழிவினை அகற்றும் செயல். இவ்விதம் இந்த சுலோகத்தில் உள்ள காரண-விளைவு சங்கிலித் தொடர் புரிந்து கொள்ளப்பட வேண்டும்

சுலோகம் 5

சுத்திமேதி யதா ஸர்வம்

நாடீ-சக்ரம் மலாகுலம் l

ததைவ ஜாயதே யோகீ

ப்ராண-ஸங்க்ரஹணே க்ஷம: ll 5 ll

சுத்திம்- தூய்மை, ஏதி- அடையுமோ, யதா- எப்போது, ஸர்வம் – எல்லா, நாடீ-சக்ரம்- நாடிகளும், மலாகுலம்- கழிவுகள் நிறைந்த, ததா - அப்போது, ஏவ- தான், ஜாயதே- ஆகிறார், யோகீ, ப்ராண-ஸங்க்ரஹணே- பிராணனைத் திரட்டுவதில், க்ஷம:- திறன்பெற்றவர்

எல்லா நாடிகளும் தூய்மை அடையும் போது தான் யோகியால் பிராணனை திரட்ட முடியும். 5

குறிப்புகள்

- **பிராணனை திரட்ட முடியும்** - இந்த நூலின் உரையாசிரியர் பிராண-சங்கிரஹம் பற்றி விளக்கவில்லை. ஆனால் யோக யாஜ்ஞுவல்க்ய ஸம்ஹிதை எனும் நூலில் இது பற்றிய விளக்கம் காணக்கிடைக்கிறது. அந்த நூல் கூறுவதாவது (அத்தியாயம் 4.சுலோகங்கள் 6-10)- "நாடிகளில் கழிவுகள் நிறைந்துவிடும் போது பிராணன் அந்தந்த நாடிகள் வழியே உடலின் வெவ்வேறு பாகங்களுக்குப் போக முடியாமல் உடலைச் சுற்றி பன்னிரண்டங்குலம் வரையிலும் பரவிவிடும்."

உடலில் பிராணனின் தட்டுப்பாடு கரணமாக பலவிதமான நோய்கள் உருவாகிவிடும். ஆகவே பிராணனை திரட்டி உடலுக்குள் இருக்குமாறு செய்யவேண்டும்.

சுலோகம் 6

ப்ராணயாமம் தத: குர்யாத்

நித்யம் ஸாத்விகயா தியா |

யதா ஸுஷும்நா-நாடீஸ்தா:

மலா: ஶுத்திம் ப்ரயாந்தி ச || 6 ||

ப்ராணயாமம்- பிராணாயாமத்தை, தத: - ஆகவே, குர்யாத்-
செய்யவேண்டும், நித்யம்- எப்போதும், ஸாத்விகயா-
சாத்விகமான, தியா- மனதுடன், யதா- எவ்விதம், ஸுஷும்நா-
நாடீஸ்தா: - சுஷும்னா நாடியில் உள்ள, மலா:- கழிவுகள், ஶுத்திம்
- அகற்றப்பட்டு தூய்மையை, ப்ரயாந்தி ச - அடையுமோ

**ஆகவே, சாத்விகமான (அமைதியான) மனதுடன் எப்போதும்
பிராணாயாமம் செய்ய வேண்டும். இதனால் சுஷும்னா நாடியில்
உள்ள எல்லா கழிவுகளும் நீங்கி, தூய்மை ஏற்படும். 6**

குறிப்புகள்

1. நாடிகளில் உள்ள கழிவுகளை அகற்றுவது எப்படி -
    "(நாடிசோதனம் எனும்) பிராணாயமம் மூலம்" எனும்
    பதில் இந்த சுலோகம் முதற்கொண்டு கூறப்படுகிறது -
    உரையாசிரியர்.

2. எல்லா நாடிகளைப் போலவே சுஷும்னா நாடியும் இந்த
    பிராணாயாம பயிற்சியால் தூய்மையடையும் என்பது இந்த
    சுலோகத்திலிருந்து தெளிவாகிறது.

3. **ஸாத்விகமான மனதுடன்**... -இறைவனிடம் பக்தி (செய்யும்
    செயல்கள், அதன் பலன்கள் அனைத்தையும் அர்ப்பணித்தல்
    எனும் விதமானது), ஊக்கம்/உற்சாகம், சாகஸம் (துணிவுடன்
    செயலில் இறங்குதல்), ஆகியவைகள் கூடிய முயற்சியினால்
    கவனச்சிதறல், சோம்பல் ஆகிய ராஜஸிக, தாமஸிக

தன்மைகள் நீங்கப்பெற்று மனம் ஸாத்விக நிலையை எய்தும். அப்போது மனம் ஒளி நிறைந்ததாகவும், மகிழ்வுடன்/ தெளிவுடன் இருக்கும். இவ்வித மனோநிலையுடன் பிராணாயாம் செய்யவேண்டும் - உரையாசிரியர்.

சுலோகம் 7

பத்த-பத்மாஸநோ யோகீ

ப்ராணம் சந்த்ரேண பூரயேத் ।

தாரயித்வா யதா-ஶக்தி

பூய: ஸௌர்யேண ரேசயேத் ॥ 7 ॥

பத்த-பத்மாஸந:- பத்மாசனத்தில் அமர்ந்த, யோகீ, ப்ராணம்- மூச்சுக்காற்றை, சந்த்ரேண- சந்திர நாடியால்/ இடது நாசியால், பூரயேத்- உள்ளிழுக்கவேண்டும்/நிரப்பவேண்டும், தாரயித்வா- உள்ளே இருத்திக்கொண்டு, யதா-ஶக்தி- முடிந்தவரை, பூய:- மீண்டும், ஸௌர்யேண- சூரிய நாடியால்/ வலது நாசியால், ரேசயேத் - வெளியேற்ற வேண்டும்

யோகி பத்மாசனத்தில் அமர்ந்து பிராணனை சந்திர நாடியால் (இடது நாசி துவாரத்தல்) உள்ளிழுக்க வேண்டும். முடிந்த அளவு மூச்சுக் காற்றினை உள்ளிருத்திக்கொண்டு சூரிய நாடியால் (வலது நாசி வழியாக) வெளியே விட வேண்டும். 7

குறிப்புகள்

1. **சந்திரநாடி** - இதனை இடா நாடி என்றும் குறிப்பிடுவர் - உரையாசிரியர்.

சந்திர நாடி என்பது இடது நாசியில் வந்து முடியும் நாடியைக் குறிகிறது. இடது நாசி என்பதற்கு ஒத்த சொல்லாகவும் இது பொதுவாக பயன்படுத்தப்படுகிறது.

2. **சூரியநாடி** – இதனை பிங்கலா நாடி என்றும் குறிப்பிடுவர் - - உரையாசிரியர்.

வலது நாசியில் வந்து முடியும் நாடியினை சூரிய நாடி என்பர். வலது நாசிக்கும் இது ஒத்த சொல்லாக பயன்படுத்தப்படுகிறது.

3. **பூரகம்** – வெளியிலிருக்கும் காற்றை முயன்று உள்ளிழுத்தல் – உரையாசிரியர்.

இதனால் தானாகவே உட்செல்லும் காற்று பூரகம் ஆகாது என்பது தெளிவாகிறது.

4. **கும்பகம்** – உள்ளிழுக்கப்பட்ட காற்றை ஜாலந்தரம் முதலிய பந்தங்களால் (மூன்றாம் அத்தியாயத்தில் விளக்கப்படும் - சுலோகங்கள் 55-76 காண்க) உள்ளிருத்திக்கொள்ளுதல் – உரையாசிரியர்.

ஜாலந்தரம் முதலிய பந்தங்கள் இல்லாத கும்பகம் முறையானது அல்ல என்பது இதனால் தெளிவாகிறது. ஆனால், துவக்க நிலையில் உள்ள பயிற்சியாளர்கள் முறையான பயிற்சி, வழிகாட்டுதல் இல்லாமல் பந்தங்களுடன் மூச்சை உள்ளிருத்திக்கொள்ள வேண்டியதிலை என்று யோக ஆசிரியர்கள் கூறுவர்.

5. **ரேசகம்** – கும்பகத்தினால் உள்ளிருத்திகொள்ளப்பட்ட மூச்சுக்காற்றினை முயன்று வெளியே விடுதல் – உரையாசிரியர்

தானாகவே வெளியேறும் மூச்சுக்காற்று ரேசகம் ஆகாது. பயிற்சியாளரின் கவனமான முயற்சி மூச்சுக் காற்றினை வெளிவிடுதலில் அவசியம் என்பது இதனால் தெளிவகிறது.

சுலோகம் 8

ப்ராணம் ஸௌர்யேண சாக்ருஷ்ய

பூரயேதுதரம் ஶநை: I

விதிவத் கும்பகம் க்ருத்வா

புநஶ்சந்த்ரேண ரேசயேத் ‖ 8 ‖

ப்ராணம்- மூச்சிக்காற்றினை, ஸௌர்யேண ச - வலது நாசியால், ஆக்ருஷ்ய - உள்ளிழுத்து, பூரயேத் - நிரப்பவேண்டும், உதரம்- வயிற்றை, ஶநை: - மெதுவாக, விதிவத்- முறைப்படி, கும்பகம்- மூச்சை உள்ளிருத்திக்கொள்ளுதலை க்ருத்வா - செய்து, புந:- மீண்டும், சந்த்ரேண- சந்திர நாடியால்/ இடது நாசியால், ரேசயேத் - வெளியே விட வேண்டும்

பிராணனை சூரிய நாடியால் உள்ளிழுத்து மெதுவாக வயிற்றை நிரப்ப வேண்டும். முறைப்படி மூச்சுக் காற்றினை உள்ளடக்கி பின்னர் சந்திர நாடியால் மீண்டும் மூச்சுக் காற்றினை வெளியே விட வேண்டும். 8

குறிப்புகள்

* **உரிய முறையில் மூச்சுக் காற்றினை உள்ளடக்கி...**
  - இது பந்தங்களுடன் மூச்சுக் காற்றினை உள்ளிருத்திக்கொள்ளுதலைக் குறிக்கிறது - உரையாசிரியர்

சுலோகம் 9

யேந த்யஜேத் தேந பீத்வா

தாரயேததிரோதத: |

ரேசயேச்ச ததோ(அ)ந்யேந

ஶனைரேவ ந வேகத: || 9 ||

யேந - எதனால் (எந்த நாடியினால்), த்யஜேத்- விடப்படுகிறதோ, தேந- அதன் வழியாகவே, பீத்வா - குடித்து/ உள்ளிழுத்து, தாரயேத்- உள்ளே இருத்திக்கொள்ள வேண்டும், அதிரோதத: - மிகவும் முயன்று, ரேசயேத் ச - வெளியே விட வேண்டும், தத:- அதன் பின், அந்யேந - மற்றொன்றால் (மற்றொரு நாடியால்), ஶனை:- மெதுவாக, ஏவ - மட்டுமே, ந - அல்ல, வேகத: - வேகத்துடன்

எந்த நாடியினால் மூச்சு வெளியே விடப்படுகிறதோ அதன் வழியாகவே மூச்சுக்காற்றை உள்ளிழுக்க வேண்டும். உள்ளிழுக்கப்பட்ட மூச்சுக்காற்றை மிகவும் முயன்று உள்ளிருத்திக்கொள்ள வேண்டும். அதன் பின்னர் மற்றொரு நாசி வழியே மூச்சுக்காற்றை மெதுவாகத் தான், வேகமாக அல்ல, வெளியே விடவே வேண்டும். 9

குறிப்புகள்

- **வேகமாக அல்ல…** – மூச்சுக்காற்றை வேகமாக வெளியேற்றுவதனால் உடல் பலவீனமடையும் – உரையாசிரியர்.

சுலோகம் 10

ப்ராணம் சேதிடயா பிபேந்நியமிதம் பூயோ(அ)ந்யயா ரேசயேத்
  பீத்வா பிங்கலயா ஸமீரணமதோ பத்த்வா த்யஜேத் வாமயா |
ஸௌர்யா-சந்த்ரமஸோரநேந விதிநா (அ)ப்யாஸம் ஸதா தந்வதாம்
  ஶுத்தா நாடி-கணா பவந்தி யமிநாம் மாஸ-த்ரயாதூர்த்வத: || 10 ||

ப்ராணம் - பிராணனை, சித் - என்றால், இடையா - இடா நாடியினால்/ இடது நாசியினால், பிபேத் - உட்கொள்ள வேண்டும், நியமிதம் - உள்ளிருத்திக்கொண்டு, பூய: - மீண்டும், அந்யயா - மற்றதனால்/மற்ற நாடியினால்/சூரிய நாடியினால், ரேசயேத் - வெளியே விட வேண்டும், பீத்வா -உட்கொண்டு, பிங்கலயா - பிங்கலா நாடியினால்/ வலது நாசியினால், ஸமீரணம் - காற்றை, அதோ - பின்னர், பத்த்வா - பிராணனை உள்ளிருத்திக்கொண்டு, த்யஜேத் - விட்டுவிடவேண்டும், வாமயா - இடது(நாடியினால்/ நாசியினால்) ஸௌர்யா-சந்த்ரமஸோ: - சூரிய சந்திரர்களுடைய, அநேந- இந்த, விதிநா- முறையினால், அப்யாஸம்- பயிற்சியினை, ஸதா- எப்போதும், தந்வதாம்- செய்துவருபவர்களுக்கு, ஶுத்தா:- தூய்மையானவை, நாடி-கணா:- நாடிகள், பவந்தி- ஆகிவிடும், யமிநாம்- யோகிகளுடைய, மாஸ-த்ரயாத் - மூன்றுமாதத்திற்கு, ஊர்த்வத:- மேல்

மூச்சுக்காற்றை இடது நாசி வழியே உள்ளிழுத்தால், அதனை உள்ளடக்கி பின்னர் மற்றொரு (வலது) நாசியினால் வெளியே விட வேண்டும். (பின்னர்) வலது நாசியினால் காற்றினை உள்ளிழுத்து, உள்ளிருத்திக்கொண்டு இடது நாசி வழியே வெளியே விட வேண்டும். இவ்விதம் சூரிய-சந்திர(நாடிகளின்) வழியே, தொடர்ந்து செய்யப்படும் இந்த பயிற்சியை செய்யும்

யோகிகளுடைய நாடிகள் அனைத்தும் மூன்று மாதத்திற்கு மேல்/பின்னர் தூய்மை அடைந்துவிடும். 10

குறிப்புகள்

* **மூச்சுக்காற்றை இடது நாசி வழியே –** இந்த அத்தியாயத்தின் ஏழாவது சுலோகத்தில் துவங்கிய நாடிசோதன பிராணாயாம விதிமுறையை இந்த சுலோகத்தில் தொகுத்துக் கூறி நிறைவு செய்கிறார் நூலாசிரியர். மேலும், நாடிகள் தூய்மையையடைவதற்கு எவ்வளவு காலம் பிடிக்கும் என்பதும் இந்த சுலோகத்தில் கூறப்படுகிறது – உரையாசிரியர்

சுலோகம் 11

ப்ராதர்-மத்யந்திநே ஸாயம்

அர்த-ராத்ரே ச கும்பகாந் I

ஶநைரஶீதி-பர்யந்தம்

சதுர்வாரம் ஸமப்யஸேத் II 11 II

ப்ராத:- காலை, மத்யந்திநே- மதியம், ஸாயம்- சாயங்காலம், அர்த-ராத்ரே- நடுநிசியில், ச - மற்றும், கும்பகாந்- கும்பகங்களை, ஶநை: - மெதுவாக, அஶீதி-பர்யந்தம்- என்பது (சுற்று) வரை, சதுர்வாரம்- நான்குமுறை, ஸமப்யஸேத்- பயிற்சி செய்யவேண்டும்

(ஒவ்வொருநாளும்) காலை, மதியம், மாலை, நடுநிசி என நான்கு முறை என்பது சுற்றுக்கள் வரை (இந்த பிராணாயாமத்தை) நிதானமாக பயிற்சி செய்ய வேண்டும். 11

குறிப்புகள்

1. **நான்கு முறை... –** நடுநிசியில் பிராணாயாமம் செய்ய முடியயவில்லை என்றாலும், மூன்று வேளையாவது செய்யவேண்டும் - - உரையாசிரியர்

2. **எண்பது சுற்றுக்கள் வரை** – நான்கு முறை எண்பது சுற்றுக்கள் செய்யப்பட்டால் ஒரு நாளில் 320 சுற்றுக்கள். மூன்று முறை செய்யப்பட்டால் 240 சுற்றுக்கள் - உரையாசிரியர்

3. இந்த சுலோகத்தின் கருத்தைப்படித்து விட்டு துவக்கத்திலேயே, ஒரே நாளில் 240 அல்லது 320 செய்ய விழையயக்கூடாது. யோக ஆசிரியரின் தகுந்த வழிகாட்டுதலில் படிப்படியாக முயற்சி துவக்க வேண்டும். யோகாஞ்ஜலி சாரம் எனும் தன் மேலான நூலில் யோகாச்சாரியர் கிருஷ்ணமாச்சாரியர் – (பகற்பொழுதின் பன்னிரெண்டு மணிநேரத்தில்) ஒரு யாமத்திற்கு (மூன்று பணிநேரம்) ஒரு முறை பத்து சுற்றுக்கள் பிராணாயாமம் செய்தல் நல்லது என்று உபதேசிக்கிறார் (சுலோகம் 22). இது ஒரு சிறந்த துவக்கமாக அமையலாம்.

சுலோகம் 12

கநீயஸி பவேத் ஸ்வேத:

கம்போ பவதி மத்யமே I

உத்தமே ஸ்தாநமாப்நோதி

ததோ வாயும் நிபந்தயேத் II 12 II

கநீயஸி- குறைந்தபட்ச நிலை/துவக்க நிலையில், பவேத்- ஏற்படும், ஸ்வேத:- வியர்வை, கம்ப:- நடுக்கம், பவதி- ஏற்படும், மத்யமே- இடைப்பட்ட நிலையில், உத்தமே- உயர்ந்த நிலையில், ஸ்தாநம்- நிலையை, ஆப்நோதி - அடைகிறார், தத:- ஆகவே வாயும்-, மூச்சுக்காற்றினை நிபந்தயேத்- ஒடுக்கவேண்டும்

துவக்கநிலை பிரணாயாமத்தினால் வியர்வை ஏற்படும். இடைப்பட்ட நிலை பிராணாயாமத்தால் உடலில் நடுக்கம் ஏற்படும். உயர்ந்த பிராணாயாமத்தினால்

நிலை அடையப்பட்டுவிடும். ஆகவே மூச்சுக்காற்றினை ஒடுக்கவேண்டும். 12

குறிப்புகள்

- **துவக்கநிலை…** - துவக்க நிலை பிராணாயாமம் 12 மாத்ரைகள் அளவிலானது. இடைப்பட்ட நிலை பிராணாயாமம் 24 மாத்ரைகள் அளவிலானது. உயர்நிலை பிராணயாமம் 36 மாத்ரைகள் அளவிலானது. ஒரு மாத்ரை என்பதற்கு பலவிதமான விளக்கங்கள் அளிக்கப்படுகின்றது. ஒரு சொடக்கு போடுவதற்கு தேவைப்படும் நேரம் ஒரு மாத்ரை என்ற விளக்கமும் உள்ளது. இதன்படி பர்த்தால் தற்போதைய ஒரு நொடிக் காலம் (செகண்ட்) ஒரு மாத்ரை என கணக்கிடலாம். மேலும் ஒரு சுற்று நாடிசோதன பிராணாயாமத்தில் கிரமமாக ஆறு செயல்கள் உள்ளன (1) இடது நாசியால் மூச்சுக் காற்றினை உள்ளிழுத்தல் 2) உள்ளிருத்திக்கொள்ளுதல் 3) வலது நாசியால் வெளியே விடுதல் 4) வலது நாசியால் மூச்சுக் காற்றினை உள்ளிழுத்தல்- 5) உள்ளிருத்திக்கொள்ளுதல் 6) இடது நாசியால் மூச்சுக் காற்றினை வெளியே விடுதல்). இவை ஒன்றுறொன்றுக்கும் 12 மாத்ரைகள் காலம் எடுத்துக்கொள்ளுதல் துவக்க நிலை பிராணாயாமம் என புரிந்து கொள்ளலாம். இது போலவே இடைநிலை, உயர்நிலை ஆகியவற்றையும் புரிந்து கொள்ளலாம். உரையாசிரியர் கருத்து: யோகயாக்ஞுவல்க்ய ஸம்ஹிதை போன்ற யோக நூல்களைப் பார்க்கும் போது இது தெளிவாகிறது.

சுலோகம் 13

ஜலேந ஸ்ரம-ஜாதேந
காத்ர-மர்தநமாசரேத் |
த்ருடதா லகுதா சைவ
தேந காத்ரஸ்ய ஜாயதே || 13 ||

ஜலேந- நீரினால், ஸ்ரம-ஜாதேந- களைப்பினால் ஏற்படும், காத்ர-
மர்தநம்- உடலினைத் தேய்த்துவிடல், ஆசரேத்- செய்யவேண்டும்,
த்ருடதா- உறுதி, லகுதா ச ஏவ- இலகுத்தன்மையும், தேந- அதனால்,
காத்ரஸ்ய- உடலுக்கு, ஜாயதே - ஏற்படும்

(பிராணாயாமத்தால்) உடல் களைத்து வியர்வை துளிர்க்கும்
போது, அந்த வியர்வையை உடலிலேயே தேய்த்துவிட
வேண்டும் (துணியினால் ஒற்றி எடுத்துவிடக்கூடாது).
இதனால் உடல் திடமாகவும், இலகுவாகவும் ஆகிவிடுகிறது. 13

குறிப்புகள்

• ...**இலகுவாகவும் ஆகிவிடுகிறது**... - சோம்பல் (அதனால்
உடல் கனத்துப் போகாமல்) இல்லாமல் ஆகிவிடுகிறது –
உரையாசிரியர்

சுலோகம் 14

அப்யாஸ-காலே ப்ரதமே
ஶஸ்தம் க்ஷீராஜ்ய-போஜநம் |
ததோ(அ)ப்யாஸே த்ருடீபூதே
ந தாத்ருங் நியமக்ரஹ: || 14 ||

அப்யாஸ-காலே - பயிற்சி காலத்தில், ப்ரதமே - துவக்கத்தில்,
ஶஸ்தம்- உகந்தது, க்ஷீராஜ்ய-போஜநம்- பால்,நெய் கலந்த

உணவு, தத:- அதன் பின் அப்யாஸே- பயிற்சியில், த்ருடீபூதே- உறுதி ஏற்பட்ட பின், ந - தேவை இல்லை, தாத்ருக்- அது போன்ற, நியமக்ரஹ:- கட்டுப்பாட்டில் முனைப்பு

(பிராணாயாம) பயிற்சியின் ஆரம்பத்தில் பால், நெய் கலந்த உணவு உகந்தது. பயிற்சியில் உறுதி ஏற்பட்ட பின், அது போன்ற கட்டுப்பாட்டில் முனைப்பு தேவை இல்லை. 14

குறிப்புகள்

* **பயிற்சி நிலைபெற்ற பின்...** - கேவல கும்பக நிலையை (பார்க்க சுலோகம் 2.72) எட்டிப்பிடித்தல் பயிற்சி நிலைபெற்றதனைக் குறிக்கிறது – உரையாசிரியர்

சுலோகம் 15, 16

யதா ஸிம்ஹோ கஜோ வ்யாக்ரோ

பவேத் வ்ஸ்ய: ஶனை: ஶனை: l

ததைவ ஸேவிதோ வாயு:

அந்யதா ஹந்தி ஸாதகம் ll 15 ll

யதா- எவ்வாறு, ஸிம்ஹ:- சிங்கம், கஜ:- யானை, வ்யாக்ர:- புலி, பவேத்- ஆகிறதோ, வ்ஸ்ய: - வசப்பட்டது, : ஶனை: ஶனை: - ~படிப்படியாக/பொறுமையாக, ததா ஏவ- அது போலவே தான், ஸேவித:- பயிற்றுவிக்கப்பட்ட, வாயு: - மூச்சுக்காற்றும், அந்யதா- இல்லையேல், ஹந்தி- கொன்றுவிடும், ஸாதகம் - பயிற்சியாளரை

ப்ராணாயாமேந யுக்தேந

ஸர்வ-ரோக-க்ஷயோ பவேத் l

அயுக்தாப்யாஸ-யோகேந

ஸர்வ-ரோக-ஸமுத்பவ: ll 16 ll

ப்ராணாயாமேந - பிராணாயாமத்தினால், யுக்தேந- முறையான, ஸர்வ-ரோக-க்ஷய:- எல்லா நோய்களின் நிவர்த்தி, பவேத்- ஏற்படும், அயுக்தாப்யாஸ-யோகேந- முறையற்ற பயிற்சி கூடிய (பிராணாயாமத்தினால்), ஸர்வ-ரோக-ஸமுத்பவ: - எல்லாவிதமான நோய்களின் உற்பத்தி (ஏற்படும்)

சிங்கம், யானை, புலி ஆகியவை எவ்விதம் பொறுமையாக பழக்குதல் மூலம் வசப்படுகின்றனவோ, அதே போலத் தான் பிராணனும் வசப்படும். இல்லையேல் (அவசரப்பட்டால்) பயிற்சியாளர் கொல்லப்படுவார். 15

முறையான பிராணாயாமத்தால் எல்லா நோய்களும் அழிந்தொழியும். முறையற்ற பிராணாயாமத்தினால் எல்லாவிதமான நோய்களும் உண்டாகும். 16

குறிப்புகள்

- **முறையான பிராணாயாமத்தால்...** - பரிந்துரைக்கப்பட்ட உணவுமுறைகளைப் பின்பற்றுதல், ஜாலந்தர பந்தம் முதலிய பந்தங்களுடன் பிராணாயாமம் செய்தல் ஆகியவைகளை உள்ளடக்கியது முறையான பிராணாயாமம் எனப்படுகிறது– உரையாசிரியர்

சுலோகம் 17

ஹிக்கா ஷ்வாஸஶ்ச காஸஶ்ச

ஶிர: கர்ணாக்ஷி-வேதநா: l

பவந்தி விவிதா ரோகா:

பவநஸ்ய ப்ரகோபத: ll 17 ll

ஹிக்கா - விக்கல், ஷ்வாஸ:- ஆஸ்தமா, ச - மற்றும், காஸ: - இருமல் ச - மற்றும், ஶிர:கர்ணாக்ஷி-வேதநோ: - தலை,காது கண் வலிகள்,

பவந்தி - ஏற்படும், விவிதா:- பலவிதமான, ரோகா:- நோய்கள், பவநஸ்ய- மூச்சுக்காற்று, ப்ரகோபத: - சினந்தால்

மூச்சுகாற்று சினந்தால் விக்கல், ஆஸ்துமா, இருமல், தலைவலி, காதுவலி, கண்வலி, என இது போல இன்னும் பலவிதமான உபாதைகள் ஏற்படும். 17

குறிப்புகள்

* **மூச்சுகாற்று சினந்தால்…** - பரிந்துரைக்கப்பட்ட விதத்தில் பிராணாயாமத்தை செய்யத் தவறுதல் மூச்சுக்காற்றின் சினத்திற்கு (பிரகோபம்) அடிகோலும்.

சுலோகம் 18

யுக்தம் யுக்தம் த்யஜேத் வாயும்

யுக்தம் யுக்தஞ்ச பூரயேத் l

யுக்தம் யுக்தஞ்ச பத்நீயாத்

ஏவம் ஸித்திமவாப்நுயாத் ll 18 ll

யுக்தம் யுக்தம் - உகந்த விதத்தில், த்யஜேத் - வெளிவிட வேண்டும், வாயும் - மூச்சுக்காற்றை, யுக்தம் யுக்தம், ச - உகந்த விதத்தில் பூரயேத் - (உள்ளிழுத்து) நிறைக்கவேண்டும், யுக்தம் யுக்தம் ச - உகந்த விதத்தில் பத்நீயாத் - உள்ளடக்க வேண்டும், ஏவம் - இவ்விதத்தில், ஸித்திம்- வெற்றியை, அவாப்நுயாத் - அடையலாம்

மூச்சுக்காற்றை உகந்த விதத்தில் வெளியே விடுதல் வேண்டும். மூச்சுக்காற்றை உகந்த விதத்தில் உள்ளிழுத்து நிறைக்கவேண்டும் வேண்டும். மூச்சுக்காற்றை உள்ளே இருத்திக்கொள்ளுதல் கூட உகந்தவிதத்தில் தான் செய்யப்பட வேண்டும். இவ்விதம் (பிராணாயாமத்தில்)வெற்றி அடையலாம். 18

குறிப்புகள்

1. **மூச்சுக்காற்றை உகந்த விதத்தில் வெளியே விடுதல்...**
    - அவசரப்படாமல் மெதுவாக மூச்சுக்காற்றினை வெளியே விடுதல் உகந்த விதத்தில் வெளியே விடுதல் ஆகும் - உரையாசிரியர்

2. **மூச்சுக்காற்றை உகந்த விதத்தில் உள்ளிழுக்க...** - அதிகமாகவும் இல்லாமல், குறைவாகவும் இல்லாமல் சரியான அளவில் மூச்சுக்காற்றினை உள்ளிழுத்தல் உகந்த விதத்தில் மூச்சுக்காற்றை உள்ளிழுத்தல் ஆகும் - உரையாசிரியர்

3. **மூச்சுக்காற்றை உள்ளே இருத்திக்கொள்ளுதல் கூட உகந்தவிதத்தில்...** - ஜாலந்தரம் முதலிய பந்தங்களுடன் மூச்சுக்காற்றினை உள்ளிருத்திக்கொள்ளுதல் உகந்தவிதத்தில் மூச்சுக்காற்றை உள்ளிருத்திக்கொள்ளுதல் ஆகும் - உரையாசிரியர்

சுலோகம் 19

யதா து நாடீ-ஶுத்தி: ஸ்யாத்

ததா சிஹ்னானி பாஹ்யத: |

காயஸ்ய க்ருஶதா காந்தி:

ததா ஜாயேத நிஶ்சிதம் || 19 ||

யதா து - எப்போது, நாடீ-ஶுத்தி: - நாடிகள் தூய்மை அடைதல், ஸ்யாத் - ஏற்படுமோ, ததா - அப்போது, சிஹ்னானி - அறிகுறிகள், பாஹ்யத: - வெளிப்புறத்தில், காயஸ்ய - உடலின், க்ருஶதா- மெலிந்த தன்மை, காந்தி:- ஒளிருதல், ததா- மற்றும், ஜாயேத- ஏற்படும், நிஶ்சிதம் - நிச்சயமாக

(இவ்விதம் உகந்த விதத்திலான பிராணாயாமத்தினால்) நாடிகள் அனைத்தும் சுத்தம் அடைந்து அதற்கான வெளிப்புற அறிகுறிகள் தென்படும். நிச்சயமாக (தேவையற்ற பருமன் அழிந்து) உடல் மெலிந்து, ஒளிரும். 19

குறிப்புகள்

* வெளிப்புற அறிகுறிகள்... - வெளிப்புற அறிகுறிகள் போலவே உள்ளேயும் (மனதளவிலும் கூட) யோகி பல அறிகுறிகளை கவனித்து உணர்வார் - உரையாசிரியர்

சுலோகம் 20

யதேஷ்டம் தாரணம் வாயோ:
அநலஸ்ய ப்ரதீபநம் l
நாதாபிவ்யக்திராரோக்யம்
ஜாயதே நாடி-ஸோதநாத் ll 20 ll

யதேஷ்டம் - தாராளமான அளவில். தாரணம்- உள்ளிருத்திக்கொள்ளுதல், வாயோ- மூச்சுக்காற்றினை, அநலஸ்ய - ஜடராக்னியின், ப்ரதீபநம்- தூண்டப்படுதல், நாதாபிவ்யக்தி:- நாதம் உணரப்படுதல், ஆரோக்யம் -நோயின்மை, ஜாயதே- ஏற்படுகிறது, நாடி-ஸோதநாத்- நாடிகள் தூய்மை அடைவதால்

நாடிகள் தூய்மை அடைந்தால், தாராளமான அளவில் மூச்சுக்காற்றை உள்ளிருத்திக்கொள்ளும் திறன், ஜடராக்னி (ஜீரணத் திறன்) ஒளிருதல், நாதம் உணரப்படுதல், நோயின்மை ஆகியவை ஏற்படும். 20

குறிப்புகள்

1. **தாராளமான அளவில்...** - எத்தனை முறை வேண்டுமானாலும் மூச்சுக்காற்றை உள்ளிருத்திக்கொள்ளுலுதலும் சாத்தியமாகும் – உரையாசிரியர்

2. **நாதம் உணரப்படுதல்** - இது சுஷும்னா நாடியின் உள்ளே எழும் அநாஹதம் எனும் நாதத்தைக் குறிக்கிறது

சுலோகம் 21, 22, 23

மேத-ஸ்லேஷ்மாதிக: பூர்வம்

ஷட்-கர்மாணி ஸமாசரேத் I

அந்யஸ்து நாசரேத் தாநி

தோஷாணாம் ஸமபாவத: II 21 II

மேத-ஸ்லேஷ்மாதிக: - உடற்கொழுப்பும், கபமும் (சிலேட்டுமம்) அதிகமாக இருப்பவர், பூர்வம் – முன்னர், ஷட்-கர்மாணி- ஆறு செயல்களை, ஸமாசரேத் - செய்ய வேண்டும், அந்ய: து – மற்றவரோ, ந - வேண்டாம், ஆசரேத் - பயிற்சி செய்தல், தாநி – அவற்றை, தோஷாணாம்- தோஷங்களுடைய, ஸமபாவத: - சமநிலை இருப்பதனால்

தௌதிர்வஸ்தி: ததா நேதி:

த்ராடகம் நௌலிகம் ததா I

கபால-பாதிஸ்சைதாநி

ஷட்-கர்மாணி ப்ரசக்ஷதே II 22 II

தௌதி:, வஸ்தி, ததா- மற்றும், நேதி, த்ராடகம், நௌலிகம், ததா- மற்றும், கபால-பாதி, ச - மற்றும், ஏதாநி- இவை, ஷட்-கர்மாணி- ஆறு செயல்கள், ப்ரசக்ஷதே - எனப்படுகின்றன

கர்ம-ஷட்கமிதம் கோப்யம்

கட-ஶோதந-காரகம் l

விசித்ர-குண-ஸந்தாயி

பூஜ்யதே யோகி-புங்கவை: ॥ 23 ॥

கர்ம-ஷட்கம்- ஆறு செயல்கள், இதம்- இந்த, கோப்யம்- ரகசியமாக பாதுகக்கத் தக்கவை, கட-ஶோதந-காரகம்- உடலைத் தூய்மைபடுத்துபவை, விசித்ர-குண-ஸந்தாயி- ஆச்சரியமான பலன்களை ஏற்படுத்துபவை, பூஜ்யதே - போற்றப்படுகின்றன, யோகி-புங்கவை:- யோகிகளுள் சிறந்தவர்களால்

உடற்கொழுப்பும், கபமும் (சிலேட்டுமம்) அதிகமாக இருப்பவர் பிராணாயாமத்திற்கு முன் ஆறு செயல்களைச் (ஷட்-கர்ம/ கிரியைகள்) செய்தல் நலம். அவ்விதம் இல்லாதவர்களின் வாத-பித்த-கபங்கள் சமநிலையில் இருப்பதனால் இந்த ஆறு பயிற்சிகளை அவர்கள் செய்யத் தேவையில்லை. 21

தௌதி, வஸ்தி, நேதி, திராடகம், நௌலிகம், கபாலபாதி எனும் இவை ஷட்-கர்மங்கள் எனப்படுகின்றன. 22

இந்த ஷட்-கர்மங்கள் ரகசியமாக பாதுகாக்கத்தக்கவை. இவை, உடலை தூய்மைப்படுத்துகின்றன. சிறந்த யோகிகளால் மிகவும் போற்றப்படும் இவை பல ஆச்சரியமான பலன்களை உண்டாக்குகின்றன. 23

குறிப்புகள்

- பல ஆச்சரியமான பலன்களை உண்டாக்குகின்றன – அந்தந்த யோககிரியைகளின் பலன்கள் அடுத்துவர இருக்கும், அவை விளக்கப்படும் நூற்பகுதியில் தெரிவிக்கப்படும்.

சுலோகம் 24

சதுரங்குல-விஸ்தாரம்

ஹஸ்த-பஞ்ச-தஸாயதம் |

குருபதிஷ்ட-மார்கேண

ஸிக்தம் வஸ்த்ரம் ஶனை: க்ரஸேத் |

புந: ப்ரத்யாஹரேச்சைத்

உதிதம் தௌதி-கர்ம தத் || 24 ||

சதுரங்குல-விஸ்தாரம் - நான்கு விரற்கடை அகலம், ஹஸ்த-பஞ்ச-தஸாயதம்- பதினைந்து முழம் நீளம், குருபதிஷ்ட-மார்கேண- குரு உபதேசித்த முறையில், ஸிக்தம்- ஈரமான, வஸ்த்ரம்- துணியினை, ஶனை:- மெல்ல, க்ரஸேத்- விழுங்க வேண்டும், புந:- மீண்டும், ப்ரத்யாஹரேத்- வெளியில் எடுக்கவேண்டும், ச - மற்றும், ஏதத்- இது, உதிதம் - கூறப்பட்டது, தௌதி-கர்ம - தௌதிச் செயல், தத் - அது.

நான்கு விரற்கடை அகலமும், பதினைந்து முழம் நீளமும் கொண்ட ஈரமான துணியினை, குரு உபதேசித்த முறையில் மெல்ல விழுங்க வேண்டும். பின்னர் அதனை வெளியே எடுத்து விடவேண்டும். இது தௌதி கர்ம எனப்படுகிறது. 24

குறிப்புகள்

1. **ஈரமான துணியினை...** - துணியினை ஈரமாக்க வெது வெதுப்பான நீர் பயன்படுத்தப்படவேண்டும். புதிய, பயன்படுத்தப்படாத துணியை உபயோகிக்க வேண்டும் – உரையாசிரியர்

2. **மெல்ல விழுங்க வேண்டும்...** - துணியினை சிறிய சிறிய அளவில் விழுங்குதல் இதனால் தெரிவிக்கப்படுகிறது.

அதாவது முதல் நாள் ஒரு முழம். இரண்டாவது நாள் இரண்டு முழம். மூன்றாவது நாள் மூன்று முழம் எனும் விதமாக ஒவ்வொரு நாளும் விழுங்கப்படும் துணியின் நீளத்தை ஒவ்வொரு முழமாகக் கூட்ட வேண்டும் – உரையாசிரியர்

3. **தௌதி** – தௌதம் என்றால் தூய்மைப்படுத்தப்பட்டது என்று பொருள். எந்தச் செயலால் தூய்மை படுத்துதல் நிகழ்கிறதோ அது தௌதி.

சுலோகம் 25

காஸ-ஸ்வாஸ-ப்லீஹ-குஷ்டம்

கப-ரோகாஸ்ச விம்ஸ்தி: l

தௌதி-கர்ம-ப்ரபாவேண

ப்ரயாந்த்யேவ ந ஸம்ஸய: ll 25 ll

காஸ-ஸ்வாஸ-ப்லீஹ-குஷ்டம் - இருமல், ஆஸ்துமா, மண்ணீரல் நோய், தொழுநோய், கப-ரோகா:- கபம் தொடர்பான நோய்கள், ச - மற்றும் விம்ஸ்தி:- இருபது விதமான, தௌதி-கர்ம-ப்ரபாவேண- தௌதி-செயலின் மகிமையால், ப்ரயாந்தி ஏவ- அகன்றே விடுகின்றன, ந - இல்லை, ஸம்ஸய:- சந்தேகம்

இருமல், ஆஸ்துமா, மண்ணீரல் நோய், தொழுநோய், இருபது விதமான கபம் தொடர்பான நோய்கள் ஆகியவை தௌதி-செயலின் மகிமையால் அகன்றே விடுகின்றன. இதில் எந்தச் சந்தேகமும் இல்லை. 25

சுலோகம் 26

வஸ்தி:

நாபி-தக்ந-ஜலே பாயெள
ந்யஸ்த-நாலோத்கடாஸந: ।
ஆதார-குஞ்சநம் குர்யாத்
க்ஷாலநம் வஸ்திகர்ம தத் ॥ 26 ॥

நாபி-தக்ந-ஜலே - தொப்புள் வரை தண்ணீர் இருக்கும் விதமாக, பாயெள - ஆசன வாய் பகுதியில், ந்யஸ்த-நாலோத்கடாஸந:- (சிறிய)மூங்கில் குழாயைச் சொருகிக் கொண்டு உத்கடாசனத்தில் இருக்க வேண்டும், ஆதார-குஞ்சநம் - ஆசனவாய் பகுதியினை குறுக்குதல், குர்யாத் - செய்ய வேண்டும், க்ஷாலநம் - கழுவுதல், வஸ்திகர்ம- வஸ்தி செயல், தத் - அது

தொப்புள் வரை தண்ணீர் இருக்கும் விதமாக உத்கடாசனத்தில் இருந்து கொண்டு ஆசனவாய் பகுதியில் (மெல்லிய) மூங்கில் குழாயைச் சொருக வேண்டும். (தண்ணீர் உள்ளே செல்லும் விதமாக) ஆசனவாய் பகுதியினை குறுக்க வேண்டும். அது (இவ்விதம்) கழுவுதல் வஸ்தி (எனப்படுகிறது) 26

குறிப்புகள்

1. **தொப்புள் வரை தண்ணீர்**... - நதி முதலிய நீர்நிலைகளில் இருந்து கொண்டு இந்தப் பயிற்சியினைச் செய்யலாம்- உரையாசிரியர்

2. **மூங்கில் குழாயை**... - மூங்கில் குழாய் சுண்டுவிரல் புகும் அளவில் அகன்ற துளை கொண்டதாகவும், ஆறு அங்குலம் நீளமானதாகவும் இருக்கவேண்டும். நாலு அங்குல நீளம் ஆசனவாயினுள் உட்செலுத்தப்பட வேண்டும்.

இரண்டங்குலம் வெளியில் நீட்டிக்கொண்டிருக்க வேண்டும் - உரையாசிரியர்

3. ஒரு சிலர், ஆசனவாயினால் காற்றினை உள்ளிழுக்க பழகிக்கொண்டு, நீரில் நின்று கொண்டு, மூங்கில் குழாயினை பயன்படுத்தாமல், நீரை ஆசனவாயினால் உள்ளிழுத்து இந்த வஸ்தி கர்மத்தை செய்ய விழைவார்கள். அவ்விதம் செய்வதனால், பயிற்சி முடிந்த பின், உட்புகுந்த நீர் அனைத்தும் முழுமையாக வெளியேறாது. இதனால் பல விதமான நோய்கள் உண்டாகும். ஆகவே மூங்கில் குழாய் இல்லாமல் இந்தப் பயிற்சியினைச் செய்யலாகாது. இவ்விதம் மூங்கில் குழாய் அனாவசியம் என்றிருந்தால் சுவாத்மாராமர் மூங்கில் குழாய் பற்றி குறிப்பிட்டுச் சொல்லவேண்டிய தேவை இருந்திருக்காதே! - - உரையாசிரியர்

4. **உத்கடாசனத்தில் இருந்து கொண்டு** - இரண்டு பிட்டங்களையும் இரண்டு குதிகால்களில் படுமாறு வைத்துக்கொண்டு கட்டைவிரல்கள் இரண்டின் பலத்தினால் நிற்றல் உத்கடாசனம் எனப்படும்- உரையாசிரியர்

5. **ஆசவாயினை குறுக்க வேண்டும்** - நீர் உட்புகுந்த பின்னர் நெளலி கர்ம செய்து நீரினை சுற்றிலும் பரவச்செய்து உட்புற பாகங்களைக் கழுவ வேண்டும்- உரையாசிரியர்

6. **வஸ்தி எனப்படுகிறது**... - இந்த வஸ்தி கர்மமும், இதற்கு முன் கூறப்பட்ட தௌதி கர்மமும் உணவு உட்கொள்ளும் முன் செய்யவேண்டும். இந்த கர்மங்களைச் செய்த பின் உணவு உட்கொள்ளுதலில் தாமதம் செய்யலாகாது- உரையாசிரியர்

7. **வஸ்தி** அல்லது பஸ்தி என்றால் - கழுவுதல் என்று பொருள் கொள்ளலாம். (வஸ்த - எனும் வேர்ச்சொல்லுக்கு கதி-

இயக்கம், அசைவு என்றும் ஒரு அர்த்தம் உள்ளது. இந்த யோக கிரியையில் உள்ள இயக்கம் கழுவும் விதமானது என்று அறிந்து கொள்ள வேண்டும்)

சுலோகம் 27

குல்ம-ப்லீஹோதரம் சாபி

வாத-பித்த-கபோத்பவா: I

வஸ்தி-கர்ம-ப்ரபாவேண

க்ஷீயந்தே ஸகலாமயா: II 27 II

குல்ம-ப்லீஹோதரம் ச அபி - சுரப்பிகளில் வீக்கம் (குல்ம), மண்ணீரல் நோய் (ப்லீஹ), வாத-பித்த-கபங்களால் ஏற்படும் நோய்களும், வாத-பித்த-கபோத்பவா:- வாத-பித்த-கபங்களால் ஏற்படும் நோய்களும், வஸ்தி-கர்ம-ப்ரபாவேண- வஸ்தி செயல் மகிமையினால், க்ஷீயந்தே - நீங்கிவிடுகின்றன, ஸகலாமயா: - அனைத்து வியாதிகளும்

சுரப்பிகளில் வீக்கம் (குல்ம), மண்ணீரல் நோய் (ப்லீஹ), வாத-பித்த-கபங்களால் ஏற்படும் நோய்கள் என இவையனைத்தும் வஸ்தி செயல் மகிமையினால் நீங்கிவிடும். 27

குறிப்புகள்

* **வாத-பித்த-கபங்களால்...** - தனித்தனியாக வாதம், கபம், பித்தம் இவைகளால் ஏற்படும் நோய்களும், இரண்டு இரண்டாக இவைகளில் (வாதம்+பித்தம், பித்தம்+கபம், கபம்+வாதம்) மாறுபாடுகள் ஏற்படுவதால் உண்டாகும் நோய்களும், ஒரு சேர இவை மூன்றின் நிலையும் மாறுவதனால் ஏற்படும் நோய்களும் கூட இந்தப் பயிற்சியினால் அகலும் என்று புரிந்து கொள்ள வேண்டும்- உரையாசிரியர்

சுலோகம் 28

தாத்வித்ரியாந்த: கரண-ப்ரஸாதம்
தத்யாச்ச காந்திம் தஹந-ப்ரதீப்திம் I
அஷேஷ-தோஷோபசயம் நிஹந்யாத்
அப்யஸ்யமாநம் ஜல-வஸ்தி-கர்ம II 28 II

தாத்வித்ரியாந்த:கரண-ப்ரஸாதம்- தாதுகள், புலன்கள், மனது ஆகியவைகளுக்கு பிரசாத நிலையை (விளக்கம் குறிப்பில்), தத்யாத் ச- அளிக்கிறது, காந்திம்- ஒளிர்தல், தஹந-ப்ரதீப்திம்- ஜடராக்னியை (ஜீரணத்திறன்) தூண்டுதல், அஷேஷ-தோஷோபசயம் - தோஷங்களாகிய வாத-பித்த-கபங்களின் ஏற்றத்தாழ்வுகளை, நிஹந்யாத் - அழித்து சமன் செய்கிறது, அப்யஸ்யமாநம் - பயிற்சி செய்யப்படும், ஜல-வஸ்தி-கர்ம - ஜலவஸ்தி எனும் செயல்

இந்த ஜலவஸ்தி எனும் பயிற்சி தாதுக்கள், புலன்கள், மனது ஆகியவைகளை பிரசாத நிலையை (விளக்கம் குறிப்பில்) எய்தச் செய்கிறது. (உடலை) ஒளிரசெய்கிறது. ஜடராக்னியை (ஜீரணத்திறன்) தூண்டிவிடுகிறது. தோஷங்களாகிய வாத-பித்த-கபங்களின் ஏற்றத்தாழ்வுகளை சமன் செய்கிறது. 28

குறிப்புகள்

1. **ஜலவஸ்தி** - ஜலத்தில்/நீரில் செய்யபடும் வஸ்தி எனும் யோக கிரியை ஜல-வஸ்தி என்று புரிந்துகொள்ள வேண்டும் - உரையாசிரியர்

2. **தாதுக்கள்-** கடந்த அத்தியாயத்தின் 63வது சுலோகத்தின் முதல் அடிக்குறிப்பினைக் காண்க

3. **புலன்கள்** - ஐந்து கர்மேந்திரியங்கள் - பேச்சு, கைகள், கால்கள், ஆசனவாய், பிறப்புறுப்பு. ஐந்து ஞானேந்திரியங்கள்

- கேட்டல், பார்த்தல், நுகர்தல், சுவைத்தல், தொடுவுணர்வு - உரையாசிரியர்

4. **மனது** - மனது (எண்ணங்கள் தோன்றுமிடம்), புத்தி (முடிவெடுக்கும் திறன்), சித்தம் (நினைவுகளின் பெட்டகம்), அஹங்காரம் (நான் எனும் உணர்வு) இவை - உரையாசிரியர்

5. **பிரஸாத நிலை-** மனதில் பரிதவிப்பு, கவனச்சிதறல், சோகம், மயக்கம்/குழப்பம், கனத்தல், இருள் கவிந்திருத்தல், கீழான/பலவீனமான நிலை ஆகிய ராஜோகுண-தமோகுண விளைவுகள் அகன்று மகிழ்வு, தெளிவு, இலகுவான தன்மை ஆகிய ஸாத்விக குணத்தின் விளைவுகள் தோன்றுதல் தான் பிரஸாதம் எனப்படுகின்றது - உரையாசிரியர்

சுலோகம் 29

நேதி

ஸூத்ரம் விதஸ்தி ஸுஸ்நிக்தம்
நாஸாநாலே ப்ரவேஶயேத் I
முகாந்நிர்கமயேச்சைஷா
நேதி: ஸித்தை: நிகத்யதே II 29 II

ஸூத்ரம் - நூலை, விதஸ்தி - ஒரு விதஸ்தி (பன்னிரெண்டங்குலம்) நீளமுள்ள, ஸுஸ்நிக்தம் -மென்மையான, நாஸாநாலே- நாசிதுவாரத்தில், ப்ரவேஶயேத் - நுழைக்க வேண்டும், முகாத் - வாய்வழியாக, நிர்கமயேத் ச- வெளியே எடுக்க வேண்டும், ஏஷா - இது, நேதி:- நேதி (என்று), ஸித்தை:- சித்தர்களால், நிகத்யதே - கூறப்படுகிறது

ஒரு விதஸ்தி (பன்னிரண்டங்குலம்) நீளமுள்ள, மென்மையான (முடிச்சுகள் அற்ற), ஒரு நூலை நாசிதுவாரத்தில் நுழைக்க

வேண்டும். அதனை வாய்வழியே வெளியே எடுக்க வேண்டும். இது நேதி-கர்ம என்று சித்தர்களால் அழைக்கப்படுகிறது. 29

குறிப்புகள்

1. **ஒரு விதஸ்தி (பன்னிரண்டங்குலம்) நீளமுள்ள...** - நூல் எவ்வளவு நீளம் இருந்தால் நேதி கிரியையை சிரமமில்லாமல் செய்யலாமோ அவ்வளவு நீளம் எடுத்துக்கொள்ள வேண்டும். ஒரு விதஸ்தி என்பது ஒரு உதாரணத்திற்காக குறிப்பிடப்பட்டது - உரையாசிரியர்.

2. **ஒரு நூலை...** - அந்த நூல் எட்டாக, பத்தாக, அல்லது பதினைந்தாக திரிக்கப்பட்டு திடமானதாக இருக்கவேண்டும்- உரையாசிரியர்.

3. **நாசிதுவாரத்தில் நுழைக்க வேண்டும்...** - திரிக்கப்பட்ட நூலின் ஒரு நுனியினை ஒரு நாசியில் நுழைத்து. மற்ற நாசியை விரலால் மூடிக்கொண்டு (நூல் நுழைக்கப்பட்ட நாசியினால்)மூச்சுக் காற்றினை உள்ளிழுக்கவேண்டும். பின்னர், வாயினால் மூச்சுக் காற்றினை வெளியே விடவேண்டும். இவ்விதம் மீண்டும் மீண்டும் செய்வதனால் உள் நுழைக்கப்பட்ட நூலின் நுனி (வாய் வழியே) வெளிவரும். வெளிவந்த அந்த நுனியினையும் நாசியின் வெளியில் இருக்கும் நூலின் இன்னொரு நுனியினையும் பிடித்துக்கொண்டு மெதுவாக முன்னும் பின்னும் அசைக்க வேண்டும்.

ஒரு நாசி துவாரத்தில் நுழைத்து இன்னொரு நாசிதுவாரம் வழியாக நூலினை வெளியே கொண்டு வரும் விதமாகவும் இந்த கிரியையைச் செய்யலாம். அதனைச் செய்யும் விதம்: நூலின் ஒரு நுனியினை ஒரு நாசியில் நுழைத்து. மற்ற நாசியை விரலால் மூடிக்கொண்டு (நூல் நுழைக்கப்பட்ட

நாசியினால்) மூச்சுக் காற்றினை உள்ளிழுக்கவேண்டும். பின்னர், மற்றொரு நாசியினால் மூச்சுக்காற்றினை வெளியே விட வேண்டும். இவ்விதம் மீண்டும் மீண்டும் செய்வதனால் உள் நுழைக்கப்பட்ட நூலின் நுனி (மற்றொரு நாசி வழியாக) வெளிவரும். பின்னர் முன்பு கூறியவாறு முன்னும் பின்னும் அசைக்க வேண்டும். இந்த இரண்டாம் வகை, பலமுறை முயல்பவருக்கு எப்போதாவது சரியான படி செய்ய வாய்க்கும்-- உரையாசிரியர்.

4. **நேதி** - இந்தச் சொல் உருவான விதம் பற்றி சம்ஸ்க்ருத அகராதிகளில் குறிப்பு இல்லை. எனினும் ஒலி ஒற்றுமை கொண்டு சிறிது அனுமானிக்காலாம். இந்தச் சொல் "நீஞ் - ப்ராபணே/அடையச் செய்தல்" எனும் வேர்ச்சொல்லிலிருந்து உருவாக்கப்பட்டிருக்கலாம். நோய்களை அழித்து ஆரோக்கியத்தை "அடையச்செய்கிறது" இந்த பயிற்சி என்பதனால் நேதி என்ற வழங்கபட்டிருக்கலாம்.

சுலோகம் 30

கபால-ஜோதிநீ சைவ

திவ்ய-த்ருஷ்டி-ப்ரதாயிநீ l

ஐத்ரூர்த்வ-ஜாத-ரோகௌகம்

நேதிராஜு நிஹந்தி ச ll 30 ll

கபால-ஜோதிநீ ச ஏவ - கபாலத்தையும் தூய்மைப்படுத்துகிறது, திவ்ய-த்ருஷ்டி-ப்ரதாயிநீ - நுண்ணிய பொருட்களைக் (தெய்விகமான) காணும் திறனை அளிக்கிறது, ஐத்ரூர்த்வ-ஜாத-ரோகௌகம் - தோள்பட்டைக்கு மேல் உண்டாகும் எல்லா நோய்களையும், நேதி: - நேதி, ஆசு - விரைவாக நிஹந்தி ச -அழித்திவிடுகிறது

இந்தப் பயிற்சி கபாலத்தையும் தூய்மைப்படுத்துகிறது. நுண்ணிய பொருட்களைக் (தெய்விகமான)காணும் திறனை அளிக்கிறது. தோள்பட்டைக்கு மேல் உண்டாகும் எல்லா நோய்களையும் விரைவாக அழித்தொழித்துவிடுகிறது. 30

குறிப்புகள்

- **கபாலத்தையும்...** – கபாலத்தையும் என்று கூறப்பட்டதால் நாசி துவாரம் முதலியவைகளையும் கழிவுகளில்லாமல் (அவைகளில் அடைப்பில்லாமல்) இந்தப் பயிற்சி தூய்மைப்படுத்திவிடுகிறது.

சுலோகம் 31

த்ராடகம்

நிரீக்ஷந்நிஸ்சல-த்ருஸா

ஸௌக்ஷ்ம-லக்ஷ்யம் ஸமாஹித: l

அஸ்ரு-ஸம்பாத-பர்யந்தம்

ஆசார்யைஸ்த்ராடகம் ஸ்ம்ருதம் ll 31 ll

நிரீக்ஷத்-பார்க்கவேண்டும், நிஸ்சல-த்ருஸா – அசைவற்ற பார்வையுடன், ஸௌக்ஷ்ம-லக்ஷ்யம் – நுண்ணிய இலக்கினை, ஸமாஹித:-மன ஒருமைப்பாட்டுடன், அஸ்ரு-ஸம்பாத-பர்யந்தம் – கண்ணீர் வரும் வரை, ஆசார்யை:- ஆச்சாரியர்களால், த்ராடகம்- த்ராடகம், ஸ்ம்ருதம் – (என்று) அறியப்படுகிறது

மன ஒருமைப்பாட்டுடன், அசைவற்ற பார்வையுடன், கண்ணீர் வரும் வரை நுண்ணிய இலக்கு ஒன்றைப் பார்க்கவேண்டும். ஆச்சாரியர்களால் இது திராடகம் (என்று) அறியப்படுகிறது. 31

குறிப்புகள்

- **திராடகம்** – இந்தச் சொல் உருவான விதமும் எந்த சம்ஸ்க்ருத அகராதியிலும் கொடுக்கப்படவில்லை. "த்ர" எனும் சொல் இருப்பதனால் –"த்ரை – பாலனே" – காப்பாற்றுதல் எனும் அர்த்தத்திலுள்ள த்ரை எனும் சம்ஸ்க்ருத வேர்ச்சொல்லுடன் இந்த வார்த்தையைத் தொடர்புபடுத்தலாம். இந்த பயிற்சியினால் கண்கள் நோய்களிலிருந்து "காப்பாற்றப்படுவதனால்" திராடகம் என்று பெயர் கொடுக்கப்பட்டிருக்கலாம்.

சுலோகம் 32

மோசநம் நேத்ர-ரோகாணாம்

தந்த்ராதீநாம் கபாடகம் ।

யத்நதஸ்-த்ராடகம் கோப்யம்

யதா ஹாடக-பேடகம் ॥ 32 ॥

மோசநம் - விடுவிக்கிறது, நேத்ர-ரோகாணாம் - கண் நோய்களிலிருந்து தந்த்ராதீநாம்- மந்தத்தன்மை முதலியவைகளை, கபாடகம்- அழித்துவிடுகிறது, யத்நத:- முயன்று, த்ராடகம்- திராடகம், கோப்யம்- பாதுகாக்கப்படவேண்டும், யதா- எவ்வாறு ஹாடக-பேடகம் - ஆபரண பெட்டியை (பாதுகாக்கிறோமோ அவ்வாறு)

கண் நோய்களைப் போக்கவல்ல இந்தத் திராடகம், மந்தத்தன்மை முதலியவைகளைப் போக்கும். ஆகவே ஆபரணப் பெட்டியைப் போல இந்தப் பயிற்சியைப் பாதுகாக்கவேண்டும். 32

குறிப்புகள்

- **மந்தத்தன்மை** - தமோ குணத்தின் வெளிப்பாடு மந்தத்தன்மை - உரையாசிரியர்

சுலோகம் 33

நௌலி

அமந்தாவர்த-வேகேந

துந்தம் ஸவ்யாபஸவ்யத: |

நதாம்ஸோ ப்ராமயேதேஷா

நௌலி: ஸித்தை: ப்ரஶஸ்யதே || 33 ||

அமந்தாவர்த-வேகேந - நீர்ச் சுழலின் தீவிரமான வேகத்துடன், துந்தம் - வயிற்றை, ஸவ்யாபஸவ்யத:- இடமிருந்து வலமாகவும், (வலமிருந்து இடமாகவும்), நதாம்ஸ:- முன்புறம் நோக்கி குவிந்த தோள்களுடன், ப்ராமயேத்- சுழற்ற வேண்டும், ஏஷா - இது, நௌலி:- நௌலி (என்று), ஸித்தை:- சித்தர்களால், ப்ரஶஸ்யதே - போற்றப்படுகிறது

முன்புறம் நோக்கி குவிந்த தோள்களுடன், நீர்ச் சுழலின் தீவிரமான வேகத்துடன் வயிற்றை இடமிருந்து வலமாகவும், வலமிருந்து இடமாகவும் சுழற்ற வேண்டும். இது நௌலி என்று சித்தர்களால், போற்றப்படுகிறது. 33

குறிப்புகள்

- **நௌலி** – இந்தச் சொல்லுக்கும் அகராதிகளில் விளக்கமில்லை. இதுவும் நேதி போல நீஞ் - அடையச்செய்தல் என்னும் வேர்ச்சொல்லிலிருந்து உருவாகியிருக்கலாம். (விளக்கம் இதே அத்தியாயம் சுலோகம் 29ன் 4வது அடிக்குறிப்பு பார்க்கவும்)

சுலோகம் 34

மந்தக்நி-ஸந்தீபந-பாசநாதி-
ஸந்தாபிகாநந்தகரீ ஸதைவ l
அஸேஷ-தோஷாமய-போஷிணீ ச
ஹட-க்ரியா-மௌலிரியம் ச நௌலி: ll 34 ll

மந்தக்நி-ஸந்தீபந-பாசநாதி-ஸந்தாபிகா - மந்தமான ஜடராக்னியைத் தூண்டுதல், உண்ட உணவு செரிக்கும் படி செய்தல் முதலிய பலன்களை அளிக்ககிறது, ஆநந்தகரீ - ஆனந்தத்தை அளிக்கிறது ஸதா ஏவ - எப்போதுமே, அஸேஷ-தோஷாமய-போஷிணீ ச - வாத-பித்தம் முதலியவைகளின் சமநிலை சீர்கேடு, (அதனால் ஏற்படும்) நோய்கள் ஆகியவற்றை வற்றச் செய்கிறது ஹட-க்ரியா-மௌலி: - ஹட கிரியைகளுக்கு மகுடம் போன்றது இயம் ச - இந்த நௌலி: - நௌலி

இந்த நௌலி எனும் பயிற்சி மந்தமான ஜடராக்னியைத் தூண்டுதல், உண்ட உணவு செரிக்கும் படி செய்தல் முதலிய பலன்களை அளிக்ககிறது. வாத-பித்தம் முதலியவைகளின் சமநிலை சீர்கேடு, (அதனால் ஏற்படும்) நோய்கள் ஆகியவற்றை வற்றச் செய்கிறது. ஆனந்தத்தை அளிக்கிறது. (ஆகவே) எல்லா விதமான ஹட கிரியைகளுக்கும் மகுடம் போன்றது இந்த நௌலி. 34

குறிப்புகள்

- … முதலிய பலன்களை அளிக்கிறது… - உடற்கழிவுகளும் அகற்றப்படுகின்றன - உரையாசிரியர்
- …மகுடம் போன்றது இந்த நௌலி - முன்பு கூறப்பட்ட தௌதி, வஸ்தி ஆகியவை நௌலி உதவியுடன் தான் செய்யப்படுவதனால் மகுடம் என்று நௌலி போற்றப்பட்டது - உரையாசிரியர்.

சுலோகம் 35

கபாலபாதி:

பஸ்த்ராவல்லோஹ-காரஸ்ய

ரேச-பூரௌ ஸஸம்ப்ரமம் ।

கபால-பாதிர்-விக்யாதா

கப-தோஷ-விஸோஷிணீ ॥ 35 ॥

பஸ்த்ராவத்- துருத்தியைப் போல, லோஹ-காரஸ்ய- கொல்லரின், ரேச-பூரௌ- மூச்சுக்காற்றினை வெளியேற்றி உள்ளிழுத்தல், ஸஸம்ப்ரமம் - வேகமாக, கபால-பாதி:- கபாலபாதி, விக்யாதா - அறியப்படுகிறது, கப-தோஷ-விஸோஷிணீ - கபத்தினால் விளையும் நோய்களை வற்றடித்துவிடுறது

கொல்லரின் **துருத்தியைப் போல** வேகமாக மூச்சுக்காற்றினை வெளியேற்றி உள்ளிழுத்தல் கபாலபாதி என்று அறியப்படுகிறது. இது கபத்தினால் விளையும் நோய்களை வற்றடித்துவிடுறது. 35

குறிப்புகள்

* **கபாலபாதி** - கபாலம் - கபாலப் பகுதி. பாதி - ஒளிரச்செய்தல். இந்தப் பயிற்சி கபாலப் பகுதியினை மாசற்ற விதத்தில் ஒளிரச்செய்வதனால் இவ்விதம் அழைக்கப்படுகின்றது.

சுலோகம் 36

ஷட்-கர்ம-நிர்கத-ஸ்தௌல்ய-

கப-தோஷ-மலாதிக: ।

ப்ராணாயாமம் தத: குர்யாத்

அநாயாஸேந ஸித்த்யதி ॥ 36 ॥

ஷட்-கர்ம-நிர்கத-ஸ்தௌல்ய-கப-தோஷ-மலாதிக: - ஆறு கர்மங்களைச் செய்து, அதனால் உடல் பருமன், கபம் தொடர்பான நோய்கள், (உடற்) கழிவுகள் ஆகியவை அகலப்பெற்றவர், ப்ராணாயாமம்- பிரணாயாமத்தை, தத:-அதன் பின், குர்யாத் - செய்யவேண்டும், அநாயாஸேந- எளிதில், ஸித்த்யதி - கைகூடும்

இந்த (மேற்கூறிய) ஆறு கர்மங்களைச் செய்து, அதனால் உடல் பருமன், கபம் தொடர்பான நோய்கள், (உடற்) கழிவுகள் ஆகியவை அகலப்பெற்ற பின் செய்யப்படும் பிராணாயாமம் எளிதில் கைகூடும். 36

குறிப்புகள்

* **பிராணாயாமம் இலகுவாக கைகூடும்** – இந்த ஆறு கர்மங்கள்/கிரியைகள் செய்யாமல் பிராணாயாமம் செய்தல் சிரமமானதாக இருக்கும் – உரையாசிரியர்

சுலோகம் 37

ப்ராணாயாமைரேவ ஸர்வே
ப்ரஶுஷ்யந்தி மலா இதி ।
ஆசார்யாணாந்து கேஷாஞ்சித்
அந்யத் கர்ம ந ஸம்மதம் ॥ 37 ॥

ப்ராணாயாமை: ஏவ - பிராணாயாமங்களினாலே, ஸர்வே - எல்லா, ப்ரஶுஷ்யந்தி - வற்றிவிடுகின்றன, மலா:- கழிவுகளும், இதி - என்று, ஆசார்யாணாம் து - ஆசாரியர்களுள், கேஷாஞ்சித் - சிலருக்கு, அந்யத் - வேறு, கர்ம- செயல் ந - இல்லை ஸம்மதம் - சம்மதம்

பிராணாயாமங்களினாலே எல்ல விதமான கழிவுகளும் வற்றிவிடுகின்றன. வேறு எந்த விதமான கர்மங்களையும் ஆசாரியர்கள் சிலர் ஏற்பதில்லை. 37

குறிப்புகள்

* **ஆசாரியர்கள் சிலர் ஏற்பதில்லை** - யாஜ்ஞுவல்கியர் முதலிய ஆசிரியர்கள் ஏற்பதில்லை - உரையாசிரியர்.

யோக-யாஜ்ஞுவல்க்ய-ஸம்ஹிதை (தோராயமாக பதின்மூன்றாம் நூற்றாண்டு) எனும் ஹடயோக நூலில் இந்த ஆறு கிரியைகள் பற்றி குறிப்பிடப்படவில்லை.

சுலோகம் 38

கஜ-கரணீ

உதர-கத-பதார்தமுத்வமந்தி

பவநமபாநமுதீர்ய கண்ட-நாலே ।

க்ரம-பரிசய-வஸ்ய-நாடி-சக்ரா

கஜ-கரணீதி நிகத்யதே ஹட-ஜ்ஞை: ॥ 38 ॥

உதர-கத-பதார்தம்- வயிற்றிலுள்ள உணவினை, உத்வமந்தி-வாய்வழியே வெளியேற்றி விடலாம், பவநம்- வாயுவினை, அபாநம்- அபானம் எனும், உதீர்ய - மேலெழுப்பி, கண்ட-நாலே- தொண்டைப் பகுதிக்கு, க்ரம-பரிசய-வஸ்ய-நாடி-சக்ரா - படிப்படியாக பயிற்சி செய்வதன் மூலம் (தொண்டைக்கு அருகிலுள்ள) நாடிகளை வசப்படுத்துவதால், கஜ-கரணீ- கஜ-கரணீ இதி - என்று நிகத்யதே - கூறப்படுகிறது ஹட-ஜ்ஞை: - ஹட யோகம் அறிந்தவர்களால்

(ஆசனவாய் பகுதியில் இருக்கும்) அபானவாயுவை தொண்டை வரை எழச்செய்வதன் மூலம், வயிற்றிலுள்ள

உணவினை வெளிக்கொணரவேண்டும். படிப்படியாக பயிற்சி செய்வதன் மூலம் (தொண்டைக்கு அருகிலுள்ள) நாடிகளை வசப்படுத்துவதால் இதனை சாதிக்கலாம். இதனை கஜகரணீ என்று ஹடயோகம் அறிந்தவர்கள் கூறுவார்கள். 38

குறிப்புகள்

1. **நாடிகளை வசப்படுத்துவதால்**... - தொண்டைப்பகுதியில் சங்கினீ முதலிய நாடிகள் உள்ளன. அவைகளை வசப்படுத்த வேண்டும் – உரையாசிரியர்

2. **கஜகரணீ** - இந்தப் பயிற்சிக்கான பெயர் விளக்கமும் அகராதிகளில் கொடுக்கப்படவில்லை. கஜகரணீ என்றால், யானையின் செயல் போன்ற வேலை. யானை துதிக்கையால் நீரை உறிஞ்சி, தனது துதிக்கையால் நீரை பீய்ச்சி அடிக்கிறது. அதனை ஒத்த செயல் இது என்பதனால் இதற்கு கஜகரணீ என்றா பெயர் ஏற்பட்டிருக்கலாம். ஆறு கிரியைகள் என்று கூறினாலும் ஏழாவதாக இந்த பயிற்சியும் விளக்கப்பட்டுள்ளது.

சுலோகம் 39

ப்ரஹ்மாதயோ(அ)பி த்ரிதஶா:

பவநாப்யாஸ-தத்பரா: |

அபூவந்நந்தக-பயாத்

தஸ்மாத் பவநமப்யஸேத் || 39 ||

ப்ரஹ்மாதய: - பிரம்மன் முதலிய, அபி - கூட, த்ரிதஶா: - தேவர்கள், பவநாப்யாஸ-தத்பரா:- மூச்சுப் பயிற்சியில் முனைப்பு கொண்டவர்களாக, அபூவந் - இருந்தனர், அந்தக-பயாத் - கால பயத்தினால், தஸ்மாத்- ஆகையால், பவநம் அப்யஸேத்- மூச்சுப்பயிற்சி செய்ய வேண்டும்

(படைக்கும் தொழிலைச் செய்யும்) பிரம்மன் முதலிய தேவர்களும் கூட கால பயத்தினால் மூச்சுப் பயிற்சியில் முனைந்தனர். ஆகவே மூச்சுபயிற்சியைச் செய்தல் வேண்டும். 39

சுலோகம் 40

யாவத் பத்தோ மருத் தேஹே
யாவச்சித்தம் நிராகுலம் I
யாவத்-த்ருஷ்டி: ப்ருவோர்-மத்யே
தாவத் கால-பயம் குத: || 40 ||

யாவத் - எதுவரை, பத்த:- ஒடுக்கப்பட்டுள்ளதோ, மருத் - மூச்சுக்காற்று, தேஹே - உடலில், யாவத்- எதுவரை, சித்தம்- மனம், நிராகுலம்- கவலையின்றி இருக்கிறதோ, யாவத் - எது வரை, த்ருஷ்டி: - பார்வை, ப்ருவோ:- இரு புருவங்களுக்கு, மத்யே - இடையே (உள்ளதோ), தாவத்- அது வரை, கால-பயம்- கால பயம், குத: - எங்கிருந்து/ஏது

உடலில் மூச்சுக்காற்று ஒடுக்கப்பட்டுள்ள வரை, மனம் கவலையற்று இருக்கும் வரை, கவனம் (தியானப் பயிற்சியில்) புருவங்களுக்கும் இடையே குவிக்கப்பட்டிருக்கும் வரை காலபயம் ஏது? 40

சுலோகம் 41

விதி-வத் ப்ராண-ஸம்யாமை:
நாடி-சக்ரே வியோதிதே I
ஸுஷும்நா-வதனம் பித்த்வா
ஸுகாத் விஸதி மாருத: || 41 ||

விதி-வத் - முறையான, ப்ராண-ஸம்யாமை:- பிராணாயாமங்களினால், நாடி-சக்ரே - அனைத்து நாடிகளும், விஸோதிதே - தூய்மைபடுத்தப்பட்ட பின், ஸுஷும்னா-வதநம் - சுஷும்னா நாடியை, பித்வா - துளைத்து, ஸுகாத்-எளிதில், விஸ்ருதி- சுலபமாக, மாருத:- மூச்சுக்காற்று

முறையான பிராணாயாமத்தினால் அனைத்து நாடிகளையும் தூய்மைப்படுத்திய பின் சுஷும்னா நாடியைத் துளைத்து, மூச்சுக்காற்று எளிதில் அதனுள் புகுந்து விடும். 41

குறிப்புகள்

- **சுஷும்னா நாடி** – இடா, பிங்கலா நாடிகளுக்கு நடுவே உள்ள நாடி இது - உரையாசிரியர். இடா, பிங்கலா நாடி பற்றி விளக்கத்திற்கு பார்க்க இதே அத்தியாயம் சுலோகம் 7 - அடிக்குறிப்புகள் 1&2.

சுலோகம் 42

மாருதே மத்ய-ஸஞ்சாரே

மந:-ஸ்தைர்யம் ப்ரஜாயதே |

யோ மந-:ஸ்ஸ்திரீபாவ:

ஸைவாவஸ்தா மநோந்மநீ || 42 ||

மாருதே- மூச்சுக்காற்றானது, மத்ய-ஸஞ்சாரே - மத்திய நாடியில் புகுந்த பின், மந:-ஸ்தைர்யம்- மனதின் ஸ்திரத்தன்மை, ப்ரஜாயதே - ஏற்படும், ய: - எது மந:-ஸ்ஸ்திரீபாவ:- மனதின் ஸ்திரத்தன்மையோ, ஸா- அந்த, ஏவ- தான், அவஸ்தா- நிலை, மநோந்மநீ - மனோன்மனீ (சமாதி)

மூச்சுக்காற்று மத்திய நாடியில் புகுந்த பின் மனம் ஸ்திரத்தன்மை பெறும். இந்த மனதின் ஸ்திரத்தன்மை தான் மனோன்மனீ எனும் நிலை. 42

குறிப்புகள்

1. **மத்திய நாடியில் புகுந்த பின்** – மத்திய நாடியாகிய சுஷும்னா நாடியில் மூச்சுக்காற்று புகுந்து உச்சந்தலை (பிரம்மரந்திரம்) வரை செல்லும் போது மனம் நிலையாக ஆகிவிடும். அதாவது தியானிக்கப்படும் பொருளின் வடிவினை தத்ரூபமாக பிரதிபலிக்கத் துவங்கிவிடும். – உரையாசிரியர்

2. **மனோன்மனீ** - இது சமாதி நிலையைக் குறிக்கிறது. ராஜயோகம் என்பதும் இதுவே தான். இது பற்றி பார்க்க அத்தியாயம் 4 சுலோகம் 3.

சுலோகம் 43

தத்-ஸித்தயே விதாந-ஞ்ஞா:

சித்ராந் குர்வந்தி கும்பகாந் ।

விசித்ர-கும்பகாப்யாஸாத்

விசித்ராம் ஸித்திமாப்நுயாத் ॥ 43 ॥

தத்-ஸித்தயே– அது ஏற்படுவதற்காக, விதாந-ஞ்ஞா: – வழிமுறைகளை அறிந்தவர்கள், சித்ராந்– பலவிதமான, குர்வந்தி– செய்வார்கள், கும்பகாந் – பிராணாயாமங்களை, விசித்ர-கும்பகாப்யாஸாத்– பலவிதமான கும்பகங்களை பயிற்சி செய்வதனால், விசித்ராம்– பலவிதமான, ஸித்திம்– பலன்களை, ஆப்நுயாத்– பெறலாம்

அந்த நிலை (மனோன்மனீ) ஏற்படுவதற்காக பலவிதமான பிராணாயாமங்களை (கும்பகங்களை) அதன் முறைகளை அறிந்தவர்கள் செய்வார்கள். பலவிதமான கும்பகங்களை பயிற்சி செய்வதனால் பலவிதமான பயன்களைப் பெறலாம். 43

குறிப்புகள்

* **பலவிதமான பயன்களைப் பெறலாம்** - அணிமா முதலிய அட்டமா சித்திகளை அடையலாம். பிராணாயாமம், பிரத்தியாஹாரம் (புலன்களின் கட்டுப்பாடு) ஆகிய படிகளை கிரமமாகக் கடந்து (சமாதி நிலையை அடைவதன் மூலம்) இந்த யோக சக்திகளை பெறலாம் என்று புரிந்துகொள்ள வேண்டும் – உரையாசிரியர்

சுலோகம் 44

ஸெளர்ய-பேதநமுஜ்ஜாயீ

ஸீத்காரீ ஸீதலீ ததா ।

பஸ்த்ரிகா ப்ராமரீ

மூர்ச்சா ப்லாவிநீத்யஷ்டகும்பகா: ॥ 44 ॥

ஸெளர்ய-பேதநம், உஜ்ஜாயீ, ஸீத்காரீ, ஸீதலீ, ததா - மற்றும், பஸ்த்ரிகா, ப்ராமரீ, மூர்ச்சா, ப்லாவிநீ, இதி - என்று, அஷ்டகும்பகா: - (இவை) எட்டு கும்பகங்கள்

சூரியபேதனம், உஜ்ஜாயீ, சீத்காரீ, சீதலீ, பஸ்த்ரிகா, பிராமரீ, மூர்ச்சா, பிலாவினீ எனும் இவை எட்டு கும்பகங்கள் ஆகும். 44

சுலோகம் 45

பூரகாந்தே து கர்தவ்ய:

பந்தோ ஜாலந்தராபித: ।

கும்பகாந்தே ரேசகாதௌ

கர்தவ்யஸ்துராட்டியநக: ॥ 45 ॥

பூரகாந்தே து - பூரகத்திற்குப் (மூச்சுக்காற்றை உள்ளிழுத்தல்) பின், கர்தவ்ய:- செய்யப்படவேண்டும், பந்த:- பந்தம், ஜாலந்தராபித:-

ஜாலந்தரம் எனப்படும், கும்பகாந்தே- கும்பகம் (மூச்சுக் காற்றினை உள்ளிருத்திக்கொள்வது) முடிந்து, ரேசகாதௌ - ரேசகம் (மூச்சுக் காற்றினை வெளியே விடுதல்) துவங்கும் முன்பு, கர்தவ்ய: து- செய்யப்படவேண்டும், உட்டியனக:- உட்டியான பந்தம்

பூரகத்திற்குப் (மூச்சுக்காற்றை உள்ளிழுத்தல்) பின் ஜாலந்தர பந்தம் செய்யப்பட வேண்டும். கும்பகம் (மூச்சுக் காற்றினை உள்ளிருத்திக்கொள்வது) முடிந்து ரேசகம் (மூச்சுக் காற்றினை வெளியே விடுதல்) துவங்கும் முன்பு உட்டியான பந்தம் செய்யப்பட வேண்டும். 45

குறிப்புகள்

1. **பந்தம்** – மூச்சுக்காற்றைக் கட்டிப்போடுவதனால்/தடுத்து நிறுத்துவதனால் இந்தப் பயிற்சி பந்தம் எனப்படுகிறது. ஜாலந்தரம் எனும் பந்தம் ஜாலந்தர-பந்தம் (முகவாயை நெஞ்சுப் பகுதியில் பதிக்கும் விதமான இந்தப் பயிற்சியின் விளக்கம் அறிய பார்க்க - அதியாயம் 3 சுலோகங்கள் - 70-73) - உரையாசிரியர்

2. **பூரகத்திற்குப் பின்...** – மூச்சுக்காற்றை உள்ளிழுத்து முடித்த உடனேயே இது செய்யப்பட வேண்டும் - உரையாசிரியர்.

3. **உட்டியானம்** – முயற்சி செய்து தொப்புள் பகுதியை உள்நோக்கி இழுத்தல் உட்டியானம். - உரையாசிரியர் (இந்தப் பயிற்சியின் விளக்கம் அறிய பார்க்க - அத்தியாயம் 3 சுலோகங்கள் -55-60)

சுலோகம் 46

அதஸ்தாத் குஞ்சநேநாஶு

கண்ட-ஸங்கோசநே க்ருதே I

மத்யே பஶ்சிம-தாநேந

ஸ்யாத் ப்ராணோ ப்ரஹ்ம-நாடிக: II 46 II

அதஸ்தாத் - அடிப்பகுதியை (ஆசனவாய்), குஞ்சநேந- சுருக்கி, ஆஶு - உடனடியாக, கண்ட-ஸங்கோசநே- தொண்டைப் பகுதியை சுருக்குதல், க்ருதே- செய்து, மத்யே- மத்தியப் பகுதியினை (வயிற்றை), பஶ்சிம-தாநேந- பின்னோக்கி இழுப்பதனால் (உட்டியானபந்தம்), ஸ்யாத்- ஆகும், ப்ராண:- பிராணன், ப்ரஹ்ம-நாடிக: - சுஷும்னா நாடியில் புகுந்ததாக

தொண்டைப் பகுதியைச் சுருக்கிய பின் (ஜாலந்தர பந்தம் செய்தபின்), அடிப்பகுதியை (ஆசனவாய்) சுருக்கி (மூல பந்தம் செய்து), பின்னர் மத்தியப் பகுதியினை (வயிற்றை) பின்னோக்கி இழுப்பதனால் (உட்டியானபந்தம்) பிராணன் பிரம்மநாடியில் (சுஷும்னா நாடியில்) புகுந்துவிடும். 46

குறிப்புகள்

1. **பிராணன் பிரம்மநாடியில்** - இந்த மூன்று பந்தங்கள் பற்றிய விளக்கம் அடுத்த அத்தியாயத்தின் சுலோகங்களில் (55-76) விளக்கமாக கூறப்பட்டுள்ளன.

2. **தொண்டைப் பகுதியைச் சுருக்கிய பின்...** - இந்த ஜாலந்தர பந்தத்துடன் ஜிஹ்வா பந்தம் செய்தால் மூல பந்தமும், உட்டியான பந்தமும் தேவைப்பட மாட்டா. ஜிஹ்வா பந்தம் தெரியாதவர்கள் மூல பந்தமும், உட்டியான பந்தமும் செய்ய வேண்டும் - உரையாசிரியர்.

3. **அடிப்பகுதியை (ஆசனவாயினைச்) சுருக்கி...** – மூல பந்தம் சரியாகச் செய்யவில்லை என்றால் பலவிதமான நோய்கள் தோன்றும். தாதுக்களின் (கடந்த அத்தியாயத்தின் 63 சுலோகத்தின் முதல் அடிக்குறிப்பினைக் காண்க) சீர்கேடு, ஜீரணத் திறன் குறைதல், குரல் தெளிவற்றுப்போதல், ஆட்டுப்புழுக்கை போல் சிறு உருண்டைகளாக மலம் வெளியேறுதல் ஆகியவை தவறாக மூல பந்தம் செய்வதன் அறிகுறிகள் ஆகும். தாதுக்கள் ஊட்டம் பெறுதல், ஜீரணத்திறன் ஓங்குதல், குரல் தெளிவடைதல், மலம் எளிதாக வெளியேறுதல் ஆகியவை சரியான மூலபந்த பயிற்சியின் அறிகுறிகள் ஆகும். ஆகவே இந்த பந்தங்கள் அனைத்துமே (குறிப்பாக மூல பந்தம்) குருவின் வழிகாட்டுதலில் தான் செய்யப்பட வேண்டும்– உரையாசிரியர்.

சுலோகம் 47

அபானமூர்தவமுத்தாப்ய

ப்ராணம் கண்டாதகேதா நயேத் l

யோகீ ஜரா விமுக்த: ஸந்

ஷோடஸாப்தவயா பவேத் ll 47 ll

அபாநம்– அபான வாயுவினை, ஊர்தவம்– மேலே, உத்தாப்ய– எழுப்பி, ப்ராணம்– பிராணனை, கண்டாத்– தொண்டைப்பகுதியிலிருந்து, அத:– கீழே, நயேத்– கொண்டு செல்லவேண்டும், யோகீ – யோகப் பயிற்சியாள்ர், ஜரா – மூப்பு, விமுக்த:– நீங்கியவர், ஸந் – ஆகி, ஷோடஸாப்தவயா:– பதினாறு வயதினர், பவேத் – ஆகிவிடுவார்

அபான வாயுவினை மேலே எழச்செய்து (ஆசனவாயினைச் சுருக்கி மூல பந்தம் செய்து) பிராணனை தொண்டைக்குக் கீழ் கொண்டு செல்லவேண்டும் (ஜாலந்தர பந்தம்). இதனால் யோகி மூப்பு நீங்கி பதினாறு வயதினராகிவிடுவார். 47

குறிப்புகள்

1. **அபான வாயுவினை மேலே…** இந்த சுலோகத்தில் ஜாலந்தர-மூல பந்தங்கள் மட்டுமே கூறபட்டிருந்தலும், இவை இரண்டையும் செய்தால் உட்டியானபந்தம் தானாவே நிகழும். ஆகவே உட்டியான பந்தம் தனியாக கூறப்படவில்லை என்று அறிந்துகொள்ள வேண்டும். ஞானேஸ்வரர் கூட தனது கீதை உரையின் ஆறாவது அத்தியாயத்தில் இது பற்றி தெளிவுபடுத்தியுள்ளார் – உரையாசிரியர்

2. **பதினாறு…** - பதினாறு வயதினரைப் போல் இளமை பெறுவார்– உரையாசிரியர்

3. 45,46,47 ஆகிய மூன்று சுலோகங்களுமே கூட மூன்று பந்தங்களைத் தான் கூறுகின்றன என்றாலும் - சுலோகம் 45 பந்தங்கள் செய்யும் போது மூச்சு எவ்விதம் இருக்கவேண்டும் என்று தெளிவுபடுத்துகிறது. பந்தங்கள் நிகழும் தன்மையை (ஸ்வரூபம்) சுலோகம் 46 விவரிக்கிறது. பந்தங்களின் பலனை சுலோகம் 47 குறிப்பிடுகிறது என்று புரிந்து கொள்ள வேண்டும். - உரையாசிரியர்

சுலோகம் 48, 49

ஆஸநே ஸுகதே யோகீ

பத்வா சைவாஸநம் தத: |

தக்ஷ-நாட்யா ஸமாக்ருஷ்ய

பஹி:-ஸ்தம் பவனம் ஶநை: || 48 ||

ஆஸநே- இருக்கையில், ஸுகதே- செளகரியமான, யோகீ, பத்வா ச - ஏற்படுத்திக்கொண்டு, ஏவ- கூட ஆஸனம் - யோகாசனத்தை, தத:- அதன் பின், தக்ஷ-நாட்யா- வலது நாசியினால், ஸமாக்ருஷ்ய-

உள்ளிழுத்து, பஹி:-ஸ்தம்- வெளியில் உள்ள, பவநம்- காற்றினை, ஶநை: - மெதுவாக

ஆ கேஶாதாநகாக்ராச்ச
நிரோதாவதி கும்பயேத் l
தத: ஶநை: ஸவ்ய-நாட்யா
ரேசயேத் பவநம் ஶநை: ll 49 ll

ஆ கேஶாத்- (தலை) கேசத்திலிருந்து, ஆநகாக்ராத் ச- கால் நகம் வரை, நிரோதாவதி- உள்ளிழுக்கப்பட்ட வாயு உணரப்படும் விதத்தில், கும்பயேத்- காற்றை உள்ளே இருத்திக்கொள்ள வேண்டும், தத:- அதன் பின், ஶநை:- மெதுவாக, ஸவ்ய-நாட்யா- இடது நாசியினால், ரேசயேத்- வெளியே விடவேண்டும், பவநம் - மூச்சுக்காற்றினை, ஶநை: - மெதுவாக

செளகரியமான இருக்கையில் இருந்து கொண்டு, ஒரு (அமர்ந்த நிலையிலுள்ள) யோகாசனம் செய்ய வேண்டும். அதன் பின்னர் வெளியிலுள்ள காற்றை வலது நாடியினால் (நாசியினால்) மெல்ல உள்ளிழுத்து(48) தலைமுடி முதல் கால் நகம் வரை உள்ளிழுக்கப்பட்ட வாயு உணரப்படும் விதத்தில் மூச்சுக்காற்றை உள்ளிருத்திக்கொள்ள வேண்டும். அதன் பின்னர் இடது நாசியினால் மிகவும் மெதுவாக மூச்சுக்காற்றினை வெளியே விடவேண்டும் 49.

குறிப்புகள்

- **தலைமுடி முதல் கால் நகம் வரை** – இது மிகவும் பிரயாசையுடன்/முயன்று பிராணனை உள்ளிருத்திக் கொள்வதனைக் குறிக்கிறது. பிராணாயாமத்தில் அவசரப்படக்கூடாது, பொறுமையாகத் தான் செய்யவேண்டும் என்று முன்பு கூறப்பட்டது (அத்தியாயம் 2 சுலோகம் 15).

ஆனால் இங்கு மிகவும் பிரயாசைப்பட வேண்டும் என்று கூறப்படுவது சுயமுரண்பாடு அல்லவா என்ற கேள்வி எழலாம். ஆனால் மிகவும் முயன்று என்பதற்கான பொருள் - மனதில் மிகுந்த முயற்சி/ஊக்கம் இருக்கவேண்டும் - என்பது தான். சரியான தயாரிப்பில்லாமல் மூச்சுக்காற்றை அடக்க முயலக்கூடாது. அதே சமயத்தில், மூச்சுக்காற்றை உள்ளிருத்திக்கொள்ளும் திறன் ஏற்படும் போது பார்த்துக்கொள்ளலாம் என்ற தளர்வாக, ஊக்கமற்ற முயற்சியும், அணுகுமுறையும் உதாவது. மனதளவில் உந்துதல் மிகவும் அவசியம் – உரையாசிரியர்

சுலோகம் 50

கபால-ஶோதநம் வாத-

தோஷ-க்நம் க்ரும-தோஷ-ஹ்ருத் I

புந: புநரிதம் கார்யம்

ஸௌர்ய-பேதநமுத்தமம் II 50 II

கபால-ஶோதநம்-கபாலப் (தலை) பகுதியினை தூய்மைப்படுத்தும், வாத-தோஷ-க்நம் - வாதம் தொடர்பான நோய்களைப் போக்கும், க்ரும-தோஷ-ஹ்ருத் - (வயிற்றில்) கிருமிகளால் ஏற்படும் நோய்களை அகற்றும், புந: புந: - மீண்டும் மீண்டும், இதம் - இதனை, கார்யம் - செய்யவேண்டும், ஸௌர்ய-பேதநம்- சூரியபேதனத்தை, உத்தமம் - சிறந்ததான

கபாலப் (தலை) பகுதியினை தூய்மைப்படுத்தும், வாதம் தொடர்பான நோய்களைப் போக்கும்,(வயிற்றில்) கிருமிகளால் ஏற்படும் நோய்களை அகற்றும் இந்த சூரிய-பேதனத்தை (பிராணாயாமத்தை) மீண்டும் மீண்டும் செய்ய வேண்டும். 50

சுலோகம் 51, 52.1

உஜ்ஜாயீ

முகம் ஸம்யம்ய நாடீப்யாம்
ஆக்ருஷ்ய பவநம் ஶனை: |
யதா லகதி கண்டாத்து
ஹ்ருதயாவதி ஸ்ஸ்வநம் || | 51 ||

முகம் - வாயினை, ஸம்யம்ய - மூடிக்கொண்டு, நாடீப்யாம்-நாசி துவாரங்கள் இரண்டின் வழியே, ஆக்ருஷ்ய- உள்ளிழுத்து, பவநம்- மூச்சுக்காற்றினை, ஶனை:- மெல்ல, யதா -விதத்தில், லகதி-உணரப்படுமாறு, கண்டாத் து - தொண்டைப்பகுதியிலிருந்து, ஹ்ருதயாவதி- நெஞ்சுப் பகுதி வரை, ஸ்ஸ்வநம் - ஓசையுடன்

பூர்வவத் கும்பயேத் ப்ராணம்
ரேசயேதிடயா ததா 52.1

பூர்வவத் - முன்பு போல, கும்பயேத்- உள்ளிருத்தி, ப்ராணம்- மூச்சுக்காற்றை, ரேசயேத்- மூச்சுக்காற்றை வெளியே விட வேண்டும், இடயா - இடா நாடி (இடது நாசி) வழியே, ததா - மற்றும்,

வாயினை மூடிக்கொண்டு நாசி துவாரங்கள் இரண்டின் வழியே தொண்டைப்பகுதியிலிருந்து நெஞ்சுப் பகுதி வரை உணரப்படுமாறு ஓசையுடன் மெல்ல மூச்சுக்காற்றினை உள்ளிழுத்து, முன்பு குறிப்பிடப்பட்ட விதத்தில் உள்ளிருத்தி, இடா நாடி (இடது நாசி) வழியே மூச்சுக்காற்றை வெளியே விட வேண்டும். 51,52.1

குறிப்புகள்

- **முன்பு குறிப்பிடப்பட்ட விதத்தில்** - சூரியபேதன பயிற்சியில் மூச்சுக்காற்றை உள்ளிருத்திக்கொள்ளும் முறை கூறப்பட்டது. அதுபோலவே இங்கும் செய்யவேண்டும் - உரையாசிரியர்

சுலோகம் 52.2, 53

ர்லேஷ்ம-தோஷ-ஹரம்

கண்டே தேஹாநல-விவர்தநம் ॥ 52 ॥

ர்லேஷ்ம-தோஷ-ஹரம்- கபம் தொடர்பான பிரச்சினைகள் தீரும், கண்டே- தொண்டையில், தேஹாநல-விவர்தநம்- உடலின் அக்கினி தூண்டப்படும் (ஜீரணசக்தி அதிகமாகும்)

நாடீ-ஜலோதராதாது-

கத-தோஷ-விநாஶநம் ।

கச்சதா திஷ்டதா கார்யம்

உஜ்ஜாய்யாக்யம் து கும்பகம் ॥ 53 ॥

நாடீ-ஜலோதராதாது-கத-தோஷ-விநாஶநம் -நாடிகள் (பிராணன் சஞ்சரிக்கும் பாதை), (குடித்த) நீர், வயிறு, தாதுக்கள் இவைகளால்/ இவைகளில் ஏற்படும் உபாதைகள் நீங்கும், கச்சதா - நடந்தபடியும், திஷ்டதா- நின்றபடியும், கார்யம் - செய்யலாம், உஜ்ஜாய்யாக்யம் து - உஜ்ஜாயீ எனும், கும்பகம் - கும்பகம்

(இந்த பயிற்சியினால்) தொண்டையில் கபம் தொடர்பான பிரச்சினைகள் தீரும், உடலின் அக்னி தூண்டப்படும் (ஜீரணசக்தி அதிகமாகும்) நாடிகள் (பிராணன் சஞ்சரிக்கும் பாதை), (குடித்த) நீர், வயிறு, தாதுக்கள் இவைகளால்/ இவைகளில் ஏற்படும் உபாதைகள் நீங்கும். இந்த உஜ்ஜாயீ

எனும் கும்பகப் பயிற்சியை நடந்தபடியும், நின்றபடியும் செய்யலாம். 52.2, 53

குறிப்புகள்

1. **தாதுக்கள்** - காண்க அத்தியாயம் 1 சுலோகம் 63 அடிக்குறிப்பு 1

2. **சென்றபடியும், நின்றபடியும்** - நின்றபடி உஜ்ஜாயீ செய்யும் போது பந்தங்கள் செய்யக்கூடாது - உரையாசிரியர்

சுலோகம் 54

ஸீத்காம் குர்யாத் ததா வக்த்ரே

க்ராணைநைவ விஜ்ரும்பிகாம் ।

ஏவமப்யாஸ-யோகேந

காம-தேவோ த்விதீயக: ॥ 54 ॥

ஸீத்காம் -'ஸீத்' எனும் சப்தம், குர்யாத் - செய்ய வேண்டும், ததா- மற்றும், வக்த்ரே - வாய் பகுதியில், க்ராணேண - நாசியினால், ஏவ - மட்டுமே விஜ்ரும்பிகாம்- மூச்சுக்காற்றை வெளியே விடுதல், ஏவம்- இவ்வித, அப்யாஸ-யோகேந- பயிற்சி கைகூடினால், காம-தேவ: - மன்மதன், த்விதீயக:- இரண்டாம்

வாய் பகுதியில் (உள்நோக்கி) 'ஸீத்' எனும் சப்தம் செய்ய வேண்டும் (அதன் மூலமாகவே மூச்சும் உள்ளிழுக்கப்படும்). (அதன் பின்னர்) நாசியினால் மட்டுமே மூச்சுக்காற்றை வெளியே விட வேண்டும். இப்படிப்பட்ட பயிற்சி கைகூடினால், ஒருவர், இரண்டாம் மன்மதனாகலாம். 54

குறிப்புகள்

1. **சப்தம் செய்ய வேண்டும்** - இவ்விதம் செய்யும் போது உதடுகளுக்கு இடையே நாக்கு இருக்கவேண்டும் - உரையாசிரியர்.

2. **நாசியினால் மட்டுமே** - வாயினால் மூச்சுக் காற்றினை வெளியே விடக் கூடாது. இந்தப் பயிற்சியின் போதும், பயிற்சி முடிந்த பின்னும் கூட வாயால் மூச்சுக்காற்றை வெளியே விடக்கூடாது. அவ்விதம் செய்தால் உடல் பலஹீனமாகிவிடும் - உரையாசிரியர்.

3. **மூச்சுக்காற்றை வெளியே விட வேண்டும்** - (முன்பு கூறியபடி) மூச்சுக்காற்றை உள்ளிருத்திக்கொண்ட பின் (கும்பகம் செய்தபின்) மூச்சுக்காற்றை வெளியே விடவேண்டும். கும்பகம் கூறப்படவில்லை என்றாலும் கும்பகங்கள் பற்றிய நூற்பகுதியில் இந்தப் பிராணாயாமம் கூறப்பட்டுள்ளதால் இதிலும் கும்பகம் உள்ளது என்பது உணரத்தக்கது - உரையாசிரியர்.

4. **மன்மதனாகலாம்** - மன்மதனைப் போல மிகச்சிறப்பான மேனி அழகும், உடற்கட்டும் பெறலாம் - உரையாசிரியர்.

சுலோகம் 55, 56

யோகினீ-சக்ர-ஸம்மாந்ய:

ஸ்ருஷ்டி-ஸம்ஹார-காரக: l

ந க்ஷுதா ந த்ருஷா நித்ரா

நைவாலஸ்யம் ப்ரஜாயதே ll 55 ll

யோகினீ-சக்ர-ஸம்மாந்ய:- யோகினிகளால் மிகவும் போற்றப்படுவார், ஸ்ருஷ்டி-ஸம்ஹார-காரக:- உலகினை படைக்கவும் அழிக்கவும் கூடத் திறன் பெறுவார், ந - இல்லை க்ஷுதா - பசி, ந- இல்லை, த்ருஷா- தாகம், நித்ரா - தூக்கம், ந எவ - இல்லவே இல்லை, ஆலஸ்யம்- சோம்பல், ப்ரஜாயதே- ஏற்படுவது

பவேத் ஸத்த்வம் ச தேஹஸ்ய

ஸர்வோபத்ரவ-விவர்ஜித: l

அநேந விதிநா ஸத்யம்

யோகீந்த்ரோ பூமி-மண்டலே ‖ 56 ‖

பவேத்- ஏற்படும், ஸத்த்வம்- பலம், ச -, தேஹஸ்ய - உடலுக்கு, ஸர்வோபத்ரவ-விவர்ஜித:-எல்லா அல்லல்களும் நீங்கப்பெற்றவர், அநேந- இந்த, விதிநா- வழிமுறையினால், ஸத்யம் - உண்மை, யோகீந்த்ர:- யோகிகளுள் சிறந்தவர், பூமி-மண்டலே - பூவுலகில்

(இதனைப் பயிற்சி செய்பவர்) யோகினிகளால் மிகவும் போற்றப்படுவார். உலகினை படைக்கவும் அழிக்கவும் கூடத் திறன் பெறுவார். பசி, தாகம், சோம்பல் ஆகியவை ஏற்படா. 55

இந்தப் பயிற்சியினால் (சீத்காரீ) - உடல் பலம் பெறும். ஒருவர் எல்லா அல்லல்களும் நீங்கப்பெற்று நிச்சயமாக இப்பூவுலக யோகிகளுள் சிறந்தவராக ஆகிவிடுவார். 56

குறிப்புகள்

1. **யோகினிகள்** – தேவியின் அறுபத்து நான்கு சக்தி வடிவங்கள். அல்லது நாத யோக ஸம்பிரதாயத்தின் (சிறந்த) பெண் யோகப் பயிற்சியாளர்கள்.

2. **சக்ரம்** - சக்ரம் எனும் சொல் இங்கு குழு என்பதனைக் குறிக்கிறது. இங்கு யோகினீ-சக்ரம் என்றால், யோகினிகளின் குழு என்று பொருள் கொள்ள வேண்டும்.

சுலோகம் 57, 58

சீதலீ

ஜிஹ்வயா வாயுமாக்ருஷ்ய
பூர்வ-வத் கும்ப-ஸாதநம் ।
ஶநகைக்ராண-ரந்த்ராப்யாம்
ரேசயேத் பவநம் ஸுதீ: ॥ 57 ॥

ஜிஹ்வயா- நாக்கினால், வாயும்-காற்றினை, ஆக்ருஷ்ய- உள்ளிழுத்து, பூர்வ-வத் - முன்போல, கும்ப-ஸாதநம் -மூச்சுக்காற்றை உள்ளடக்க வேண்டும், ஶநகை:- மெதுவாக, க்ராண-ரந்த்ராப்யாம்- இரண்டு நாசிதுவாரம் வழியே, ரேசயேத்- வெளியே விடவேண்டும், பவநம்- மூச்சுக்காற்றை, ஸுதீ:- அறிவார்ந்த பயிற்சியாளர்

குல்ம-ப்லீஹாதிகாந் ரோகாந்
ஜ்வரம் பித்தம் க்ஷுதாம் த்ருஷாம் ।
விஷாணி ஸீதலீ நாம
கும்பிகேயம் நிஹந்தி ஹி ॥ 58 ॥

குல்ம-ப்லீஹாதிகாந் -சுரப்பிகளில் வீக்கம், கணைய நோய் முதலிய, ரோகாந் - நோய்கள், ஜ்வரம்- ஜுரம், பித்தம் -பித்தம், க்ஷுதாம்- பசி, த்ருஷாம் - தூக்கம், விஷாணி- விஷக்கடிகள், ஸீதலீ - சீதலீ, நாம - என்ற, கும்பிகா - கும்பகம், இயம் - இந்த, நிஹந்தி -அழிக்கிறது, ஹி - நிச்சயமாக

அறிவார்ந்த பயிற்சியாளர் நாக்கினால் காற்றினை உள்ளிழுத்து, முன்போல மூச்சுக்காற்றை உள்ளடக்க வேண்டும். பின்னர் மெதுவாக இரண்டு நாசிதுவாரம் வழியே மூச்சுக்காற்றை வெளியே விடவேண்டும். (இது சீதலீ பிராணாயாமம்) 57

சுரப்பிகளில் வீக்கம், கணைய நோய் முதலிய நோய்கள், ஜூரம், பித்தம், (அளவுக்கதிகமான) பசி, தூக்கம், விஷக்கடி ஆகியவைகளை இந்த சீதலீ எனும் கும்பக பயிற்சி நிச்சயமாக அழிக்கிறது. 58

குறிப்புகள்

1. **நாக்கினால் காற்றினை உள்ளிழுத்து** – நாக்கினை உதடுகளுக்கு வெளியே நீட்ட வேண்டும். பின்னர் பறவையின் கீழ் அலகு போல நாக்கினை குழித்துக்கொள்ள வேண்டும். இவ்விதம் இருக்கும் நாவினால் மூச்சுக்காற்றை உள்ளிழுக்கவேண்டும். - உரையாசிரியர்

2. **முன்போல மூச்சுக்காற்றை உள்ளடக்க வேண்டும்** – சூரியபேதன பயிற்சியில் கூறப்பட்டது. போல – உரையாசிரியர்

சுலோகம் 59

ஊர்வோருபரி ஸம்ஸ்தாப்ய
சுபே பாததலே உபே ।
பத்மாஸநம் பவேதேதத்
ஸர்வ-பாப-ப்ரணஶநம் ॥ 59 ॥

ஊர்வோ:- இரண்டு தொடைகளுக்கு, உபரி- மேல், ஸம்ஸ்தாப்ய- வைத்து (வைக்க வேண்டும்), சுபே- தூய்மையான, பாததலே - பாதங்களை, உபே-இரண்டு, பத்மாஸநம்- பத்மாசனம், பவேத்- ஆகும், ஏதத் – இது, ஸர்வ-பாப-ப்ரணஶநம் - அனைத்து பாபங்களையும் போக்கவல்ல

இரண்டு தொடைகளுக்கு மேல், தூய்மையான எதிரெதிர் கால்களின் பாதங்களை (மேல் நோக்கி இருக்குமாறு) வைக்க வேண்டும். இது அனைத்து பாபங்களையும் போக்கவல்ல பத்மாசனம் ஆகும். 59

குறிப்புகள்

* **பத்மாசனம் ஆகும்** - பஸ்த்ரிகா செய்வதற்கு பத்மாசனம் தான் உகந்தது ஆகவே பத்மாசனம் முதலில் கூறப்படுகிறது - உரையாசிரியர்.

சுலோகம் 60

ஸம்யக் பத்மாஸநம் பத்த்வா

ஸம-க்ரீவோதர: ஸுதீ: l

முகம் ஸம்யம்ய யத்நேந

ப்ராணம் க்ராணேந ரேசயேத் ll 60 ll

ஸம்யக் -நன்றாக, பத்மாஸநம்- பத்மாசனம், பத்த்வா- செய்து, ஸம-க்ரீவோதர:- வயிறும், கழுத்தும் நேராக இருக்கும் படி, ஸுதீ: - நிலையான மனது கொண்ட பயிற்சியாளர், முகம்- வாயினை, ஸம்யம்ய- மூடிக்கொண்டு, யத்நேந- முயன்று, ப்ராணம்- மூச்சுக்காற்றை, க்ராணேந- நாசியினால், ரேசயேத் - வெளியே விடவேண்டும்

வயிறும், கழுத்தும் நேராக இருக்கும் படி நன்றாக பத்மாசனத்தில் அமர்ந்த, நிலையான மனது கொண்ட பயிற்சியாளர், வாயினை மூடிக்கொண்டு பிராணனை(மூச்சுக்காற்றை) முயன்று நாசியினால் வெளியே விடவேண்டும். 60

குறிப்புகள்

- **நாசியினால்** – ஏதாவது ஒரு நாசிதுவாரம் வழியே மூச்சுக் காற்றினை வெளியே விடவேண்டும் – உரையாசிரியர்

சுலோகம் 61–64

யதா லகதி ஹ்ருத்-கண்டே

கபாலாவதி ஸ்ஸ்வநம் ।

வேகேந பூரயேச்சாபி

ஹ்ருத்-பத்மாவதி மாருதம் ॥ 61 ॥

யதா – எப்போது, லகதி- உணரப்படுகிறதோ, ஹ்ருத்-கண்டே- நெஞ்சு-தொண்டைப் பகுதியில், கபாலாவதி- கபாலம் வரையில், ஸ்ஸ்வநம் – ஓசையுடன், வேகேந – வேகமாக, பூரயேத் ச – உள்ளிழுக்கவேண்டும், அபி – மற்றும், ஹ்ருத்-பத்மாவதி – நெஞ்சத்தாமரை வரை, மாருதம் – மூச்சுக்காற்றினை

புநர்-விரேசயேத் தத்வத்

பூரயேச்ச புந: புந: ।

யதைவ லோஹ-காரேண

பஸ்த்ரா வேகேந சால்யதே ॥ 62 ॥

புந: – மீண்டும், விரேசயேத்- மூச்சுக்காற்றினை வெளியே விடவேண்டும், தத்வத் – அது போலவே, பூரயேத் ச- மூச்சினை உள்ளே இழுக்கவேண்டும், புந: புந: – மீண்டும் மீண்டும், யதா ஏவ – எது போல, லோஹ-காரேண – கொல்லரால், பஸ்த்ரா – துருத்தி, வேகேந- வேகமாக, சால்யதே – செயல்படுத்தப்படுகிறதோ

தைதவ ஸ்வ-ஶரீர-ஸ்தம்
சாலயேத் பவநம் தியா |
யதா ஶ்ரமோ பவேத் தேஹே
ததா ஸௌர்யேண பூரயேத் || 63 ||

ததா ஏவ - அது போல, ஸ்வ-ஶரீர-ஸ்தம்- தன் உடலில் உள்ள, சாலயேத்- செயல்படுத்த வேண்டும், பவநம்- மூச்சுக்காற்றினை, தியா - கவனத்துடன், யதா - எப்போது, ஶ்ரம:- களைப்பு, பவேத்- ஏற்படுகிறதோ, தேஹே- உடலில், ததா - அப்போது, ஸௌர்யேண- வலது நாசியால்/சூரிய நாடியால், பூரயேத் - மூச்சை உள்ளிழுத்து நிறப்ப வேண்டும்

யதோதரம் பவேத் பூர்ணம்
அநிலேந ததா லகு |
தாரயேந்நாஸிகாம் மத்யா-
தர்ஜநீப்யாம் விநா த்ருடம் || 64 ||

யதா-எவ்விதம், உதரம்- வயிறு, பவேத் - ஆகிவிடுமோ, பூர்ணம்- நிறைந்தது, அநிலேந- காற்றினால், ததா - அவ்விதம், லகு - சீக்கிரம், தாரயேத்-பிடித்துக்கொள்ள வேண்டும், நாஸிகாம்- நாசியினை, மத்யா-தர்ஜநீப்யாம்- நடுவிரல், ஆள்காட்டிவிரல்கள், விநா- நீங்கலாக, த்ருடம் - உறுதியாக

ஓசையுடன் வெளியே விடப்படும் மூச்சுக்காற்று ஓசையுடன் நெஞ்சு-தொண்டைப் பகுதியிலிருந்து கபாலம் வரையில் உணரப்படும் விதமாக இருத்தல் வேண்டும். மூச்சுக்காற்றினை வேகமாக நெஞ்சத்தாமரை (நெஞ்சுக்குழி) வரை உள்ளிழுக்க வேண்டும். 61

மீண்டும் அதே போல மூச்சுக்காற்றை வெளியே விட வேண்டும். மூச்சுக்காற்றினை மீண்டும் மீண்டும் உள்ளிழுக்க வேண்டும்.

இந்தச் செயல் கொல்லர் பயன்படுத்தும் துருத்தியின் செயல்பாடு போல் இருக்கவேண்டும். 62

இவ்விதம் கவனத்துடன் பிராணனை சஞ்சரிக்கச் செய்யவேண்டும். களைப்பு ஏற்படும் போது சூரிய (வலது) நாடியினால்(நாசியினால்) காற்றினை உள்ளிழுத்து சீக்கிரம் வயிறு காற்றினால் நிறையும் விதம் செய்யவேண்டும். அதன் பின் நடுவிரல், ஆள்காட்டிவிரல் நீங்கலாக மற்ற விரல்களால் நாசியினை உறுதியாக பிடித்துக்கொள்ள வேண்டும். 63,64

குறிப்புகள்

* **மற்ற விரல்களால் நாசியினை…** - கட்டைவிரலால் வலது நாசியையும், மோதிரவிரலாலும், சுண்டுவிரலாலும் இடது நாசியையும் பிடித்துக்கொள்ள வேண்டும் - உரையாசிரியர்

சுலோகம் 65

விதிவத் கும்பகம் க்ருத்வா

ரேசயேதிடயாநிலம் ।

வாத-பித்த-ஶ்லேஷ்ம-ஹரம்

ஶரீராக்நி-விவர்தநம் ॥ 65 ॥

விதிவத்- முறைப்படி, கும்பகம்- கும்பகத்தை, க்ருத்வா- செய்து, ரேசயேத்- வெளியே விடவேண்டும், இடயா - இடது நாசி துவாரத்தினால்/இடா நாடியினால், அநிலம்- மூச்சுக்காற்றை, வாத-பித்த-ஶ்லேஷ்ம-ஹரம் - வாதம், பித்தம், கபம் ஆகியவைகளினால் ஏற்படும் நோய்களைப் போக்குகிறது, ஶரீராக்நி-விவர்தநம் - உடலின் அக்கினியை (ஜீரண சக்தியை) ஓங்கச் செய்கிறது

முறைப்படி கும்பகம் செய்து (காற்றினை உள்ளிருத்திக்கொண்டு) இடா நாடியின் வழியாக (இடது நாசி) மூச்சுக்காற்றினை

வெளியேற்ற வேண்டும். இது, வாதம், பித்தம், கபம் ஆகியவைகளினால் ஏற்படும் நோய்களைப் போக்குகிறது. உடலின் அக்னியை (ஜீரண சக்தியை) ஓங்கச் செய்கிறது. 65

குறிப்புகள்

1. **முறைப்படி கும்பகம் செய்து...** - மூன்று பந்தங்களுடன் மூச்சுக்காற்றை உள்ளிருத்திக்கொள்ளுதல் தான் முறைப்படி கும்பகம் செய்யும் விதமாகும் - உரையாசிரியர்

2. **உரையாசிரியர் கூறும் இருவிதமான பஸ்த்ரிகா செய்முறைகள்-**

   <u>முதல் வழிமுறை:</u> இடது நாசியை வலது சுண்டுவிரல், மோதிரவிரல் ஆகிய இரு விரல்களாலும் மூடிக்கொண்டு வலது நாசி வழியாக வேகமாக பஸ்த்ரிகா முறையில் மூச்சுக் காற்றினை வேகமாக வெளியே விடுதலும் உள்ளிழுத்தலும் செய்யவேண்டும். களைப்பு ஏற்பட்ட பின் அதே (வலது) நாசிவழியாக மூச்சுக் காற்றினை உள்ளிழுத்து, முறைப்படி கும்பகம் செய்து இடது நாசியினால் மூச்சுக்காற்றை வெளியே விட வேண்டும். அடுத்ததாக வலது நாசியை கட்டைவிரலால் மூடிக்கொண்டு இடது நாசி வழியே பஸ்த்ரிகா முறையில் மூச்சுக்காற்றினை வேகமாக உள்ளிழுத்து வெளியே விடுதல் வேண்டும். களைப்பு ஏற்பட்ட பின் அதே நாசி வழியே மூச்சுக்காற்றை உள்ளிழுத்து கும்பகம் செய்து வலது நாசியினால் மூச்சுக்காற்றை வெளியே விட வேண்டும். இது பஸ்த்ரிகா பிராணாயாமம் செய்வதில் ஒரு வழிமுறை.

   <u>இரண்டாம் வழிமுறை:</u> இடது நாசியை சுண்டுவிரல், மோதிரவிரல் ஆகிய இரு விரல்களாலும் மூடிக்கொண்டு வலது நாசியால் மூச்சுக் காற்றினை உள்ளிழுத்து, பின் வலது நாசியை கட்டைவிரலால் மூடிக்கொண்டு இடது நாசியால்

மூச்சுக் காற்றினை வெளியே விட வேண்டும். இவ்விதம் நூறு முறை பஸ்த்ரிகா முறையில் செய்தபின், களைப்பு ஏற்பட்ட பின் வலது நாசியால் மூச்சுக் காற்றினை உள்ளிழுக்க வேண்டும். சரியான படி பந்தங்களுடன் மூச்சுக் காற்றினை உள்ளிருத்திக்கொண்ட பின் இடது நாசி வழியே மூச்சுக் காற்றினை வெளியே விடவேண்டும். அடுத்தபடியாக, வலது நாசியை கட்டைவிரலால் மூடிக்கொண்டு இடது நாசியால் மூச்சுக் காற்றினை உள்ளிழுத்து, பின் இடது நாசியை சுண்டுவிரல், மோதிரவிரல் ஆகிய இரு விரல்களாலும் மூடிக்கொண்டு வலது நாசியால் மூச்சுக் காற்றினை வெளியே விட வேண்டும். இவ்விதம் நூறு முறை பஸ்த்ரிகா முறையில் செய்து களைத்தபின் இடது நாசியால் மூச்சுக் காற்றினை உள்ளிழுக்க வேண்டும். சரியான படி பந்தங்களுடன் மூச்சுக் காற்றினை உள்ளிருத்திக்கொண்ட பின் வலது நாசி வழியே மூச்சுக் காற்றினை வெளியே விடவேண்டும். இது இரண்டாம் வழிமுறையாகும்.

சுலோகம் 66

குண்டலீ-போதகம் க்ஷிப்ரம்

பவநம் ஸுகதம் ஹிதம் |

ப்ரஹ்ம-நாடீ-முகே ஸம்ஸ்த-

கபாத்யர்கல-நாஶநம் || 66 ||

குண்டலீ-போதகம் - குண்டலினியை விழுத்தெழச்செய்கிறது, க்ஷிப்ரம் - அதிவிரைவில், பவநம்- தூய்மைப்படுத்துகிறது, ஸுகதம்- மனமகிழ்வினை ஏற்படுத்துகிறது, ஹிதம்- நன்மை பயக்கிறது, ப்ரஹ்ம-நாடீ-முகே ஸம்ஸ்த-கபாத்யர்கல-நாஶநம் -பிரம்ம நாடியின் (சுஷும்னா) நுழைவாயிலில் இருக்கும் கபம் முதலிய தடைகளை அழித்தொழித்து விடுகிறது

இது குண்டலினியை அதிவிரைவில் விழித்தெழச்செய்கிறது. தூய்மைப்படுத்தும், நன்மை பயக்கும் இந்தப் பயிற்சி மனமகிழ்வினை ஏற்படுத்துகிறது, பிரம்ம நாடியின் (சுஷும்னா) நுழைவாயிலில் இருக்கும் கபம் முதலிய தடைகளை அழித்தொழித்து விடுகிறது. 66

குறிப்புகள்

1. **நன்மை பயக்கும்...** - இது பற்றி உரையாசிரியர் வருமாறு கூறுகிறார் - எல்லாவிதமான பிராணாயாமங்களும் நன்மை பயப்பவை தான் என்றாலும் -

   - சூரியபேதனமும், உஜ்ஜாயீ பிராணாயாமமும் உஷ்ணமானவை. குளிர்காலத்தில் நன்மை அளிப்பவை.

   - சீத்காரியும், சீதலியும் குளிர்ச்சியானவை. கோடை காலத்தில் நலம் அளிப்பவை.

   - பஸ்த்ரிகாவில் உஷ்ணமும்-குளுமையும் சம அளவில் உள்ளன. ஆகவே எக்காலத்திற்கும் உகந்தது பஸ்த்ரிகா.

   மேலும் எல்லா பிராணாயாமங்களும் எல்லாவிதமான நோய்களையும் போக்கும் தன்மை கொண்டவை ஆயினும், குறிப்பாக -

   - சூரியபேதனம் வாதத்தால் ஏற்படும் நோய்களை போக்கும்.

   - உஜ்ஜாயீ சிலேட்டுமம்(கபம்) காரணமான நோய்களைப் போக்கும்

   - சீத்காரீ, சீதலீ ஆகிய இரண்டும் பித்தம் தொடர்பான பிரச்சினைகளைப் போக்குபவை.

   - பஸ்த்ரிகா வாதம், பித்தம், கபம் ஆகிய மூன்றினாலும் விளையும் அனைத்து நோய்களுக்கும் தீர்வாக அமையும்.

2. **கபம் முதலிய தடைகளை...** - சுஷும்னா நாடியின் நுழைவாயிலில் கபம் முதலிய தடைகள் இருந்தால் பிராணன் அதனுள் பிரவேசிக்க இயலாது. (உயர்ந்த தியான நிலைகளையும் எய்த இயலாது) - உரையாசிரியர்

சுலோகம் 67

ஸம்யக்-காத்ர-ஸமுத்பூத-
க்ரந்தி-த்ரய-விபேதகம் I
விஶேஷேணைவ கர்தவ்யம்
பஸ்த்ராக்யம் கும்பகம் த்விதம் II 67 II

ஸம்யக்-காத்ர-ஸமுத்பூத-க்ரந்தி-த்ரய-விபேதகம் - உடலில் நன்றாக (இறுகிய) மூன்று கிரந்திகளை துளைத்து விடுகிறது, விஶேஷேண ஏவ - அவசியம்/விசேஷமாக/கவனத்துடனே, கர்தவ்யம்- செய்ய வேண்டும், பஸ்த்ராக்யம் - பஸ்த்ரிகா எனும், கும்பகம் து- கும்பகத்தை, இதம் - இதனை

(இந்தப் பயிற்சி) உடலில் நன்றாக (இறுகிய) மூன்று கிரந்திகளை துளைத்து விடுகிறது. ஆகவே அவசியம் இந்த பஸ்த்ரிகா எனும் கும்பகப் பயிற்சியினைச் செய்ய வேண்டும். 67

குறிப்புகள்

1. **மூன்று கிரந்திகள் (முடிச்சுகள்)** - பிரம்ம நாடியாகிய சுஷும்னாவிலும் கூட பிரம்ம-கிரந்தி (முடிச்சு), விஷ்ணு-கிரந்தி, ருத்ர-கிரந்தி என்று மூன்று தடைகள் இருக்கும். அந்தத் தடைகளையும் கூட பஸ்த்ரிகா தகர்த்துவிடுகிறது. – உரையாசிரியர்

2. **அவசியம் இந்த பஸ்த்ரிகா...** - சூரியபேதனம் முதலிய பயிற்சிகளை தேவைக்கேற்ப செய்து கொள்ளலாம். ஆனால் பலன்கள் பல கொண்ட பஸ்த்ரிகா பயிற்சியைத் தவறாமல் செய்யவேண்டும்.

சுலோகம் 68

வேகாத் கோஷம் பூரகம் ப்ருங்க-நாதம்

ப்ருங்கீ-நாதம் ரேசகம் மந்த-மந்தம் ‖

யோகீந்த்ராணாமேவமப்யாஸ-யோகாத்

சித்தே ஜாதா காசிதாநந்த-லீலா ‖ 68 ‖

வேகாத் - வேகமாக, கோஷம்- சத்தமாக, பூரகம்-மூச்சுக்காற்றை உள்ளிழுத்து நிரப்புதல், ப்ருங்க-நாதம் - ஆண் தேனீயின் ஓசையுடன், ப்ருங்கீ-நாதம்- பெண் தேனீயின் ஒலியினை ஒத்த ஒலியுடன், ரேசகம்- மூச்சுக்காற்றினை வெளியேற்ற வேண்டும், மந்த-மந்தம்- மெதுவாக, யோகீந்த்ராணாம்- யோகிகளுள் சிறந்தவர்களின், ஏவம் - இவ்விதம், அப்யாஸ-யோகாத் - பயிற்சியினால், சித்தே- சித்ததில், ஜாதா- ஏற்படுகிறது, காசித்- விவரிக்கமுடியாத, ஆநந்த-லீலா - ஆனந்தக்களிப்பு

சத்தமாக ஆண் தேனீயின் ஓசையுடன் வேகமாக மூச்சுக்காற்றை உள்ளிழுக்க வேண்டும். பெண் தேனீயின் ஒலியினை ஒத்த ஒலியுடன் மெதுவாக மூச்சுக்காற்றினை வெளியேற்ற வேண்டும். யோகிகளுள் சிறந்தவர்களின் இவ்வித பயிற்சியினால் சித்ததில் விவரிக்கமுடியாத ஆனந்தக்களிப்பு ஏற்படுகிறது. 68

குறிப்புகள்

* **மூச்சுக்காற்றை உள்ளிழுக்க வேண்டும்** - இந்த பிராணாயாமும் அஷ்ட கும்பகம் எனும் எட்டு கும்பக

பயிற்சிகளுக்கு மத்தியிலேயே வருவதால் இங்கும் மூச்சுக்காற்றை உள்ளிழுத்த பின்னர் - மூச்சுக்காற்றை உள்ளிருத்திக்கொள்ள வேண்டும் (கும்பகம்). அதன் பின்னரே மூச்சுக்காற்றை வெளியே விடுதல் வேண்டும். முன்பு கூறப்பட்ட மற்ற பிராணாயாமங்களுடன் ஒப்பிடும் போது இந்த பிராணாயாமத்தில் மூச்சுக்காற்றை உள்ளிழுக்கும், வெளிவிடும் முறையில் மாறுபாடுகள் இருப்பதால் அவை பற்றி மட்டுமே நூலாசிரியர் குறிப்பிட்டார். இந்த பிராணாயாமம் உட்பட இந்த அத்தியாயத்தில் கூறப்படும் அனைத்து பிராணாயாமங்களிலும் கும்பகம் பொதுவானது தான் என்பதால் தனியாக அது பற்றி நூலாசிரியர் குறிப்பிடவில்லை என்று புரிந்து கொள்ள வேண்டும். - உரையாசிரியர்

சுலோகம் 69

மூர்ச்சா

பூரகாந்தே காடதரம்

பத்த்வா ஜாலந்தரம் ஶநை: I

ரேசயேந்மூர்ச்சனாக்யேயம்

மநோ மூர்ச்சா ஸுக-ப்ரதா II 69 II

பூரகாந்தே- மூச்சுக்காற்றை உள்ளிழுத்துக்கொண்ட பின்னர், காடதரம்- மிகவும் திடமாக, பத்த்வா- செய்து கொண்டு, ஜாலந்தரம்- ஜாலந்தர பந்தத்தை, ஶநை:- மெதுவாக, ரேசயேத்- மூச்சுக்காற்றினை வெளியே விடவேண்டும், மூர்ச்சனாக்யா மூர்ச்சனை எனப்படும், இயம்- இது, மநோமூர்ச்சா - மனதை மூர்ச்சை அடையச் செய்யும், ஸுக-ப்ரதா - சுகமளிக்கும்

மூச்சுக்காற்றை உள்ளிழுத்துக்கொண்ட பின்னர் மிகவும் திடமாக ஜாலந்தர பந்தம் செய்ய வேண்டும். அதன் பின் மெதுவாக மூச்சுக்காற்றினை வெளியே விடவேண்டும். இது மனதை மூர்ச்சை அடையச் செய்யும், மூர்ச்சனை எனப்படும் சுகமளிக்கும் பயிற்சி. 69

சுலோகம் 70

பிலாவினீ

அந்த: ப்ரவர்த்திதோதார-
மாருதாபூரிதோதர: |
பயஸ்யகாதே(அ)பி ஸுகாத்
ப்லவதே பத்ம-பத்ரவத் || 70 ||

அந்த: ப்ரவர்த்திதோதார-மாருதாபூரிதோதர: - மிகவும் அதிகமான அளவில் மூச்சுக்காற்றினை உள்ளிழுத்துக்கொண்டு வயிற்றை நிரப்பிக் கொள்ள வேண்டும், பயஸி - தண்ணீரில், அகாதே - ஆழமான, அபி- கூட, ஸுகாத் - சுலபமாக, ப்லவதே- மிதக்கலாம், பத்ம-பத்ரவத் - தாமரை இலை போல்

மிகவும் அதிகமான அளவில் மூச்சுக்காற்றினை உள்ளிழுத்துக்கொண்டு வயிற்றை நிரப்பிக் கொள்ள வேண்டும். இதனால் மிகவும் ஆழமான தண்ணீரிலும் கூட தாமரை இலை போல் மிகவும் சுலபமாக மிதக்கலாம். 70

குறிப்புகள்

* இது பிலாவினீ பிராணாயாம் செய்யும் முறை ஆகும் - உரையாசிரியர்

சுலோகம் 71

ப்ராணாயாமஸ்-த்ரிதா ப்ரோக்த:

ரேச-பூரக-கும்பகை: |

ஸஹித: கேவலஸ்சேதி

கும்பகோ த்விவிதோ மத: || 71 ||

ப்ராணாயாம:- பிராணாயாமம், த்ரிதா- மூன்று வகைப்படும், ப்ரோக்த:-எனப்படுகிறது, ரேச-பூரக-கும்பகை:-ரேசகம் (மூச்சினை வெளியே விடுதல்), பூரகம் (மூச்சுக்காற்றை உள்ளிழுத்து நிரப்புதல்), கும்பகம் (மூச்சுக்காற்றை உள்ளே இருத்திக்கொள்ளுதல்) என்று, ஸஹித: - சஹிதம், கேவல: - கேவலம், ச இதி - என்று, கும்பக:- கும்பகம், த்விவித:- இருவகைப்படும், மத: - என்று கருதப்படுகிறது

ரேசகம் (மூச்சினை வெளியே விடுதல்), பூரகம் (மூச்சுக்காற்றை உள்ளிழுத்தல்), கும்பகம் (மூச்சுக்காற்றை உள்ளே இருத்திக்கொள்ளுதல்) என்று பிராணாயாமம் மூன்று வகைப்படும். கும்பகமும் சஹிதம், கேவலம் என்று இருவகைப்படும் என்று கருதப்படுகிறது. 71

குறிப்புகள்

- **கும்பகமும் சஹிதம், கேவலம் என்று இருவகைப்படும்** - நாசியினால் மூச்சுக்காற்றை முழுமையாக வெளியேற்றி விட்டு மூச்சுக்காற்றை உள்ளிழுக்காமல் இருத்தல் - ரேசக -பிராணாயாமம்.

  காற்றினை நாசியினால் உள்ளிழுத்து முழுமையாக அனைத்து நாடிகளையும் நிறையச் செய்தல் பூரக பிராணாயாமம் ஆகும்.

  பொதுவாக கும்பகம் பூரக-பிராணாயாமமே தான். ஆனால் வேறு ஒரு கும்பகமும் உண்டு. மூச்சுக் காற்றினை வெளியே

விடாமலும், மூச்சுக் காற்றினை உள்ளிழுக்காமலும் நாசியில் உள்ள மூச்சுக்காற்றினை பயிற்சியினால் படிப்படியாக அசைவற்றுப் போகச்செய்தல் கும்பகம் எனப்படும். இதனையே கேவல-கும்பகம் (கும்பகம் மட்டும்) என்பார்கள்.

சஹித கும்பகம் என்றொரு பிரிவும் கும்பகத்தில் உண்டு அது - மூச்சுக்காற்றை உள்ளிழுத்தல் அல்லது, மூச்சுக்காற்றை வெளியே விடுதல் ஆகியவைகளை தொடர்ந்து மூச்சுக்காற்றை அசைவற்று இருக்கச் செய்தல் என்று புரிந்துகொள்ள வேண்டும். மேலே குறிப்பிடப்பட்ட பூரக, ரேசக-பிராணாயாமங்கள் சஹித கும்பக வகையைச் சார்ந்தவை. மேலும், இந்த நூலில் கூறப்பட்ட சூரியபேதனம் முதலிய பிராணாயாமங்கள், மூச்சுக் காற்றினை உள்ளிருத்திக்கொண்டு செய்யப்படும் விதமாக இருப்பதனால், பூரகபிராணாயாம வகையை சேர்ந்தவை என்றும் தெளிய வேண்டும். - உரையாசிரியர்

சுலோகம் 72

யாவத் கேவல-ஸித்தி: ஸ்யாத்

ஸஹிதம் தாவதப்யஸேத் ।

ரேசகம் பூரகம் முக்த்வா

ஸுகம் யத் வாயு-தாரணம் ॥ 72 ॥

யாவத் - எதுவரை, கேவல-ஸித்தி:- கேவல கும்பக நிலையில் வெற்றி, ஸ்யாத் - ஏற்படுமோ, ஸஹிதம்- சஹித கும்பகம், தாவத்- அதுவரை, அப்யஸேத் - பயிற்சி செய்யவேண்டும், ரேசகம்- மூச்சை வெளியே விடுதல், பூரகம்- மூச்சை உள்ளே இழுத்தல், முக்த்வா- இல்லாமல், ஸுகம்- சுகமான, யத் - இது, வாயு-தாரணம் - மூச்சை உள்ளே இருத்திக்கொள்ளுதல்

கேவல கும்பக நிலை சித்திக்கும் வரை ஸஹித கும்பகம் பயிலப் படவேண்டும். கேவல-கும்பகம் நிலை என்பது ரேசகம் பூரகம் என இவைகளற்ற (இவைகளைத் தொடர்ந்து ஏற்படும் கும்பகம் நிலை அற்ற) சுகமான கும்பக நிலை. 72

குறிப்புகள்

* ...ஸஹித கும்பகம் பயிலப் படவேண்டும் - சூரியபேதனம் போன்றவை சஹித கும்பக வகையைச் சேர்ந்தவை – உரையசிரியர்

சுலோகம் 73, 74

ப்ராணாயாமோ(அ)யமித்யுக்த:

ஸ வை கேவலகும்பக: ।

கும்பகே கேவலே ஸித்தே

ரேச-பூரக-வர்ஜிதே ॥ 73 ॥

ப்ராணாயாம:- பிராணாயாமம், அயம்- இது, இதி - என்று, உக்த:- கூறப்பட்டது, ஸ: வை - அது, கேவலகும்பக: - கேவலகும்பக நிலை, கும்பகே- கும்பகம், கேவலே- கேவலம் (எனப்படும்), ஸித்தே - ஏற்பட்டுவிட்டால், ரேச-பூரக-வர்ஜிதே - ரேசகம், பூரகம் என இவைகளற்ற

ந தஸ்ய துர்லபம் கிஞ்சித்

த்ரிஷு லோகேஷு வித்யதே ।

ஶக்த: கேவலகும்பேந

யதேஷ்டம் வாயு-தாரணம் ॥ 74 ॥

ராஜ-யோக-பதம் சாபி

லபதே நாத்ர ஸம்ஶய: ।

ந - இல்லை, தஸ்ய - அவருக்கு, துர்லபம்- கிடைக்கப்பெறாதது, கிஞ்சித் - எதுவும், த்ரிஷ- மூன்று, லோகேஷ- உலகிலும், வித்யதே - உள்ளது, யௌக்த: - திறன் பெற்றவர், கேவலகும்பேந- கேவல கும்பகத்தினால், யதேஷ்டம்- வேண்டிய காலம் வரை, வாயு-தாரணம்- மூச்சுக்காற்றினை உள்ளிருத்திக்கொள்ளும்

ராஜ-யோக-பதம் - ராஜயோக நிலையையும், சாபி - கூட, லபதே- அடைவார், ந- இல்லை, அத்ர - இங்கு, ஸம்ஶய: - சந்தேகம்

கேவல கும்பகம் என்பது தான் பிராணாயாமம். ரேசகம், பூரகம் என இவைகளற்ற (கேவல) கும்பக நிலையினை அடைபவருக்கு இந்த மூவுலகில் கிடைக்கப்பெறாதது என எதுவும் இல்லை.

கேவல கும்பக நிலையில் வேண்டிய காலம் வரை மூச்சுக்காற்றினை உள்ளிருத்திக்கொள்ளும் திறன் பெற்றவர் ராஜயோக நிலையையும் அடைவார் என்பதிலும் சந்தேகம் இல்லை. 73, 74

சுலோகம் 75

கும்பகாத் குண்டலீ-போத:

குண்டலீ-போததோ பவேத் l

அநர்கலா ஸுஷும்நா ச

ஹட-ஸித்திஞ்ச ஜாயதே ॥ 75 ॥

கும்பகாத் - (கேவல)கும்பகத்தினால், குண்டலீ-போத:- குண்டலினீ விழிப்படையும், குண்டலீ-போதத:- குண்டலினீ விழிப்படைவதனால், பவேத் - ஆகிவிடும், அநர்கலா- தடைகளற்றதாக, ஸுஷும்நா ச - சுஷும்னா நாடி, ஹட-ஸித்தி: ச - ஹடயோகத்தில் சித்தியும், ஜாயதே - கைகூடும்,

(கேவல)கும்பகத்தினால் குண்டலினீ விழிப்படையும். குண்டலினீ விழிப்படைவதனால் சுஷும்னா நாடி தடைகளற்றதாக ஆகிவிடும். இதனால் ஹடயோகத்தில் சித்தியும் கைகூடும். 75

குறிப்புகள்

* **ஹடயோகமும் சித்திக்கும்** – சுஷும்னா நாடியில் பிராணன் பிரவேசித்த பின் (இது வரை இது ஹடயோகம் எனப்படும். இதற்குப் பின் கூறப்படுவது ராஜயோகம்) – பிரத்தியாஹாரம் முதலிய (புலன்களை கட்டுப்படுத்துல் துவங்கி தாரணை, தியானம், சமாதி ஆகிய) பயிற்சிகளால் ஒருவர் காலக்கிரமத்தில் கைவல்ய நிலை அடைவார். இதுவே ஹடயோகத்தின் உன்னதமான நிலை ஆகும் (ஹடயோகம் நிறைவு பெறுவது ராஜயோகத்தினால் என்று புரிந்து கொள்ள வேண்டும். – உரையாசிரியர்

சுலோகம் 76

ஹடம் விநா ராஜ-யோக:

ராஜ-யோகம் விநா ஹட: ‖

ந ஸித்யதி ததோ யுக்மம்

ஆ நிஷ்பத்தே: ஸமப்யஸேத் ‖ 76 ‖

ஹடம் – ஹட யோகம், விநா – இல்லாமல், ராஜ-யோக:- ராஜயோகம், ராஜ-யோகம் – ராஜயோகம், விநா – இல்லாமல், ஹட:- ஹடம், ந – இல்லை, ஸித்யதி – சித்திப்பது, தத: - ஆகவே, யுக்மம் – இவ்விரண்டையும், ஆ நிஷ்பத்தே: - வெற்றி ஏற்படும் வரை, ஸமப்யஸேத் - பயிற்சி செய்ய வேண்டும்

ஹட யோகம் இல்லாமல் ராஜயோகமும், ராஜயோகமில்லாமல் ஹட யோகமும் சித்திக்காது. ஆகவே வெற்றி அடையும் வரை இவ்விரண்டையும் பயிற்சி செய்தல் வேண்டும். 76

சுலோகம் 77

கும்பக-ப்ராண-ரோதாந்தே

குர்யாச்சித்தம் நிராஸ்ரயம் |

ஏவமப்யாஸ-யோகேந

ராஜ-யோகபதம் வ்ரஜேத் || 77 ||

கும்பக-ப்ராண-ரோதாந்தே - கும்பகத்தினால் பிராணனை தடுத்து உள்ளே இருத்தித்திக் கொண்டதன் முடிவில், குர்யாத்- செய்யவேண்டும், சித்தம் - சித்தத்தை, நிராஸ்ரயம் - எதனிலும் பற்று கொள்ளாததாக, ஏவம்- இவ்விதம், அப்யாஸ-யோகேந - பயிற்சியினால், ராஜ-யோகபதம் - ராஜயோக நிலையை, வ்ரஜேத் - அடையலாம்

கும்பகத்தினால் பிராணனை தடுத்து உள்ளே இருத்திக் கொண்ட பின் மனதை எதனிலும் பற்றவிடக் கூடாது. இப்படிப்பட்ட பயிற்சி முறையினால் ராஜயோக நிலையை எய்தலாம். 77

சுலோகம் 78

வபு: க்ருஶத்வம் வதநே ப்ரஸந்நதா

நாத-ஸ்புடத்வம் நயநே ஸுநிர்மலே |

அரோகதா பிந்து-ஜயோ(அ)க்நி-தீபநம்

நாடீ-விஶுத்தி: ஹட-ஸித்தி-லக்ஷணம் || 78 ||

வபு: க்ருஶத்வம் - (ஆரோக்கியமாக) உடல் மெலிதல், வதநே- முகத்தில், ப்ரஸந்நதா- மகிழ்ச்சி, நாத-ஸ்புடத்வம்- நாதத்தெளிவு,

நயநே- இரு கண்கள், ஸூநிர்மலே- மாசற்று இருத்தல், அரோகதா- நோயின்மை, பிந்து-ஜய: -, விந்துவினை ஜெயித்தல், அக்நி- தீபநம்- (ஜடர)அக்கினி ஒளிருதல், நாடி-விப்ஸூத்தி: - நாடிகள் தூய்மை அடைதல், ஹட-ஸித்தி-லக்ஷணம் - ஹட யோகத் தேர்ச்சியின் குறியீடுகள்

(ஆரோக்கியமாக) உடல் மெலிதல், முகத்தில் மகிழ்ச்சி, நாதத்தெளிவு, கண்களில் மாசின்மை, நோயின்மை, விந்துவினை ஜெயித்தல், (ஜடர)அக்னி ஒளிர்தல், நாடிகள் தூய்மை அடைதல் என இவை ஹட யோகத் தேர்ச்சியின் குறியீடுகள். 78

குறிப்புகள்

- **நாதத்தெளிவு** – தொனி (குரல் அல்லது சுஷ்ம்னா நாடியில் ஏற்படும் அநாஹத நாதம்) தெளிவடைவதல் - உரையாசிரியர்
- **விந்துவினை ஜெயித்தல்** - சிற்றின்ப மோகத்தில் வீழாமல் இருத்தல்

மூன்றாவது உபதேசம்

முத்ரா-க்கள்

சுலோகம் 1

ஸைல-வந-தாத்ரீணாம்

யதாதரோ(அ)ஹி-நாயக: l

ஸர்வேஷாம் யோக-தந்த்ராணாம்

ததாதாரோ ஹி குண்டலீ ll 1 ll

ஸைல-வந-தாத்ரீணாம் - மலைகள், காடுகள் கொண்ட நிலப்பரப்புகளுக்கு, யதா - எவ்விதம் ஆதர:- ஆதாரம், அஹி-நாயக: - ஆதிசேஷன், ஸர்வேஷாம் - எல்லாவிதமான, யோக-தந்த்ராணாம் - யோகமுறைகளுக்கும், ததா - அப்படியே, ஆதார:- ஆதாரம், ஹி - நிச்சயமாக, குண்டலீ - குண்டலி(னீ)

மலைகள், காடுகள் கொண்ட நிலப்பரப்புகளுக்கு ஆதாரம் ஆதிசேஷன். அதேபோல எல்லாவிதமானயோகமுறைகளுக்கும் ஆதாரம் குண்டலி(லினீ). 1

குறிப்புகள்

1. **ஆதிசேஷன்** - ஆதிசேஷன் உலகைத் தாங்கி நிற்பதாக புராண நூல்களில் விவரிக்கப்படுள்ளது.

2. **ஆதாரம் குண்டலி(லினீ)...-** குண்டலீ(லினீ) விழிப்படையவில்லை என்றால் எல்லா யோகப்பயிற்சிகளுமே வீண் - உரையாசிரியர்

சுலோகம் 2

ஸுப்தா குரு-ப்ரஸாதேந

யதா ஜாகர்தி குண்டலீ ।

ததா ஸர்வாணி பத்மாநி

பித்யந்தே க்ரந்தயோ(அ)பி ச ॥ 2 ॥

ஸுப்தா - உறங்கிகொண்டிருக்கும், குரு-ப்ரஸாதேந - குருவருளால், யதா - எப்போது, ஜாகர்தி- விழித்தெழுகிறதோ, குண்டலீ -குண்டலி(னீ), ததா- அப்போது, ஸர்வாணி- எல்லா, பத்மாநி- தாமரைகளும், பித்யந்தே- துளைக்கப்படும், க்ரந்தய:- கிரந்திகளும் (முடிச்சுகளும்), அபி ச - கூட

உறங்கிகொண்டிருக்கும் குண்டலீ, குருவருளால் விழித்தெழும் போது எல்லா தாமரைகளும், கிரந்திகளும் (முடிச்சுகளும்) துளைக்கப்படும். 2

குறிப்புகள்

1. **தாமரைகளும்** – எல்லா ஆறு சக்கரங்களும் (மூலாதாரம், சுவாதிஷ்டானம், மணிபூரகம், அநாஹதம், விசுத்தி, ஆக்ஞா - உரையாசிரியர்

2. **கிரந்திகளும்** – காண்க இரண்டாவது அத்தியாயம், 67வது சுலோகம் முதல் அடிக்குறிப்பு

சுலோகம் 3

ப்ராணஸ்ய ஶூந்ய-பதவீ

ததா ராஜ-பதாயதே ।

ததா சித்தம் நிராலம்பம்

ததா காலஸ்ய வஞ்சநம் ॥ 3 ॥

ப்ராணஸ்ய- பிராணனின், ஶூந்ய-பதவீ- ஶூன்ய-பதவீ
(சுஷும்னா நாடி), ததா- அப்போது, ராஜ-பதாயதே- ராஜபாட்டை
ஆகிவிடுகிறது, ததா- அப்போது, சித்தம்- சித்தம்/மனது,
நிராலம்பம்- (உலகியல் விஷயங்களில்) பிடிப்பில்லாமல்
ஆகிவிடுகிறது, ததா - அப்போது, காலஸ்ய- காலத்தை, வஞ்சனம்
- வஞ்சிக்க முடியும்

**அப்போது பிராணனின் ஶூன்ய-பதவீ (சுஷும்னா நாடி)
ராஜபாட்டை ஆகிவிடுகிறது. அப்போது சித்தம் (உலகியல்
விஷயங்களில்) பிடிப்பில்லாமல் ஆகிவிடுகிறது. அப்போது
காலத்தை வஞ்சிக்க முடியும். 3**

குறிப்புகள்

1. **ஶூன்ய-பதவீ** - அடுத்த சுலோகத்தில் விளக்கம் காண்க

2. **காலத்தை வஞ்சிக்க முடியும்** - நீண்ட காலம் வாழலாம்
   என்று பொருள்

சுலோகம் 4

ஸுஷும்னா ஶூன்ய-பதவீ
ப்ரஹ்ம-ரந்த்ரம் மஹா-பத: ।
ஶ்மஶானம் ஶாம்பவீ மத்ய-
மார்கஶ்சேத்யேக-வாசகா: ॥ 4 ॥

ஸுஷும்னா, ஶூன்ய-பதவீ, ப்ரஹ்ம-ரந்த்ரம், மஹா-பத:,
ஶ்மஶானம், ஶாம்பவீ, மத்ய-மார்க:- சுஷும்னா, ஶூன்ய-பதவீ
(அசைவற்ற பாதை), பிரம்ம-ரந்த்ரம் (பிரம்ம துளை), மஹாபதம்
(பெரிய பாதை), ஸ்மசானம் (மயானம்), சாம்பவீ (சிவனுடன்
தொடர்பு கொண்டது), மத்ய-மார்க்கம் (நடுப்பாதை), ச இதி -
என்ற இவை ஏக-வாசகா: - ஒரே பொருளைக் கொண்ட சொற்கள்

சுஷும்னா, சூன்ய-பதவீ (அசைவற்ற பாதை), பிரம்ம-ரந்த்ரம் (பிரம்ம துளை), மஹாபதம் (பெரிய பாதை), ஸ்மசானம் (மயானம்), சாம்பவீ (சிவனுடன் தொடர்பு கொண்டது), மத்ய-மார்க்கம் (நடுப்பாதை) ஆகியவை ஒரே பொருளைக் கொண்ட சொற்கள். 4

குறிப்புகள்

- ஒரே பொருளைக் கொண்ட சொற்கள் – இவை அனைத்தும் சுஷும்னா நாடியைக் குறிப்பவை

சுலோகம் 5

தஸ்மாத் ஸர்வ-ப்ரயத்நேந

ப்ரபோதயிதுமீஸ்வரீம் ।

ப்ரஹ்ம-த்வார-முகே ஸுப்தாம்

முத்ராப்யாஸம் ஸமாசரேத் ॥ 5 ॥

தஸ்மாத் - ஆகவே, ஸர்வ-ப்ரயத்நேந- முழு முயற்சியுடன், ப்ரபோதயிதும்- விழித்தெழச்செய்ய, ஈஸ்வரீம் - சர்வவல்லமை கொண்டவளான (குண்டலினியை), ப்ரஹ்ம-த்வார-முகே- பிரம்ம-த்வாரத்தின் (சுஷும்னா) நுழைவாயிலில், ஸுப்தாம் - உறங்கி கொண்டிருக்கும், முத்ராப்யாஸம் - முத்ரா-க்களின் பயிற்சியினை, ஸமாசரேத் - செய்ய வேண்டும்

ஆகவே, பிரம்ம-த்வாரத்தின் (சுஷும்னா) நுழைவாயிலில் உறங்கி கொண்டிருக்கும் சர்வவல்லமை கொண்டவளான (குண்டலினியை) விழித்தெழச்செய்ய முழு முயற்சியுடன் முத்ரா-க்களின் பயிற்சியினை செய்ய வேண்டும். 5

குறிப்புகள்

* (குண்டலினியை) **விழித்தெழச்செய்ய...-** ஆறு சக்கரங்கள் முதலியவைகளை பிராணன் துளைத்து மேல் செல்லவேண்டும் என்றால் குண்டலீ விழித்தெழுந்து அப்பால் செல்ல வேண்டும். அதற்கு முத்ரா பயிற்சி செய்யவேண்டும் - உரையாசிரியர்

சுலோகம் 6, 7

மஹா-முத்ரா மஹா-பந்தோ

மஹா-வேதஸ்ச கேசரீ ।

உட்யாநம் மூல-பந்தஸ்ச

பந்தோ ஜாலந்தராபித: ॥ 6 ॥

மஹா-முத்ரா, மஹா-பந்த:, மஹா-வேத:, ச - மற்றும், கேசரீ, உட்யாநம் மூல-பந்த: ச - மற்றும், பந்த: - பந்தம், ஜாலந்தராபித: - ஜாலந்தரம் எனப்படும்,

கரணீ விபரீதாக்யா

வஜ்ரோலீ, ஸக்தி-சாலநம் ।

இதம் ஹி முத்ரா-தஸகம்

ஜரா-மரண-நாஸகம் ॥ 7 ॥

கரணீ - பயிற்சி, விபரீதாக்யா - விபரீதா எனப்படும், வஜ்ரோலீ, ஸக்தி-சாலநம், இதம் ஹி - இது தான், முத்ரா-தஸகம் - முத்திரைகளின் பத்து, ஜரா-மரண-நாஸகம் - மூப்பினையும், மரணத்தையும் அழிக்கும்

மஹாமுத்ரா, மஹாபந்தம், மஹாவேதம், கேச்சரீ, உட்யானம் (உட்யான பந்தம்), மூல பந்தம், ஜாலந்தர பந்தம், விபரீத-

கரணீ, வஜ்ரோலீ, சக்தி சாலனம் - என இவை, மூப்பினையும், மரணத்தையும் அழிக்கும் பத்து முத்ரா-க்கள் ஆகும். 6,7

சுலோகம் 8

ஆதி-நாதோதிதம் திவ்யம்

அஷ்டைஸ்வர்ய-ப்ரதாயகம் ।

வல்லபம் ஸர்வ-ஸித்தாநாம்

துர்லபம் மருதாமபி ॥ 8 ॥

ஆதி-நாதோதிதம்- ஆதிநாதரால் கூறப்பட்டவை, திவ்யம்- தெய்விகமான, அஷ்டைஸ்வர்ய-ப்ரதாயகம்- அட்டமாசித்திகளை அளிக்கவல்லவை, வல்லபம்- பிரியமானவை, ஸர்வ-ஸித்தாநாம்- எல்லா சித்தர்களுக்கும், துர்லபம்- கிட்டாதவை, மருதாம்-, (தேவர்களான) மருத்துக்களுக்கும் அபி - கூட

இந்த தெய்விகமான(முத்ரா-க்கள்) ஆதிநாதரால் கூறப்பட்டவை. அட்டமாசித்திகளை அளிக்கவல்லவை. எல்லா சித்தர்களுக்குப் பிரியமானவை. (தேவர்களான) மருத்துக்களுக்கும் கூட கிட்டாதவை. 8

குறிப்புகள்

- **அட்டமாசித்தகளை அளிக்கவல்லவை** - அட்டமாசித்திகள் வருமாறு

  - **அணிமா (நுணுக்கம்)** - மனதில் எண்ணும் மாத்திரத்தில் உடல் அணுவைப் போல் நுண்ணிய வடிவினை அடைதல்

  - **மஹிமா (விஸ்தாரம்)** - உடல் விஸ்தாரம் அடைந்து ஆகாயத்தைப் போல் பரந்து விரிந்ததாக ஆகிவிடுதல்

- **கரிமா (கனத்தல்)** - துரும்பும் கூட மலை போல் கனத்தை அடைதல்

- **லகிமா (இலகுத்தன்மை)** - மிகவும் கனமான மலை போன்ற பொருட்கள் கூட துரும்பினைப் போல் லேசாக ஆகிவிடுதல்

- **பிராப்தி (அடைதல்)** - அனைத்தையும் இருந்த இடத்திலிருந்தே அடைதல். உதாரணமாக அமர்ந்தபடி விரல் நுனியால் சந்திரனைத் தொடுதல்.

- **பிராகாம்யம் (விரும்பியன செய்தல்)** - நினைத்ததைச் செய்து முடித்தல். உதாரணமாக - தண்ணீரில் முங்கி எழுவது போல பூமியில் முங்கி எழுதல்

- **ஈசிதா (ஆளும் தன்மை)** - பஞ்சபூதங்கள், அவைகளால் ஆனவை ஆகியவற்றின் தோற்றம், மறைவு ஆகியவற்றை கட்டுப்படுத்துதல். அவற்றை உருமாற்றம் செய்யும் திறனையும் பெற்றிருத்தல்.

- **வசிதா (தன்வயப்படுத்துதல்)** - பஞ்சபூதங்கள், அவைகளால் ஆனவை ஆகியவற்றை தனது கட்டுக்குள் வைத்திருத்தல் - உரையாசிரியர்

சுலோகம் 9

கோபநீயம் ப்ரயத்நேந

யதா ரத்ந-கரண்டகம் ।

கஸ்யசிந்நைவ வக்தவ்யம்

குல-ஸ்த்ரீ-ஸௌரதம் யதா ॥ 9 ॥

கோபநீயம்- பாதுகாக்கப்படவேண்டியது, ப்ரயத்நேந- முயன்று, யதா - எவ்விதம், ரத்ந-கரண்டகம் - ரத்தினப் பெட்டகத்தைப்

போல, கஸ்யசித்- யாரிடமும், ந ஏவ -கூடவே கூடாது, வக்தவ்யம்-கூறுதல், குல-ஸ்த்ரீ-ஸூரதம் - குலமாதர் (கணவர்களுடன்) கூடுவது, யதா - போல

இவை ரத்தினப் பெட்டகத்தைப் போல முயன்று பாதுகாக்கப்படவேண்டியவை. குலமாதர் (கணவர்களுடன்) கூடுவது போல இவை பற்றி யாரிடமும் கூறவே கூடாது. ௯

சுலோகம் 10

மஹாமுத்ரா

பாத-மூலேந வாமேந
யோநிம் ஸம்பீட்ய தக்ஷிணம் ।
ப்ரஸாரிதம் பதம் க்ருத்வா
கராப்யம் தாரயேத் த்ருடம் ॥ 10 ॥

பாத-மூலேந- குதிகாலினைக் கொண்டு, வாமேந - இடது, யோநிம் - யோனியினை, ஸம்பீட்ய - அழுத்தி, தக்ஷிணம் - வலது, ப்ரஸாரிதம் - நீட்டுதல், பதம் - காலை, க்ருத்வா- செய்து, கராப்யம் - இரண்டு கைகளினாலும், தாரயேத்- பிடித்துக்கொள்ள வேண்டும், த்ருடம் - உறுதியாக

இடது குதிகாலினைக் கொண்டு யோனியின் வலது பகுதியை அழுத்த வேண்டும். (இன்னொரு) காலை நீட்டி இரண்டு கைகளினாலும் அதனை உறுதியாக பிடித்துக்கொள்ள வேண்டும். 10

குறிப்புகள்

1. **யோனியின்...** - ஆசனவாய்க்கும் பிறப்புறுப்பிற்கும் இடைப்பட்ட பகுதி – உரையாசிரியர்

2. **காலை நீட்டி** - வலது குதிகால் தரையில் பதிந்திருக்க வேண்டும். கால்விரல்கள் மேல் நோக்கியிருக்கவேண்டும். கட்டையைப் போல கால் நேராக நீட்டியிருக்க வேண்டும் – உரையாசிரியர்

3. **இரண்டு கைகளினாலும்** - இரண்டு கைகளின் ஆள்காட்டி விரல்களை கொக்கி போல செய்து கொண்டு வலது கால்கட்டைவிரலைப் பிடித்துக்கொள்ள வேண்டும் – உரையாசிரியர். படம் காண்க: பிற்சேர்க்கை 2 படம் 16

சுலோகம் 11, 12

கண்டே பந்தம் ஸமாரோப்ய

தாரயேத் வாயுமூர்த்வத: l

யதா தண்டஹத: ஸர்ப:

தண்டாகார: ப்ரஜாயதே ll 11 ll

கண்டே - தொண்டையில், பந்தம் - பந்தம், ஸமாரோப்ய - ஏற்றி/ செய்து, தாரயேத் - செல்லும் விதம் (உடல் அங்கங்களை) பிடித்துக்கொள்ள வேண்டும், வாயும்- மூச்சிக்காற்றினை/ பிராணனை, ஊர்த்வத: - உயர்நிலைக்கு, யதா - எவ்விதம், தண்டஹத:-கழியினால் அடிக்கப்பட்ட, ஸர்ப:-பாம்பு, தண்டாகார:- கழியின் வடிவம் கொண்டதாக, ப்ரஜாயதே - ஆகிவிடுகிறதோ

ருஜ்வீ-பூதா ததா ஶக்தி:

குண்டலீ ஸஹஸா பவேத் l

ததா ஸா மரணாவஸ்தா

ஜாயதே த்வி-புடாம்ரயா ll 12 ll

ருஜ்வீ-பூதா- நேரானதாக, ததா- அப்போது, ஶக்தி:-சக்தி, குண்டலீ, ஸஹஸா- சீக்கிரமாக, பவேத் -ஆகிவிடும், ததா - அப்போது, ஸா- அந்த, மரணாவஸ்தா- மரணநிலை, ஜாயதே-ஏற்படுகிறது, த்வி- புடாம்ரயா - இரண்டு-நாடிகள் தொடர்பான

தொண்டைப்பகுதியில் (ஜாலந்தர) பந்தம் செய்து, உயர்நிலைக்கு மூச்சிக்காற்றினை/பிராணனை செலுத்த வேண்டும் (மூல பந்தம் செய்யவேண்டும்). கழியினால் அடிக்கப்பட்ட பாம்பு கழியின் வடிவம் கொண்டதாக (நேராக தலையை உயர்த்தி) படம் எடுப்பது போல, குண்டலினீ சக்தி கழியினைப் போல நேராக ஆகிவிடும். இதனால் இரண்டு-நாடிகள் தொடர்பான மரணநிலை ஏற்படும். 11, 12

குறிப்புகள்

1. **இரண்டு-நாடிகள் தொடர்பான மரணநிலை** - இரண்டு நாடிகள் இடா- பிங்கலா. இவைகளில் சஞ்சரித்துக்கொண்டிருந்த மூச்சுக்காற்று இந்தப் பயிற்சியால் சுஷும்னா நாடியில் பிரவகிக்கத் துவங்கும் என்பது இதன் பொருள். மரணம் என்பது மூச்சுக் காற்று இல்லாமல் போவது. இந்த பயிற்சியினால் மூச்சுக்காற்று இடா-பிங்கலா நாடிகளில் இல்லாமல் போவதால், அந்த இரண்டு நாடிகளுக்கு மரணம் சம்பவிப்பது போலாகிறது. (இதனால் யோகி இறப்பதில்லை என்று புரிந்து கொள்ள வேண்டும். அவரது பிராணன் சுஷும்னா நாடியில் சுகமாக இருப்பதால் அவர் யோக நிலையில் திடமாக உயிர்வாழ்ந்திருப்பார்) – உரையாசிரியர்

2. **உயர்நிலைக்கு பிராணனை** - இது பிராணனை சுஷும்னா நாடியில் செலுத்துவதனைக் குறிக்கிறது - உரையாசிரியர்

சுலோகம் 13

தத: ஶனை: ஶனைரேவ

ரேசயேந்னைவ வேகத: ।

இயம் கலு மஹா-முத்ரா

மஹா-ஸித்தை: ப்ரதர்ஶிதா ॥ 13 ॥

தத: - அதன் பின்னர், ஸனை: ஸனை: ஏவ - மிகவும் மெதுவாகத் தான், ரேசயேத்- மூச்சுக்காற்றினை வெளியே விட வேண்டும், ந ஏவ -கூடாது, வேகத: -வேகமாக, இயம்-இது, கலு - அல்லவோ, மஹா-முத்ரா- மஹாமுத்திரை, மஹா-ஸித்தை: - மஹாசித்தர்களால், ப்ரதர்ஶிதா - காட்டியருளப்பட்ட

அதன் பின்னர் மிகவும் மெதுவாக, வேகமாக அல்லாமல், மூச்சுக்காற்றினை வெளியே விட வேண்டும். இது அல்லவோ மஹாசித்தர்கள் காட்டியருளிய மஹாமுத்ரா! 13

குறிப்புகள்

1. **மெதுவாக, வேகமாக அல்லாமல்** – வேகமாக மூச்சுக்காற்றை வெளிவிடுவது உடலை பலஹீனப்படுத்திவிடும் – உரையாசிரியர்

2. **மஹாசித்தர்கள்** - ஆதிநாதர் முதலியவர்கள் மஹாசித்தர்கள் – உரையாசிரியர்

சுலோகம் 14

மஹா-க்லேஶாதயோ தோஷா:

க்ஷீயந்தே மரணாதய: ‖

மஹா-முத்ராம் ச தேனைவ

வதந்தி விபுதோத்தமா: ‖ 14 ‖

மஹா-க்லேஶாதய:- மிகப்பெரிய (மஹா) கிலேசங்கள், தோஷா: - துன்பங்கள், க்ஷீயந்தே- தணிந்துபோகும், மரணாதய:- மரணம் முதலியன, மஹா-முத்ராம் ச - மஹா-முத்ரா, தேன ஏவ - அதனால் தான், வதந்தி - என்கின்றனர், விபுதோத்தமா: - சான்றோர்கள்

மிகப்பெரிய (மஹா) துன்பங்கள், இதனால் தணிந்து போகும் என்பதனால் சான்றோர்கள் இதனை மஹா-முத்ரா என்கின்றனர். 14

குறிப்புகள்

1. **மிகப்பெரிய (மஹா) துன்பங்கள்** - அறியாமை, அஹங்காரம், பற்று, துவேஷம், உயிர்மேல் ஆசை ஆகியவை மிகப் பெரிய துன்பத்தில் கொண்டுவிடுவதால் இவையே மிகப்பெரும் துன்பங்கள் (கிலேசங்கள்) (என்று யோகசூத்திர நூலில் குறிப்பிடப்பட்டுள்ளது)- உரையாசிரியர்

2. **மரணம் முதலியவை** - மூப்பு, மரணம் முதலியவை - உரையாசிரியர்.

3. **முத்ரா** - முத்ரயதி இதி முத்ரா - தணித்துவிடுவதால் முத்ரா. மிகப் பெரும் துன்பங்களையும் தணிப்பதால் மஹாமுத்ரா எனப்படுகிறது - உரையாசிரியர்

சுலோகம் 15

சந்த்ராங்கே து ஸமப்யஸ்ய

ஸௌர்யாங்கே புநரப்யஸேத் ।

யாவத்துல்யா பவேத் ஸங்க்யா

ததோ முத்ராம் விஸர்ஜயேத் ॥ 15 ॥

சந்த்ராங்கே து- சந்திராங்கத்தில்(இடதுபுறம்), ஸமப்யஸ்ய- பயிற்சி செய்து, ஸௌர்யாங்கே- சூர்யாங்கத்தில்(வலதுபுறத்தில்), புந: - பின்னர், அப்யஸேத்- பயிற்சி செய்தல் வேண்டும், யாவத் - எது வரை, துல்யா -சமம, பவேத்- ஆகுமோ, ஸங்க்யா - எண்ணிக்கை, தத்:- அதன் பின், முத்ராம் - முத்ரா-வை, விஸர்ஜயேத் - விடுவித்துவிடவேண்டும்॥ 15 ॥

சந்திராங்கத்தில்(இடதுபுறம்) பயிற்சி செய்து பின்னர் சூர்யாங்கத்தில்(வலதுபுறத்தில்) பயிற்சி செய்தல் வேண்டும். இடப்புறமும் வலப்புறமும் சம எண்ணிக்கையில் பயிற்சி செய்த பின் முத்ரா-வை (முத்ரா நிலையிலிருந்து அவயவங்களை) விடுவித்துவிட வேண்டும். 15

குறிப்புகள்

1. **இடது பக்க பயிற்சி** - இடது குதிகாலினால் யோனியினை அழுத்திக்கொண்டு வலது காலை நீட்டி, அதன் கட்டை விரலை இரு ஆள்காட்டி விரல்களால் பிடித்துக்கொண்டு பயிற்சி செய்தல் இடது பக்க பயிற்சி. இவ்விதம் பயிற்சி செய்வதனால் பிராணன் உடலின் இடது அவயவங்களில் தங்குகிறது - உரையாசிரியர்

2. **வலது பக்க பயிற்சி** - வலது குதிகாலினால் யோனிப்பகுதியை அழுத்திக்கொண்டு, இடது காலை நீட்டிக்கொண்டு, அதன் கட்டை விரலை இரு ஆள்காட்டி விரல்களாலும் பிடித்துக்கொண்டு பயிற்சி செய்தல் வலது பக்க பயிற்சி ஆகும். இவ்விதம் பயிற்சி செய்வதனால் பிராணன் உடலின் வலது அவயவங்களில் தங்குகிறது - உரையாசிரியர்

சுலோகம் 16

ந ஹி பத்யமபத்யம் வா

ரஸா: ஸர்வே(அ)பி நீரஸா: l

அபி புக்தம் விஷம் கோரம்

பீயூஷமிவ ஜீர்யதி ll 16 ll

ந ஹி - இல்லை, பத்யம்- பத்தியம், அபத்யம்- பத்தியக்கேடு, வா - அல்லது, ரஸா: - சுவைகள், ஸர்வே - அனைத்தும், அபி - கூட,

நீரஸா:- சுவைகேடானது, அபி - கூட, புக்தம் - உண்ணப்பட்ட, விஷம் - விஷம், கோரம் - கொடிய, பீயூஷம்- அமிர்தம், இவ - போல, ஜீர்யதி - செரித்துவிடும்

இந்த உணவினை உண்ணலாம், இதனை உண்ணக்கூடாது என்று எந்தவிதமாக கட்டுப்பாடுகளும் இதனைப் பயிற்சி செய்பவர்களுக்கு இருப்பதில்லை. எல்லா சுவைகளும், சுவையற்ற பண்டங்களும் கூட நன்கு செரிக்கப்பட்டுவிடும். உண்ட கொடிய விஷம் கூட அமிர்தம் போல செரித்துவிடும். 16

சுலோகம் 17

க்ஷய-குஷ்ட-குதாவர்த-

குல்மாஜீர்ணபுரோகமா: | -

தஸ்ய தோஷா க்ஷயம் யாந்தி

மஹா-முத்ராம் து யோ(அ)ப்யஸேத் || 17 ||

க்ஷய-குஷ்ட-குதாவர்த-குல்மாஜீர்ணபுரோகமா: - காசநோய், தொழுநோய், மலச்சிக்கல், வயிற்று உபாதைகள், அஜீரணம் ஆகிய, தஸ்ய - அவருடைய, தோஷா:- நோய்கள், க்ஷயம்- நிவர்த்தி, யாந்தி- அடையும், மஹா-முத்ராம் து - மஹாமுத்ரா-வை, ய: - யார், அப்யஸேத்- பயிற்சி செய்கின்றாரோ

காசநோய், தொழுநோய், மலச்சிக்கல், வயிற்று உபாதைகள், அஜீரணம் ஆகிய நோய்கள் மஹாமுத்ரா பயிற்சி செய்பவரை விட்டு விலகும். 17

சுலோகம் 18

கதிதேயம் மஹா-முத்ரா
மஹா-ஸித்திகரீ ந்ருணாம் |
கோபநீயா ப்ரயத்நேந
ந தேயா யஸ்ய கஸ்யசித் || 18 ||

கதிதா - கூறப்பட்டுள்ளது, இயம்- இந்த, மஹா-முத்ரா- மஹாமுத்ரா, மஹா-ஸித்திகரீ- மிகப்பெரிய சித்திகளை அளிக்கவல்லது, ந்ருணாம் - மனிதர்களுக்கு/பயிற்சி செய்பவர்களுக்கு, கோபநீயா- ரகசியமாக பாதுகாக்க வேண்டும், ப்ரயத்நேந - முயன்று, ந - கூடாது, தேயா- கொடுத்தல், யஸ்ய கஸ்யசித் - (தகுதியற்ற) யாருக்கும் எவருக்கும்

இந்த மஹாமுத்ரா, பயிற்சிசெய்யும் மனிதர்களுக்கு மிகப்பெரிய யோக சக்திகளை அளிக்கவல்லது என்று கூறப்பட்டுளது. இதனை முயன்று ரகசியமாக பாதுகாக்க வேண்டும். (தகுதியற்ற) யாருக்கும் எவருக்கும் கொடுத்துவிடக்கூடாது. 18

சுலோகம் 19

மஹாபந்தம்

பார்ஷ்ணிம் வாமஸ்ய பாதஸ்ய
யோநி-ஸ்தாநே நியோஜயேத் |
வாமோருபரி ஸம்ஸ்தாப்ய
தக்ஷிணம் சரணம் ததா || 19 ||

பார்ஷ்ணிம்- குதிகாலினை, வாமஸ்ய - இடது, பாதஸ்ய- காலின், யோநி-ஸ்தாநே - யோனியில், நியோஜயேத் - சேர்த்து அழுத்த

வேண்டும், வாமோரூபரி - இடது தொடையின் மேல், ஸம்ஸ்தாப்ய - வைத்து, தக்ஷிணம் - வலது, சரணம் - உள்ளங்காலினை, ததா - மற்றும்

இடது குதிகாலினை யோனியில் சேர்த்து அழுத்த வேண்டும். (அதன் பின்) வலது உள்ளங்காலினை இடது தொடையின் மேல் வைக்க வேண்டும். 19

குறிப்புகள்

* **யோனியில்...** - காண்க இதே அத்தியாயம் சுலோகம் 10 முதல் அடிக்குறிப்பு

சுலோகம் 20

பூரயித்வா ததோ வாயும்

ஹ்ருதயே ஸுபுகம் த்ருடம் |

நிஷ்பீட்ய யோநிமாகுஞ்ச்ய

மநோ மத்யே நியோஜயேத் || 20 ||

பூரயித்வா – உள்ளிழுத்து நிரப்பி, தத:- அதன் பின், வாயும் - காற்றினை, ஹ்ருதயே - நெஞ்சுப்பகுதியில், ஸுபுகம் - முகவாயை, த்ருடம் - உறுதியாக, நிஷ்பீட்ய - அழுத்தி, யோநிம்- யோனியை, ஆகுஞ்ச்ய - குறுக்கி, மந:- மனதினை, மத்யே - மத்திய (சுஷும்னா) நாடியில், நியோஜயேத் - செலுத்தவேண்டும்

அதன் பின்னர், சுவாசத்தினை உள்ளிழுத்து, நெஞ்சுப்பகுதியில் முகவாயை உறுதியாக அழுத்தி வைக்கவேண்டும் (ஜாலந்தர பந்தம் செய்யவேண்டும்). அதன் பின் யோனியினை குறுக்கி (மூல பந்தம் செய்யவேண்டும்). மனதினை மத்திய (சுஷும்னா) நாடியில் செலுத்தவேண்டும். 20

சுலோகம் 21

தாரயித்வா யதா-ஸக்தி
ரேசயேதநிலம் ஸநை: ।
ஸவ்யாங்கே து ஸமப்யஸ்ய
தக்ஷாங்கே புநரப்யஸேத் ॥ 21 ॥

தரயித்வா - மூச்சுக்காற்றினை உள்ளிருத்திக்கொண்டு, யதா-ஸக்தி- முடிந்த வரை, ரேசயேத்- வெளியே விட வேண்டும், அநிலம் - மூச்சுக்காற்றை, ஸநை: - மெதுவாக, ஸவ்யாங்கே து- இடதுபுறம், ஸமப்யஸ்ய- செய்து, தக்ஷாங்கே- வலதுபுறம், புந: - பின், அப்யஸேத் -செய்யவேண்டும்

முடிந்த வரை மூச்சுக்காற்றினை உள்ளிருத்திக்கொண்டு, அதன் பின்னர் மெதுவாக மூச்சுக்காற்றை வெளியே விட வேண்டும். (இந்தப் பயிற்சியை) இடதுபுறம் செய்த பின் வலதுபுறம் செய்யவேண்டும். 21

சுலோகம் 22

மதமத்ர து கேஷாஞ்சித்
கண்ட-பந்தம் விவர்ஜயேத் ।
ராஜ-தந்த-ஸ்த-ஜிஹ்வாயாம்
பந்த: ஸஸ்தோ பவேதிதி ॥ 22 ॥

மதம்- கருத்து, அத்ர து - இங்கு, கேஷாஞ்சித் - சிலருடைய, கண்ட– பந்தம்- ஜாலந்தரபந்தத்தை, விவர்ஜயேத் - தவிர்க்கவேண்டும், ராஜ-தந்த-ஸ்த-ஜிஹ்வாயாம்- முன்பற்களுக்குப் பின்புறம் நாவினை (அதன் நுனியை) வைத்துவிடும், பந்த:- பந்தம், ஸஸ்த:- உகந்தது, பவேத் - ஆகியிருக்கிறது, இதி - என்று

இந்தப் பயிற்சியில் தொண்டைப் பகுதியின் பந்தத்தைத் (ஜாலந்தர-பந்ததம்) தவிர்க்கவேண்டும் என்று சிலர் கருதுகின்றனர். அதற்கு பதில் முன்பற்களுக்குப் பின்புறம் நாவினை (அதன் நுனியை) வைத்துவிடும் பந்தம் (ஜிஹ்வா பந்தம்) உகந்ததாக கருதப்படுகிறது. 22

சுலோகம் 23

அயம் து ஸர்வ-நாடீநாம்

ஊர்த்வ-கதி-நிரோதக: |

அயம் கலு மஹா-பந்தோ

மஹா-ஸித்தி-ப்ரதாயக: || 23 ||

அயம் து - இது, ஸர்வ-நாடீநாம்- நாடிகள் வழியே, ஊர்த்வ-கதி-நிரோதக: - (பிராணன்) மேலே செல்வதைத் தடுத்துவிடுகிறது, அயம் கலு - இது, மஹா-பந்த:- மஹாபந்தம், மஹா-ஸித்தி-ப்ரதாயக: - அளப்பரிய (யோக)சித்திகளை அளிக்கிறது

இந்த (ஜிஹ்வா) பந்தம் (சுஷும்னா தவிர இதர) நாடிகள் வழியே (பிராணன்) மேலே செல்வதைத் தடுத்துவிடுகிறது. இப்படிச் செய்யப்படும் இந்த மஹாபந்தம் அளப்பரிய (யோக)யோக சக்திகளை அளிக்கிறது. 23

சுலோகம் 24

கால-பாஶ-மஹா-பந்த-

விமோசந-விசக்ஷண: |

த்ரி-வேணீ-ஸங்கமம் தத்தே

கேதாரம் ப்ராபயேந்மந: || 24 ||

கால-பாஸ-மஹா-பந்த-விமோசந-விசக்ஷண: - மரணச் சுருக்குக் கயிற்றின் மிக வலுவான தளையிலிருந்து விடுவிக்கும் திறன் பெற்றது (இந்தப் பயிற்சி), த்ரி-வேணீ-ஸங்கமம்- திரிவேணீ சங்கமத்தையும் (மூன்று நதிகளின் கூடுதல்), தத்தே- ஏற்படுத்தி விடுகிறது, கேதாரம்- கேதாரத்திற்கு, ப்ராபயேத்- இட்டுச்செல்கிறது, மந: - மனதை

மரணச் சுருக்குக்கயிற்றின் மிகவலுவான தளையிலிருந்து விடுவிக்கும் திறன் பெற்றது (இந்தப் பயிற்சி). இது திரிவேணீ சங்கமத்தையும் (மூன்று நதிகளின் கூடுதல்) ஏற்படுத்தி விடுகிறது. மனதை கேதாரத்திற்கு இட்டுச்செல்கிறது. 24

குறிப்புகள்

1. **திரிவேணீ சங்கமம்** - மூன்று நதிகள் சங்கமித்தல் திரிவேணீ சங்கமம் என்பர். முக்கியமாக கங்கை, யமுனை, சரஸ்வதி என இவை மூன்றும் சங்கமித்தலை திரிவேணீ சங்கமம் என்பர்கள். உடலின் உள்ள இடா, பிங்கலா, சுஷும்னா ஆகிய நாடிகள் நதிகளுடன் ஒப்பிடப்பட்டு அவற்றில் பிரவகிக்கும் பிராணன் சங்கமித்து, சுஷும்னா நாடியில் செல்லுதல் இதனால் குறிப்பிடப்படுகிறது என்று புரிந்து கொள்ளலாம். இடா நாடி கங்கையாகவும், பிங்கலா நாடி யமுனையாகவும் இதே அத்தியாயத்தின் 110வது சுலோகத்தில் குறிப்பிடப்பட்டுள்ளது கவனிக்கத்தக்கது.

2. **கேதாரம்** - கேதாரம் என்பது இமயமலையில் உள்ள சிவனின் புண்ணிய தலத்தைக் குறிக்கிறது. உடலில் கேதாரம் என்பது இரண்டு புருவங்களுக்கு இடையே உள்ள பகுதியாகும் -உரையாசிரியர்

சுலோகம் 25

மஹாவேதம்

ரூப-லாவண்ய-ஸம்பந்நா
யதா ஸ்த்ரீ புருஷம் விநா |
மஹா-முத்ரா-மஹா-பந்தௌ
நிஷ்பலௌ வேத-வர்ஜிதௌ || 25 ||

ரூப-லாவண்ய-ஸம்பந்நா - எழிலும், வசீகரமும் நிறைந்த, யதா - எவ்விதம், ஸ்த்ரீ - பெண், புருஷம் - ஆண்பால், விநா - இல்லாமல், மஹா-முத்ரா-மஹா-பந்தௌ- மஹாபந்தமும், மஹாமுத்ராவும், நிஷ்பலௌ- பலனற்றவை, வேத-வர்ஜிதௌ - மஹாவேதம் இல்லாமல்

எழிலும், வசீகரமும் நிறைந்த பெண் ஆண்பால் இல்லாமல் எப்படி (வாழ்வின்) பலனை எய்துவதில்லையோ அதே போல, மஹாவேதம் இல்லாமல் மஹாபந்தமும், மஹாமுத்ராவும் பயனற்றவை. 25

சுலோகம் 26

மஹா-வேதம்

மஹா-பந்த-ஸ்திதோ யோகீ
க்ருத்வா பூரகமேகதீ: |
வாயூநாம் கதிமாவ்ருத்ய
நிப்ருதம் கண்ட-முத்ரயா || 26 ||

மஹா-பந்த-ஸ்தித:- மஹாபந்தத்தில் இருந்து கொண்டு, யோகீ, க்ருத்வா- செய்து, பூரகம்- மூச்சுக்காற்றை உள்ளிழுத்து நிரப்புதலை, ஏகதீ:- மன ஒருமைப்பட்டுடன், வாயூநாம்- மூச்சுக்காற்றின்,

கதிம் - செயல்பாட்டினை, ஆவ்ருத்ய - தடுத்து, நிப்ருதம்-அசைவற்ற/நிலையான, கண்ட-முத்ரயா -தொண்டைப் பகுதியில் பந்தம் செய்து (ஜாலந்தர பந்தம்)

யோகி மஹாபந்தத்தில் இருந்து கொண்டு மூச்சுக்காற்றை, மன ஒருமைப்பாட்டுடன் (இரு நாசிகள் வழியே) உள்ளிழுத்து, தொண்டைப் பகுதியில் பந்தம் செய்து (ஜாலந்தர பந்தம்) அதனை சலனமற்றதாகச் செய்துவிடவேண்டும். 26

சுலோகம் 27

ஸம-ஹஸ்த-யுகோ பூமௌ

ஸ்பிசௌ ஸம்தாடயேச்சனை: l

புட-த்வயமதிக்ரம்ய

வாயு: ஸ்புரதி மத்யக: ll 27 ll

ஸம-ஹஸ்த-யுக: -இரண்டு கைகளின் தலத்தையும் சமமாக, பூமௌ - பூமியில், ஸ்பிசௌ- பிட்டம் இரண்டையும், ஸம்தாடயேத் - மோதச் செய்யவேண்டும், ஷனை: -மெதுவாக, புட-த்வயம்- (இடா பிங்கலா எனும்) இரண்டு பாதைகளைக் (நாடிகளை), அதிக்ரம்ய - கடந்து, வாயு:- (மூச்சுக்) காற்று, ஸ்புரதி- ஒளிரும்/ பிரவேசித்துவிடும், மத்யக: - மத்திய (சுஷும்னா) நாடியில்

(அமர்ந்த நிலையில்) இரண்டு உள்ளங்கைகளையும் சமமாக பூமியில் பதியவைத்து (உடலை உயர்த்தி) பிட்டம் இரண்டையும் மெதுவாக தரையில் மோதச் செய்யவேண்டும். (அப்படிச்செய்வதனால்) (மூச்சுக்) காற்று (இடா பிங்கலா எனும்) இரண்டு பாதைகளைக் (நாடிகளை) கடந்து மத்திய (சுஷும்னா) நாடியில் ஒளிரும்/பிரவேசித்துவிடும். 27

சுலோகம் 28

ஸோம-ஸூர்யாக்நி-ஸம்பந்தோ

ஜாயதே சாம்ருதாய வை |

ம்ருதாவஸ்தா ஸமுத்பந்நா

ததோ வாயும் விரேசயேத் || 28 ||

ஸோம-ஸூர்யாக்நி-ஸம்பந்த:- சந்திரன், சூரியன், அக்கினி ஆகியவைகளின் இடையே தொடர்பு, ஜாயதே ச - ஏற்பட்டுவிடும், அம்ருதாய வை - மரணமிலாப் பெருநிலையை அளிக்கும், ம்ருதாவஸ்தா - மரண(ம்) (போன்ற) நிலையும், ஸமுத்பந்நா - ஏற்பட்டுவிடும், தத:- இவ்வாறு செய்த பின், வாயும் - சுவாசத்தை, விரேசயேத்- வெளியே விட வேண்டும்

இதனால் மரணமிலாப் பெருநிலையை அளிக்கும் சந்திரன், சூரியன், அக்னி ஆகியவைகளின் இடையே தொடர்பு ஏற்பட்டுவிடும். இதனால் மரண(ம்) (போன்ற) நிலையும் ஏற்பட்டுவிடும். இவ்வாறு செய்த பின் சுவாசத்தை வெளியே விட வேண்டும். 28

குறிப்புகள்

1. **சந்திரன், சூரியன், அக்னி** - இவை முறையே இடா, பிங்கலா, சுஷும்னா ஆகிய மூன்று நாடிகளைக் குறிக்கின்றன - உரையாசிரியர்.

2. **மரண(ம்) (போன்ற) நிலை** - பிராணன் இடா, பிங்கலா நாடிகளை விடுத்து சுஷும்னாவில் செல்வதனால் மரணம் எனப்படுகிறது. - உரையாசிரியர் (இது பற்றி விளக்கத்திற்கு இதே அத்தியாயத்தின் 11, 12 வது சுலோகங்களைக் காண்க)

சுலோகம் 29

மஹா-வேதோ(அ)யமப்யாஸாத்

மஹா-ஸித்தி-ப்ரதாயக: |

வலீ-பலித-வேப-க்ந:

ஸேவ்யதே ஸாதகோத்தமை: || 29 ||

மஹா-வேத:- மஹாவேதம், அயம்- இந்த, அப்யாஸாத் - (தொடர்ந்து) பயிற்சி செய்வதனால், மஹா-ஸித்தி-ப்ரதாயக: - அளப்பரிய சித்திகளை அளிக்கவல்லது, வலீ-பலித-வேப-க்ந:- தலைநரை, தோல் சுருக்கம், உடல் நடுக்கம் ஆகியவைகளை போக்கிவிடும், ஸேவ்யதே- பயிற்சி செய்யப்படுகிறது, ஸாதகோத்தமை:- சிறந்த சாதகர்களால்

(தொடர்ந்து) பயிற்சி செய்வதனால் மஹாவேதம் அளப்பரிய யோக சக்திகளை அளிக்கவல்லது. தலைநரை, தோல் சுருக்கம், உடல் நடுக்கம் ஆகியவைகளை போக்கிவிடும் இது சிறந்த சாதகர்களால் பயிற்சி செய்யப்படுகிறது. 29

குறிப்புகள்

- **யோக சக்திகளை அளிக்கவல்லது** - அணிமா முதலிய அட்டமா சித்திகள் இவை (இது பற்றி விளக்கம் இதே அத்தியாயம் சுலோகம் 8 அடிக்குறிப்பில் காண்க)

சுலோகம் 30

ஏதத்-த்ரயம் மஹா-குஹ்யம்

ஜரா-ம்ருத்யு-விநாஶநம் |

வஹ்நி-வ்ருத்தி-கரம் சைவ

ஹ்யணிமாதி-குண-ப்ரதம் || 30 ||

ஏதத்-த்ரயம - இம்மூன்றும், மஹா-குஹ்யம் - மிகவும் ரகசியமாக பாதுகாக்கப்பட வேண்டியவை, ஜரா-ம்ருத்யு-விநாஶநம் - மூப்பினையும், மரணத்தையும் அழித்துவிடுகின்றன, வஹ்நி-வ்ருத்தி-கரம் ச ஏவ - (ஜடர) அக்கினியையும் ஒளிரச்செய்கின்றன, ஹி - நிச்சயமாக, அணிமாதி-குண-ப்ரதம் - அணிமா முதலிய அட்டமா சித்திகளை அளிக்கின்றன

இம்மூன்றும் மிகவும் ரகசியமாக பாதுகாக்கப்பட வேண்டியவை. இவை மூப்பினையும், மரணத்தையும் அழித்துவிடுகின்றன, (ஜடர) அக்னியையும் ஒளிரச்செய்கின்றன, அணிமா முதலிய அட்டமா சித்திகளை அளிக்கின்றன. 30

சுலோகம் 31

அஷ்டதா க்ரியதே சைவ

யாமே யாமே திநே திநே |

புண்ய-ஸம்பார-ஸந்தாயீ

பாபௌக-பிதுரம் ஸதா ||

ஸம்யக் ஶிக்ஷாவதாமேவம்

ஸ்வல்பம் ப்ரதம-ஸாதநம் || 31 ||

அஷ்டதா - எட்டு விதங்களில், க்ரியதே ச ஏவ- செய்யப்பட வேண்டும், யாமே யாமே - ஒவ்வொரு ஜாமத்திலும், திநே திநே - ஒவ்வொரு நாளும், புண்ய-ஸம்பார-ஸந்தாயீ - பெரும்

நன்மை/புண்ணியம் விளையும், பாபௌக-பிதுரம்- தீமைகளை இது அழித்தொழித்து விடும், ஸதா - எப்போதும், ஸம்யக் ஶிக்ஷாவதாம் - நன்றாக இதனைக் கற்றறிந்தவர்கள், ஏவம் - இவ்விதம், ஸ்வல்பம் - சிறிது சிறிதாக, ப்ரதம-ஸாதநம் - துவக்கத்தில் செய்யவேண்டும்

ஒவ்வொரு நாளும், ஒவ்வொரு ஜாமத்திலும் எட்டு விதங்களில் இந்தப்பயிற்சிகள் செய்யப்பட வேண்டும். இதனால் பெரும் நன்மை/ புண்ணியம் விளையும். எப்போதும் தீமைகளை இது அழித்தொழித்து விடும். நன்றாக இதனைக் கற்றறிந்தவர்கள் சிறிது சிறிதாக பயிற்சி செய்யவேண்டும். 31

குறிப்புகள்

- **எட்டு விதங்களில்** – இந்த எட்டுவிதம் என்னென்ன என்பது உரையிலும் குறிப்பிடப்படவில்லை. இந்த பயிற்சி பற்றி நன்கறிந்து குருபரம்பரையில், பலகாலம் பயிற்சி செய்து வரும் யோகிகள் இது பற்றி அறிந்திருக்க வாய்ப்புள்ளது.

சுலோகம் 32

கேச்சரீ முத்ரா

கபால-குஹரே ஜிஹ்வா
ப்ரவிஷ்டா விபரீதகா ।
ப்ருவோரந்தர்கதா த்ருஷ்டி:
முத்ரா பவதி கேசரீ ॥ 32 ॥

கபால-குஹரே - கபாலத்தின் குகையில், ஜிஹ்வா - நாக்கு, ப்ரவிஷ்டா - நுழையவேண்டும், விபரீதகா - எதிர்திசையில் பயணித்து, ப்ருவோரந்தர்கதா - இரண்டு புருவங்களுக்கு மத்தியில்,

த்ருஷ்டி: - பார்வை, முத்ரா, பவதி - இருக்கவேண்டும், கேசரீ - கேச்சரீ

எதிர்திசையில் பயணித்து கபாலத்தின் குகையில் நாக்கு நுழையவேண்டும். பார்வை இரண்டு புருவங்களுக்கு மத்தியில் இருக்கவேண்டும். இது கேச்சரீ முத்ரா எனப்படும். 32

குறிப்புகள்

- **கேசரீ, கேச்சரீ?** - சம்ஸ்க்ருதத்தில் இது கேசரீ என்று உச்சரிக்கப்படும். தமிழில் இது ஒரு தின்பண்டத்தை நினைவுபடுத்தும் விதமாக அமைந்துவிடக்கூடாது என்பதற்காக கேச்சரீ எனும் எழுத்துச்சேர்க்கை இந்த நூல் நெடுகிலும் பயன்படுத்தப்பட்டுள்ளது.

- **எதிர்திசையில் பயணித்து** - நாக்கு பொதுவாக வெளிப்புறம் நீட்டிக்கொண்டிருக்கும். அதன் எதிர்திசை உட்புறம். நாக்கு உட்புறம் சென்று, வளைந்து கபாலத்தை நோக்கி மேலே எழவேண்டும்.

சுலோகம் 33

சேதந-சாலந-தோஹை:
கலாம் க்ரமேணாத வர்தயேத் தாவத் I
ஸா யாவத் ப்ரூமத்யம் ஸ்ப்ருஶதி
ததா கேசரீ-ஸித்தி: II 33 II

சேதந-சாலந-தோஹை: - கீறுதல், புரட்டுதல், கறத்தல் ஆகியவை மூலம், கலாம் - (நாவின்) நீளத்தை, க்ரமேண - படிப்படியாக, அத - பின், வர்தயேத் - அதிகப்படுத்தவேண்டும், தாவத் - அதுவேரை, ஸா - அது (நாக்கு), யாவத் - எதுவரை, ப்ரூமத்யம் - புருவங்களின் மத்தியப்பகுதியினை, ஸ்ப்ருஶதி - தொடுமளவுக்கு, ததா - அப்போது கேசரீ-ஸித்தி: - கேச்சரீ (முத்ரா) சித்திக்கும்

கீறுதல், புரட்டுதல், கறத்தல் ஆகியவை மூலம் (நாவின்) நீளத்தை படிப்படியாக அதிகப்படுத்தவேண்டும். புருவங்களின் மத்தியப்பகுதியினை தொடுமளவுக்கு நாக்கு நீண்டால் கேச்சரீ(முத்ரா) சித்திக்கும். 33

குறிப்புகள்

1. **கீறுதல்** - இது பற்றி அடுத்த சுலோகத்திலேயே விளக்கம் உள்ளது

2. **புரட்டுதல்** - கட்டைவிரலாலும், ஆள்காட்டி விரலாலும் நாக்கைப் பிடித்து இரு புறமும் புரட்ட வேண்டும் - உரையாசிரியர்

3. **கறத்தல்** - இரண்டு கைகளின் கட்டைவிரல்களாலும், ஆள்காட்டி விரல்களாலும் (பசுமாட்டின் காம்பினைக் கறப்பதைப் போல) நாக்கினை இழுக்க வேண்டும் – உரையாசிரியர்

சுலோகம் 34

ஸ்நுஹீ-பத்ர-நிபம் ஶஸ்த்ரம்
ஸுதீக்ஷணம் ஸ்நிக்த-நிர்மலம் |
ஸமாதாய ததஸ்-தேந
ரோம-மாத்ரம் ஸமுச்சிநேத் || 34 ||

ஸ்நுஹீ-பத்ர-நிபம் - கள்ளி இலை (முள்) போன்ற, ஶஸ்த்ரம் - ஆயுதத்தை, ஸுதீக்ஷணம் - கூரிய, ஸ்நிக்த-நிர்மலம் -, சீரான (சொரசொரப்பற்ற) தூய்மையான, ஸமாதாய - எடுத்துக்கொண்டு, தத:- அதன் பின், தேந - அதனால், ரோம-மாத்ரம்- ஒரு மயிர்க்கால் அகலத்துக்கு, ஸமுச்சிநேத் - கீற வேண்டும்

கள்ளி இலை (முள்) போன்ற கூரிய, சீரான (சொரசொரப்பற்ற), தூய்மையான ஆயுதத்தை எடுத்துக்கொள்ள வேண்டும். ஒரு மயிர்க்கால் அகலத்துக்கு (நாக்கினை வாயின் அடிப்பகுதியுடன் இணைக்கும் நரம்பினை கீற வேண்டும். 34

சுலோகம் 35

தத: ஸைந்தவ-பத்யாப்யாம்

சூர்ணிதாப்யாம் ப்ரகர்ஷயேத் |

புந: ஸப்ததிநே ப்ராப்தே

ரோம-மாத்ரம் ஸ்ʽமுச்சிநேத் || 35 ||

தத:-அதன்பின், ஸைந்தவ-பத்யாப்யாம்-காடுக்காய்ப்பொடியுடன் உப்பு சேர்த்து, சூர்ணிதாப்யாம் - பொடிசெய்யப்பட்டு, ப்ரகர்ஷயேத் - (கீறிய இடத்தில்) தேய்க்கவேண்டும், புந: - மீண்டும், ஸப்ததிநே- ஏழு நாட்கள், ப்ராப்தே - ஆன பின், ரோம-மாத்ரம்- ஒரு மயிர்க்கால் அகலத்திற்கு, ஸ்ʽமுச்சிநேத் - கீற வேண்டும்

அதன் பின், காடுக்காய்ப்பொடியுடன் உப்பு சேர்த்து (கீறிய இடத்தில்) தேய்க்கவேண்டும். மீண்டும் ஏழு நாட்களுக்குப் பின் ஒரு மயிர்க்கால் அகலத்திற்கு கீற வேண்டும். 35

குறிப்புகள்

- **மீண்டும் ஏழு நாட்களுக்குப் பின்…** - முதல் ஏழு நாட்களுக்கு ஒரு மயிர்க்கால் அளவிற்கு தினமும் காலையும் மாலையும் கீறுதல், கடுக்காய்ப்பொடி-உப்புக்கலவையைத் தேய்த்தல் ஆகியவை செய்யவேண்டும். ஏழு நாள் கழிந்து எட்டாவது நாள் முதல் இன்னுமொரு மயிர்க்கால் (இரண்டு மயிர்க்கால்) அளவுக்கு கீற வேண்டும் - உரையாசிரியர்

சுலோகம் 36

ஏவம்க்ரமேண ஷண்மாஸம்

நித்யம் யுக்த: ஸமாசரேத் ।

ஷண்மாஸாத் ரஸநா-மூல-

ஸிரா-பந்த: ப்ரணஸ்யதி ॥ 36 ॥

ஏவம்க்ரமேண - இவ்விதத்தில், ஷண்மாஸம் - ஆறுமாதம், நித்யம் - இடைவிடாமல், யுக்த:- நிலையான மனதுடன், ஸமாசரேத்- செய்துவரவேண்டும், ஷண்மாஸாத் - ஆறு மாதத்திற்கு பிறகு, ரஸநா-மூல-ஸிரா-பந்த: - நாவினை (வாயின்)அடிப்பாகத்துடன் இணைக்கும் நரம்புப் பிணை, ப்ரணஸ்யதி - துண்டிக்கப்படும்

இவ்விதம் ஆறுமாத காலம் இடைவிடாமல். நிலையான மனதுடன் செய்துவரவேண்டும். ஆறுமாதங்களில் நாவினை (வாயின்)அடிப்பாகத்துடன் இணைக்கும் நரம்புப் பிணை துண்டிக்கப்படும். 36

குறிப்புகள்

* **இவ்விதம்** - ஒவ்வொரு வாரமும் ஒரு மயிர்க்கால் அளவு கீறுதலை அதிகப்படுத்தும் விதத்தில் - உரையாசிரியர்

சுலோகம் 37

கலாம் பராங்முகீம் க்ருத்வா

த்ரிபதே பரியோஜயேத் ।

ஸா பவேத் கேசரீ-முத்ரா

வ்யோமசக்ரம் ததுச்யதே ॥ 37 ॥

கலாம் - நாவின் நுனியினை, பராங்முகீம் - பின்புறமாக/ உட்புறமாகத் திருப்புதல், க்ருத்வா - செய்து, த்ரிபதே - மூன்று

நாடிகள் சந்திக்கும் இடத்தில், பரியோஜயேத் - சேர்க்க வேண்டும், ஸா - அது, பவேத் - ஆகும், கேசரீ-முத்ரா - கேச்சரீ முத்ரா, வ்யோமசக்ரம்- வ்யோம-சக்ரம் என்றும், தத் - அது, உச்யதே - குறிப்பிடப்படும்

நாவின் நுனியினை பின்புறமாக/உட்புறமாகத் திருப்பி மூன்று நாடிகள் சந்திக்கும் இடத்தில் சேர்க்க வேண்டும். அது தான் கேச்சரீ முத்ரா. அது வ்யோம-சக்ரம் என்றும் குறிப்பிடப்படும். 37

குறிப்புகள்

- **மூன்று நாடிகள் சந்திக்கும் இடத்தில்...** - கபாலத்தை நோக்கி நாக்கு உட்புறமாக மேலெழும் இடம் இடா, பிங்கலா, சுஷும்னா ஆகிய மூன்று நாடிகள் சந்திக்கும் இடமாகும்.

சுலோகம் 38

ரஸநாமூர்த்வகாம் க்ருத்வா

க்ஷாணார்தமபி திஷ்டதி I

விஷை: விமுச்யதே யோகீ

வ்யாதி-ம்ருத்யு-ஜராதிபி: II 38 II

ரஸநாம்- நாவினை, ஊர்த்வகாம் - மேற்புறம் செல்லும் விதம், க்ருத்வா - செய்து, க்ஷாணார்தம்- அரைக்ஷண காலம், அபி - கூட, திஷ்டதி - இருந்தாலும், விஷை: - விஷங்களிலிருந்தும், விமுச்யதே - விடுபடுகிறார், யோகீ, வ்யாதி-ம்ருத்யு-ஜராதிபி: - நோய்களிலிருந்தும், மரணத்திலிருந்து, மூப்பிலிருந்தும்

நாவினை மேற்புறம் செலுத்திய நிலையில் அரைக்ஷண காலம் இருந்தாலும், யோகி எல்லவிதமான விஷங்களிலிருந்தும், நோய்களிலிருந்தும், மரணம், மூப்பிலிருந்தும் விடுபடுகிறார். 38

குறிப்புகள்

1. **அரைக்ஷணம்** - க்ஷணம் என்பது ஒரு முஹூர்த்த காலத்தைக் குறிக்கும் (48 நிமிடங்கள்). அரை க்ஷணம் என்பது ஒரு கடிகை காலம் ஆகும் (24 நிமிடங்கள்) – உரையாசிரியர்

2. **எல்லாவிதமான விஷங்களிலிருந்தும்** – பாம்பு, தேள் ஆகியவைகளின் விஷங்களிலிருந்தும் – உரையாசிரியர்

சுலோகம் 39

ந ரோகா மரணம் தந்த்ரா

ந நித்ரா ந க்ஷுதா த்ருஷா ।

ந ச மூர்ச்சா பவேத் தஸ்ய

யோ முத்ராம் வேத்தி கேசரீம் ॥ 39 ॥

ந -, இல்லை ரோகா -, நோய் மரணம் - இறப்பு, தந்த்ரா - சோம்பல், ந - இல்லை, நித்ரா - தூக்கம், ந - இல்லை, க்ஷுதா - பசி, த்ருஷா - தாகம், ந ச இல்லை, மூர்ச்சா - மயக்கம், பவேத்- ஏற்படுவது, தஸ்ய - அவருக்கு, ய:- யார், முத்ராம் - முத்திரையை, வேத்தி - அறிந்தவருக்கு, கேசரீம் கேச்சரீயை

கேச்சரீ முத்ரா-வை அறிந்தவருக்கு நோய், மரணம், சோம்பல், உறக்கம், பசி, தாகம், மயக்கம் ஆகியவை ஏற்படாது. 39

சுலோகம் 40

பீட்யதே ந ஸ ரோகேண
லிப்யதே ந ச கர்மணா |
பாத்யதே ந ஸ காலேந
யோ முத்ராம் வேத்தி கேசரீம் || 40 ||

பீட்யதே -பீடிக்கப்படுவது, ந - இல்லை, ஸ:- அவர், ரோகேண -நோயினால், லிப்யதே - களங்கப்படுதல், ந ச - இல்லை, கர்மணா - வினைகளினால் (அதன் பயனால்), பாத்யதே - பாதிக்கப்படுவது, ந - இல்லை, ஸ: - அவர் காலேந - காலனால், ய:- யார், முத்ராம் - முத்ரா-வை, வேத்தி - அறிந்தவருக்கு, கேசரீம் - கேச்சரீயை

கேச்சரீ முத்ரா-வை அறிந்தவர் நோயினால் பீடிக்கப்படுவதில்லை. வினைப் பயன்களினால் அவருக்கு களங்கமில்லை. காலனால் பாதிப்பும் அவருக்கு இல்லை. 40

சுலோகம் 41

சித்தம் சரதி கே யஸ்மாத்
ஜிஹ்வா சரதி கே கதா |
தேநைஷா கேசரீ நாம
முத்ரா ஸித்தை: நிரூபிதா || 41 ||

சித்தம் - சித்தம்/மனது, சரதி - சஞ்சரிக்கிறது, கே - வெற்றிடத்தில், யஸ்மாத் - எதனால், ஜிஹ்வா - நாக்கு, சரதி - சஞ்சரிக்கிறது, கே - வெற்றிடத்தில், கதா - சென்று, தேந - அதனால், ஏஷா - இது, கேசரீ - கேச்சரீ, நாம - என்ற, முத்ரா, ஸித்தை: - சித்தர்களால், நிரூபிதா - நிறுவெப்பட்டுள்ளது

சித்தமும், நாக்கும் (இரு புருவங்களுக்கும் இடைப்பட்ட) வெற்றிடத்தில் (கே) சஞ்சரிப்பதால்(சர) இந்த முத்ரா-வை கேச்சரீ என்று சித்தர்கள் நிறுவினர். 41

சுலோகம் 42

கேசர்யா முத்ரிதம் யேந

விவரம் லம்பிகோர்த்வத: I

ந தஸ்ய க்ஷரதே பிந்து:

காமிந்யாஸ்லேஷிதஸ்ய ச II 42 II

கேசர்யா-கேச்சரீ பயிற்சியினால், முத்ரிதம் - அடைக்கப்பட்டுள்ளதோ, யேந - யாரால், விவரம் - துளை லம்பிகோர்த்வத: - மேல்வாய் பகுதிக்கு மேல் உள்ள, ந - இல்லை, தஸ்ய - அவருடைய, க்ஷரதே - வெளியேறாது/வீணாகாது, பிந்து: - விந்து, காமிந்யாஸ்லேஷிதஸ்ய ச - காமத்துடன் ஒரு பெண் தழுவினாலும்

கேச்சரீ பயிற்சியினால் மேல்வாய் பகுதிக்கு மேல் உள்ள துளை அடைக்கப்படும் போது காமத்துடன் ஒரு பெண் தழுவினாலும், ஒருவரின் வீரியம்/விந்து வெளியேறாது. 42

சுலோகம் 43

சலிதோ(அ)பி யதா பிந்து:

ஸம்ப்ரப்தோ யோனி-மண்டலம் I

வ்ரஜத்யூர்த்வம் ஹ்ருத: சக்த்யா

நிபத்தோ யோனி-முத்ரயா II 43 II

சலித: அபி - அதன் இடத்திலிருந்து (வெளிப்புறம் செல்லும் பொருட்டு) நகர்த்தப்பட்டு, யதா- எப்போது, பிந்து: - விந்து, ஸம்ப்ரப்த:- அடைந்தாலும், யோனி-மண்டலம் - பிறப்புறுப்புப்

பகுதியை, வ்ரஜதி- செல்லும், ஊர்த்வம் - மேல் நோக்கி, ஹ்ருத: - இழுக்கப்பட்டு, ஸக்த்யா - சக்தியினால், நிபத்த:- கட்டப்பட்டு, யோநி-முத்ரயா - யோனி முத்ரா-வினால்

வீரியம்/விந்து அதன் இடத்திலிருந்து (வெளிப்புறம் செல்லும் பொருட்டு) நகர்த்தப்பட்டு பிறப்புறுப்புப் பகுதியை அடைந்தாலும், யோனி முத்ரா-வின் பயிற்சியின் சக்தியால் கட்டப்பட்டு இழுக்கப்பட்டு மேல் அது நோக்கிச் செல்லும். 43

குறிப்புகள்

* **யோனிமுத்ரா** - இது வஜ்ரோலி முத்ரா-வைக் குறிக்கிறது - உரையாசிரியர் (இந்த முத்ரா பற்றி விளக்கம் இதே அத்தியாயத்தின் 83 சுலோகத்தில் காண்க)

சுலோகம் 44

ஊர்த்வ-ஜிஹ்வ: ஸ்திரோ பூத்வா

ஸோம-பாநம் கரோதி ய: ।

மாஸார்தேந ந ஸந்தேஹோ

ம்ருத்யும் ஜயதி யோகவித் ॥ 44 ॥

ஊர்த்வ-ஜிஹ்வ: - மேற்புறம் நோக்கிய நாவினால், ஸ்திர:- நிலையாக, பூத்வா - இருந்துகொண்டு, ஸோம-பாநம் - சோமபானம், கரோதி - செய்பவர், ய: - யாரோ (அவர்), மாஸார்தேந - பதினைந்து நாட்களில், ந - இல்லை, ஸந்தேஹ:- சந்தேகம், ம்ருத்யும் - மரணத்தை, ஜயதி - வென்றுவிடுவார், யோகவித் - யோகவல்லுனர்

நிலையாக, மேற்புறம் நோக்கிய நாவினால், சோமபானம் செய்யும் யோகவல்லுனர் பதினைந்து நாட்களில் மரணத்தை வென்றுவிடுவார் என்பதில் எந்த சந்தேகமும் இல்லை. 44

குறிப்புகள்

* **சோமபானம்** – நாக்கு மேல் அண்ணத்திற்கு பின்புறம் உள்ள துளை வழியே (கபாலம் நோக்கி) மேலெழும்பினால் அங்கே சந்திரனிலிருந்து (உயிர் சக்தி) உருகிப் பெருகும் திரவத்தை சுவைக்க முடியும். இது தான் சோமபானம் – உரையாசிரியர்

சுலோகம் 45

நித்யம் ஸோம-கலா-பூர்ணம்

ஶரீரம் யஸ்ய யோகிந: I

தக்ஷகேணாபி தஷ்டஸ்ய

விஷம் தஸ்ய ந ஸர்பதி II 45 II

நித்யம் - என்றும், ஸோம-கலா-பூர்ணம் - சோம- திரவத்தினால் நிறைந்த, ஶரீரம் - தேகம், யஸ்ய - எந்த, யோகிந: - யோகியினுடையதோ, தக்ஷகேண - தட்சகனால் (கொடிய சர்ப்பம்) அபி - கூட, தஷ்டஸ்ய - தீண்டப்பட்டால், விஷம் - விஷம், தஸ்ய -, ந - இல்லை, ஸர்பதி -ஏறுவது

(இவ்விதம் சோமபானம் செய்வதனால்) என்றும் சோம- திரவத்தினால் நிறைந்த யோகியின் தேகத்தை தட்சகன் (போன்ற கொடிய சர்ப்பம்) தீண்டினாலும், அவரது உடலில் விஷம் ஏறாது. 45

சுலோகம் 46

இந்தநாநி யதா வஹ்நி:
தைல-வர்திம் ச தீபக: |
ததா ஸோம-கலா-பூர்ணம்
தேஹீ தேஹம் ந முஞ்சதி || 46 ||

இந்தநாநி - எரிபொருட்களை, யதா - எவ்விதம், வஹ்நி: - நெருப்பும், தைல-வர்திம்ச - எண்ணைத் திரியினை, தீபக: - சுடரும், ததா - அது போல, ஸோம-கலா-பூர்ணம் - சோம-திரவம் நிறைந்த, தேஹீ - உயிர் / ஆன்மா, தேஹம் - உடலினை, ந- இல்லை, முஞ்சதி - அகல்வது

எரிபொருட்களை நெருப்பும், எண்ணெய்த் திரியினைச் சுடரும் எப்படி விட்டு அகல்வதில்லையோ அது போல, சோம-திரவம் நிறைந்த உடலினை விட்டு உயிர் அகல்வதில்லை. 46

சுலோகம் 47

கோ-மாம்ஸம் பக்ஷயேந்நித்யம்
பிபேதமர-வாருணீம் |
குலீநம் தமஹம் மந்யே
இதரே குல-காதகா: || 47 ||

கோ-மாம்ஸம் - பசு-மாமிசத்தை, பக்ஷயேத்- உண்பவர், நித்யம் - தவறாமல், பிபேத்- பருகுகிறாரோ, அமர-வாருணீம் - அமர-வாருணியை, குலீநம் -நற்குலத்தை சேர்ந்தவர், தம் - அவரை, அஹம் - நான், மந்யே- கருதுகிறேன், இதரே -மற்றவர்கள், குல-காதகா: - குல நாசம் செய்பவர்கள்

யார் எப்போதும் தவறாமல் பசு-மாமிசத்தை உண்டு, அமர-வாருணியைப் (தேவர்களின் மதுபானம்) பருகுகிறாரோ அவர் தான் நற்குலத்தைச் சேர்ந்தவர் என்று நான் கருதுகிறேன். மற்றவர்கள் குலநாசம் செய்பவர்கள். 47

குறிப்புகள்

- **பசு மாமிசம், அமர-வாருணீ** – இவை இரண்டும் அடுத்துள்ள இரண்டு சுலோகங்களில் விளக்கப்படுகின்றன

சுலோகம் 48

கோ-ஸப்தேநோதிதா ஜிஹ்வா

தத்-ப்ரவேஸோ ஹி தாலுநி |

கோ-மாம்ஸ-பக்ஷணம்

தத்து மஹா-பாதக-நாஸநம் || 48 ||

கோ-ஸப்தேந – கோ (பசு) என்ற சொல்லால், உதிதா – குறிப்பிடப்படுகிறது, ஜிஹ்வா – நாக்கு, தத்-ப்ரவேஸ: ஹி – அது நுழைவது, தாலுநி – உள்நாக்கின்/மேலண்ணத்தில் (அதனருகில் உள்ள துளையில்), கோ-மாம்ஸ-பக்ஷணம் – கோமாமிசத்தை உண்ணுதல், தத் து – அது, மஹா-பாதக-நாஸநம் – மிகப் பெரும் பாதகங்களை அழித்துவிடும்

கோ (பசு) என்ற சொல்லால் நாக்கு குறிப்பிடப்படுகிறது. நாக்கு உள்நாக்கின்/மேலண்ணத்தில் (அதனருகில் உள்ள துளையில்) நுழைவது தான் கோமாமிசத்தை உண்ணுதல். அது மிகப் பெரும் பாதகங்களை அழித்துவிடும். 48

சுலோகம் 49

ஜிஹ்வா-ப்ரவேஶ-ஸம்பூத-

வஹ்நிநோத்பாதித: கலு |

சந்த்ராத் ஸ்ரவதி ய: ஸார:

ஸா ஸ்யாதமர-வாருணீ || 49 ||

ஜிஹ்வா-ப்ரவேஶ-ஸம்பூத-வஹ்நிநா - நாக்கு (மேலண்ணம்/ உள்நாக்கின் அருகில் உள்ள துளையில்) பிரவேசிப்பதால் ஏற்படும் அக்கினியினால், உத்பாதித: கலு - உண்டாகும், சந்த்ராத் - சந்திரனிலிருந்து, ஸ்ரவதி -பெருகும், ய: - எந்த, ஸார: - சாரம்/ திரவம், ஸா - அது, ஸ்யாத்- ஆகும், அமர-வாருணீ - தேவர்களின் மதுபானம்

நாக்கு (மேலண்ணம்/உள்நாக்கின் அருகில் உள்ள துளையில்) பிரவேசிப்பதால் ஏற்படும் அக்னியினால் (உஷ்ணத்தினால்) சந்திரனிலிருந்து (உருகிப்) பெருகும் சாரம்/திரவம் தான் அமர-வாருணீ/ தேவர்களின் மதுபானம் எனப்படுகிறது. 49

சுலோகம் 50

சும்பந்தீ யதி லம்பிகாக்ரமநிஶம் ஜிஹ்வா-ரஸ-ஸ்யந்திநீ ஸக்ஷாரா கடுகாம்ல-துக்த-ஸத்ருஶீ மத்வாஜ்ய-துல்யா ததா | வ்யாதீநாம் ஹரணம் ஜராந்த-கரணம் ஶஸ்த்ராகமோத்ரணம் தஸ்ய ஸ்யாதமரத்வமஷ்ட-குணிதம் ஸித்தாங்கநாகர்ஷணம் || 50 ||

சும்பந்தீ யதி - பிரவேசித்துக்கொண்டிருக்குமானால் லம்பிகாக்ரம்- மேலண்ணம்/உள்நாக்கின் அருகில் உள்ள துளையில், அநிஶம் - எப்போதும், ஜிஹ்வா - நாக்கு ரஸ-ஸ்யந்திநீ - அமிழ்தினைப்

பெருகச்செய்யுமானால், ஸக்ஷாரா- உப்புச்சுவையுடன், கடுகாம்ல-துக்த-ஸத்ருபீ - கார்ப்பு, புளிப்பும், பால் ஆகிய போன்ற (சுவைகள் கொண்டு), மத்வாஜ்ய-துல்யா - தேன், நெய் ஆகியவைகளுக்கு ஒப்பான, ததா - மற்றும், வ்யாதீநாம் - நோய்கள், ஹரணம் - நீங்கும், ஜராந்த-கரணம் - மூப்புத் தொலையும், பௌஸ்த்ராகமோதீரணம் - (தாக்குவதற்கு) ஆயுதங்கள் வருமானால் அவை விலகிப் போகும், தஸ்ய - அவருக்கு, ஸ்யாத்- கிட்டும், அமரத்வம்-அமரத்துவம், அஷ்ட-குணிதம் - அட்டமா சித்திகள் கைகூடும், ஸித்தாங்கநாகர்ஷணம் - சித்தர்களின் மங்கைகளை வசீகரித்தலும் (ஏற்படும்)

நாக்கு மேலண்ணம்/உள்நாக்கின் அருகில் உள்ள துளையில் (கேச்சரீ பயிற்சியினால்) எப்போதும் பிரவேசித்து அங்கிருக்கும் உப்பு, கார்ப்பு, புளிப்பும் போன்ற (சுவைகள் கொண்டு), பால், தேன், நெய் ஆகியவைகளுக்கு ஒப்பான அமிழ்திணைப் பெருகச்செய்யுமானால், நோய்கள் நீங்கும், மூப்புத் தொலையும், (தாக்குவதற்கு) ஆயுதங்கள் வருமானால் அவை விலகிப் போகும், அமரத்துவம் கிட்டும், அட்டமா சித்திகள் கைகூடும், சித்தர்களின் மங்கைகளை வசீகரிக்கும் திறனும் வாய்க்கும். 50

குறிப்புகள்

- **சித்தர்களின்…** –புராணங்களில் கூறப்பட்டுள்ள தேவர்களின் ஒரு பிரிவினர்

சுலோகம் 51

மூர்த்ந: ஷோடஸ-பத்ர-பத்ம-கலிதம் ப்ராணாதவாப்தம் ஹடாத்
ஊர்த்வாஸ்யோ ரஸநாம் நியம்ய விவரே ஸக்திம் பராம் சிந்தயந் ।
உத்கல்லோல-கலா-ஜலம் ச விமலம் தாராமயம் ய: பிபேத்
நிர்வ்யாதி: ஸ ம்ருணால-கோமல-வபு: யோகீ சிரம் ஜீவதி ॥ 51 ॥

மூர்த்ந: -மேலண்ணப் பகுதியில் இருக்கும், ஷோடஸ-பத்ர-பத்ம-
கலிதம் - பதினாறு இதழ்த் தாமரையிலிருந்து பெருகும், ப்ராணாத் -
பிராணனின் உதவியுடன், அவாப்தம் - அடையப்பட்டது, ஹடாத்
- (இவ்வித)ஹடயோகத்தால், ஊர்த்வாஸ்ய:- மேல் நோக்கிய
வாயுடன், ரஸநாம் - நாக்கினை, நியம்ய - பிரவேசித்து, விவரே -
துளையில், ஸக்திம் பராம் - பராசக்தியை, சிந்தயந் - தியானித்தபடி,
உத்கல்லோல-கலா-ஜலம் ச -அலையலையாகப் பெருகும்(சோம)
கலா-நீரினை, விமலம் - தூய்மையான, தாராமயம் - தாரை
வடிவிலான, ய: - யார், பிபேத்- பருகுகிறாரோ, நிர்வ்யாதி: -,
வியாதிகளற்று, ஸ:- அவர், ம்ருணால-கோமல-வபு: - தாமரைத்
தண்டினைப் போல மென்மையான உடலைப்பெற்று, யோகீ, சிரம்
- நீண்டகாலம், ஜீவதி - வாழ்வார்

மேல் நோக்கிய வாயுடன், நாவினை உள்நாக்கின் அருகில்
இருக்கும் துளையில் இருத்தி, பராசக்தியை தியானித்தபடி,
பிராணனின் உதவியால். (இவ்வித)ஹடயோகத்தால்,
மேலண்ணப் பகுதியில் இருக்கும் பதினாறு இதழ்த்
தாமரையிலிருந்து அலையலையாகப் பெருகும் தூய்மையான
(சோம)கலா-நீரின் தாரையினை பருகும் யோகி வியாதிகளற்று,
தாமரைத் தண்டினைப் போல மென்மையான உடலைப்பெற்று
நெடுங்காலம் வாழ்ந்திருப்பார். 51

குறிப்புகள்

* **மேல் நோக்கிய வாயுடன்** - இது விபரீத கரணீ முத்ரா-வைக் குறிக்கிறது - உரையாசிரியர். (விபரீத கரணீ முத்ரா-வின் விளக்கம் இதே அத்தியாத்தில் சுலோகங்கள் 77 முதல் 82 வரை கொடுக்கப்பட்டுள்ளது காண்க)

சுலோகம் 52

யத்-ப்ராலேயம் ப்ரஹித-ஸுஷிரம் மேருமூர்தாந்தர-ஸ்தம்
தஸ்மிம்ஸ்தத்த்வம் ப்ரவததி ஸுதீ: தந்முகம் நிம்நகாநம் ।
சந்த்ராத் ஸார: ஸ்ரவதி வடுஷ: தேந ம்ருத்யு: நராணாம்
தத்-பத்நீயாத் ஸுகரணமதோ நாந்யதா காய-ஸித்தி: ॥ 52 ॥

யத்-ப்ராலேயம்- சோம(சந்திர)-கலா-ஜலம், ப்ரஹித-சுஷிரம் - (மேலண்ணத்தின்) துளையில் இருக்கும், மேருமூர்தாந்தர-ஸ்தம் - மேருவின் சிகரத்தில் உள்ள, தஸ்மின்- அங்கு, தத்த்வம்- (ஆன்மா)தத்துவம், ப்ரவததி-கூறுகின்றார், ஸுதீ: - மேலான அறிவு படைத்தவர், தந்முகம் - முகத்துவாரமும், நிம்நகாநம் - (நாடிகளாகிய) நதிகளின், சந்த்ராத்- சந்திரனிடமிருந்து, ஸார: - சாரம்/திரவம், ஸ்ரவதி- வழிந்தோடி விரையமாவதனால், வடுஷ: - உடலுக்கு, தேந - அதனால், ம்ருத்யு:- மரணம், நராணாம் - மனிதர்களுக்கு, தத் - அதனை, பத்நீயாத்- செய்யவேண்டும், ஸுகரணம்- முக்கியமான பயிற்சியை (கேச்சரீயை), அத: - ஆகவே, ந - இல்லை, அந்யதா - வேறு விதத்தில், காய-ஸித்தி: - காயசித்தி (குறிப்பில் விளக்கம் காண்க)

மேருவின் சிகரத்தில் (மேலண்ணத்தின்) துளையில் இருக்கும் சோம(சந்திர)-கலா-ஜலம் உள்ளது. அவ்விடத்திலேயே (ஆன்மா)தத்துவம் (தெளிவாக வெளிப்பட்டு) இருப்பதாக மேலான அறிவு படைத்தவர் கூறுகின்றார். அவ்விடத்திலே

தான் நாடிகளாகிய நதிகளின் முகத்துவாரமும் கூட உள்ளது. அப்படிப்பட்ட (சோமனிடமிருந்து) சந்திரனிடமிருந்து உடற்திறனின் சாரம்/திரவம் வழிந்தோடி விரயமாவதனால் மனிதர்களுக்கு மரணம் ஏற்படுகிறது. அதனைத் தடுத்து, காயசித்தி அடைய இந்த முக்கியமான பயிற்சியை(கேச்சரீ) மேற்கொள்ள வேண்டும். 52

குறிப்புகள்

1. **மேருவின் சிகரத்தில்** - மேரு என்பது சுஷும்னா நாடியைக் குறிக்கும். அதன் சிகரம், அது முடிவடையும் இடம் (உச்சந்) தலைப் பகுதி - உரையாசிரியர்.

2. **சோம கலாஜலம்** - இது உயிர் சக்தியைக் குறிக்க ஹட யோகத்தில் பயன்படுத்தப்படும் பரிபாஷைச் சொல்.

3. **காயசித்தி** - உடல் அவயவங்களில் குறைபாடின்மை, அழகிய வடிவம், பலம், உறுதி என இவை காயசித்தி எனப்படுகின்றன - உரையாசிரியர்

சுலோகம் 53

ஸுஷிரம் ஜ்ஞாந-ஜநகம்

பஞ்ச-ஸ்ரோத:-ஸமந்விதம் l

திஷ்டதே கேசரீ-முத்ரா

தஸ்மிந் ஸூந்யே நிரஞ்ஜநே ll 53 ll

ஸுஷிரம் - (உள்நாக்கின் அருகில் உள்ள) துளை, ஜ்ஞாந-ஜநகம் - (ஆன்ம)அறிவினை அருள்கிறது, பஞ்ச-ஸ்ரோத:-ஸமந்விதம் -ஐந்து ஆறுகள் (இடா முதலிய நாடிகள்) கொண்டது, திஷ்டதே -நிலைத்துள்ளது, கேசரீ-முத்ரா - கேச்சரீ முத்திரை, தஸ்மிந் -

அங்கு, ஸௌந்யே - வெற்றிடத்தில், நிரஞ்ஜனே - தூய்மையான/ அப்பழுக்கற்ற

(உள்நாக்கின் அருகில் உள்ள) துளை (ஆன்ம)அறிவினை அருள்கிறது. அங்கிருந்து ஐந்து ஆறுகள் (இடா முதலிய நாடிகள்) பெருகுகின்றன. அங்குள்ள தூய்மையான/ அப்பழுக்கற்ற வெற்றிடத்தில் கேச்சரீ முத்ரா நிலைத்துள்ளது. 53

சுலோகம் 54

ஏகம் ஸ்ருஷ்டிமயம் பீஜம்

ஏகா முத்ரா ச கேசரீ l

ஏகோ தேவ: நிராலம்ப:

ஏகாவஸ்தா மநோந்மநீ ‖ 54 ‖

ஏகம் - ஒரே, ஸ்ருஷ்டிமயம் - ஸ்ருஷ்டி பீஜம்(பிரணவம்), பீஜம்- பீஜாக்ஷரம், ஏகா - ஒரே, முத்ரா ச - முத்ரா கேசரீ - கேச்சரீ, ஏக:- ஒரே, தேவ:- கடவுள், நிராலம்ப:- எந்த பிடிப்பும் தேவைப்படாதவர் (உணர்வுமயமான ஆன்மா), ஏகாவஸ்தா- ஒரே நிலை, மநோந்மநீ - மனோன்மனீ (சமாதி நிலை)

ஒரே பீஜாக்ஷரம் ஸ்ருஷ்டி பீஜம்(பிரணவம்). ஒரே முத்ரா கேச்சரீ தான். (தன்னிலேயே நிலைத்த) தன்னைத் தாங்கிப்பிடிக்க வேறு யாரும் தேவைப்படாதவர் (ஆன்மா) தான் ஒரே கடவுள். ஒரே (சிறந்த) மனோநிலை மனோன்மனீ (சமாதி நிலை) தான். 54

சுலோகம் 55

உட்டியான பந்தம்

பத்தோ யேந ஸுஷும்நாயாம்
ப்ராணஸ்துட்டியதே யத: |
தஸ்மாதுட்டியநாக்யோ(அ)யம்
யோகிபி: ஸமுதாஹ்ருத: || 55 ||

பத்த: - எல்லைக்குள் உட்படுத்தப்பட்டு, யேந - எந்த பயிற்சியினால், ஸுஷும்நாயாம்- சுஷும்னாவில், ப்ராண: து- பிராணன், உட்டியதே - பறக்கிறதோ, யத: - எதனால், தஸ்மாத்- அதனால், உட்டியநாக்ய:- உட்டியனம் என்று, அயம் - இது, யோகிபி: - யோகிகளால், ஸமுதாஹ்ருத:- குறிப்பிடப்படுகிறது

எந்தப் பயிற்சியினால் சுஷும்னா (நாடியின்) எல்லைக்குள் உட்படுத்தப்பட்ட பிராணன் பறக்கத்துவங்குகிறதோ (உட்டியதே) அந்தப் பயிற்சியை உட்டியன(உட்டியான) பந்தம் என்று யோகிகள் குறிப்பிடப்படுகிறார்கள். 55

உட்டியான பந்தம்: படம் காண்க: பிற்சேர்க்கை 2 படம் 17

சுலோகம் 56

உட்டீநம் குருதே யஸ்மாத்
அவிஸ்ராந்தம் மஹா-கக: |
உட்டீயாநம் ததேவ ஸ்யாத்
தத்ர பந்தோ(அ)பிதீயதே || 56 ||

உட்டீநம் - பறக்கும் செயலை, குருதே - செய்கிறது, யஸ்மாத்- எதனால், அவிஸ்ராந்தம்- ஓய்வொழிவின்றி, மஹா-கக: -

மிகவுயர்ந்த பறவை (பிராணன்), உட்டியாநம் - உட்டியானம், தத்
- அது, ஏவ - தான், ஸ்யாத்- ஆகும், தத்ர- அது பற்றிய, பந்த:-
பந்தம், அபிதீயதே - கூறப்படுகிறது

எந்தப் பயிற்சியினால் ஓய்வொழிவின்றி மிகவுயர்ந்த பறவை
(பிராணன்) (சுஷும்னா நாடியில்) பறக்கின்றதோ அது தான்
உட்டியானம். அது பற்றிய பந்தம் கூறப்படுகிறது. 56

குறிப்புகள்

* **மிகவுயர்ந்த பறவை (பிராணன்)** - எப்போதும், தளர்வின்றி
  உடலினுள் (பறவை போல) சஞ்சரித்துக்கொண்டிருப்பதனால்
  பிராணன் பறவை என்று அழைக்கப்படுகிறது - உரையாசிரியர்

சுலோகம் 57

உதரே பஸ்சிமம் தாநம்

நாபேரூர்த்வம் ச காரயேத் |

உட்டியாநோ ஹ்யஸௌ பந்தோ

ம்ருத்யு-மாதங்க-கேஸரீ || 57 ||

உதரே - வயிற்றில், பஸ்சிமம் - பின்னோக்கி, தாநம் - இழுத்தலை,
நாபே:- தொப்புளுக்கு, ஊர்த்வம் ச - மேலேயும் கூட, காரயேத் -
செய்யவேண்டும், உட்டியாந: ஹி- உட்டியானம், அஸௌ - அந்த,
பந்த:- பந்தம், ம்ருத்யு-மாதங்க-கேஸரீ - மரணம் எனும் களிறினை
வதைக்கும் சிங்கம்

வயிற்றினை பின்/உள் நோக்கி, தொப்புளுக்கு மேற்புறம்
இழுக்க வேண்டும். இது தான் மரணம் எனும் களிறினை
வதைக்கும் உட்டியானம் எனும் சிங்கம். 57

குறிப்புகள்

- **தொப்புளுக்கு மேற்புறம்** – தொப்புளின் கீழ்பகுதியில் உள்ள வயிற்றுப்பகுதியும் உள்ளிழுக்கப்படவேண்டும் – உரையாசிரியர்

சுலோகம் 58

உட்டியாநம் து ஸஹஜம்

குருணா கதிதம் ஸதா ।

அப்யஸேத் ஸததம் யஸ்து

வ்ருத்தோ(அ)பி தருணாயதே ॥ 58 ॥

உட்டியாநம்து – உட்டியாநம், ஸஹஜம் – சகஜமான/இயற்கையான (பயிற்சி), குருணா – குருநாதரால், கதிதம் – சொல்லப்பட்டுள்ளது, ஸதா –, எப்போதும் அப்யஸேத் – பயிற்சிசெய்யவேண்டும், ஸததம் – தொடர்ந்து, ய: து – யாரொருவர், வ்ருத்த: – முதியவர், அபி – கூட, தருணாயதே – இளமை பெற்றுவிடுவார்

உட்டியானம் என்பது மிகவும் சகஜமான/இயற்கையான பயிற்சி என்பது குரு எப்போதும் கூறும் வாக்கு. தொடர்ந்து இதனை பயிற்சி செய்பவர் வயது முதிர்ந்தவரானாலும் இளமை பெறுவார். 58

குறிப்புகள்

- **சகஜமான பயிற்சி** – மூச்சுக் காற்றினை வெளிவிடும் போது எல்லோருடைய வயிறும் இயற்கையாகவே உள்நோக்கிச் செல்கிறது என்பதனால் இது சகஜமான பயிற்சி எனப்படுகிறது – உரையாசிரியர்.

சுலோகம் 59

நாபேரூர்தவமதஷ்சாபி
தாநம் குர்யாத் ப்ரயத்நத: I
ஷண்மாஸமப்யஸேந்ம்ருத்யும்
ஜயத்யேவ ந ஸம்ஸய: II 59 II

நாபே:- தொப்புளுக்கு, ஊர்தவம்- மேலும், அத: ச அபி - கீழும் கூட, தாநம் - இழுத்தல், குர்யாத்- செய்யவேண்டும், ப்ரயத்நத: -முயன்று, ஷண்மாஸம்- ஆறுமாதம், அப்யஸேத்- பயிற்சி செய்தால், ம்ருத்யும் - மரணத்தை, ஜயதி ஏவ - வென்றுவிடலாம், ந - இல்லை ஸம்ஸய: - சந்தேகம்

தொப்புளுக்கு மேலும் கீழும் உள்நோக்கி (வயிற்றை) முயன்று இழுத்தலைச் செய்யவேண்டும். ஆறு மாதப் பயிற்சியினால் மரணத்தை வெல்லலாம் என்பதில் சந்தேகம் தேவையில்லை. 59

சுலோகம் 60

ஸர்வேஷாமேவ பந்தாநாம்
உத்தமோ ஹ்யுட்டியாநக: I
உட்டியாநே த்ருடே பந்தே
முக்தி: ஸ்வாபாவிகீ பவேத் II 60 II

ஸர்வேஷம் ஏவ- எல்லா, பந்தாநாம்- பந்தங்களுள், உத்தம: ஹி - சிறந்தது, உட்டியாநக: - உட்டியானம், உட்டியாநே - உட்டியானம் த்ருடே - ஸ்திரமானால், பந்தே - பந்தம், முக்தி:- வீடுபேறு, ஸ்வாபாவிகீ - இயற்கையாகவே, பவேத் - வாய்க்கப்பெரும்

எல்லா பந்தங்களுள் சிறந்தது உட்டியான பந்தம். உட்டியான பந்தத்தை ஸ்திரமாகச் செய்வதனால் இயற்கையாகவே முக்தி வாய்க்கப்பெறும். 60

குறிப்புகள்

- **இயற்கையாகவே முக்தி –** உட்டியான பந்தம் செய்வதனால் பிராணன் சுஷும்னா நாடியில் பிரவேசிக்கிறது. (தொடர்ந்த பயிற்சியினால்) பிராணன் தலைப் பகுதி வரை செல்கிறது. இவ்விதம் செய்யும் போது சமாதி நிலை சித்திக்கிறது. சமாதி நிலையினால் தானாகவே மோக்ஷம் ஏற்படுகிறது – உரையாசிரியர்.

சுலோகம் 61

மூல பந்தம்

பார்ஷ்ணி-பாகேந ஸம்பீட்ய

யோநிமாகுஞ்சயேத் குதம் |

அபாநமூர்த்வமாக்ருஷ்ய

மூல-பந்தோ(அ)பிதீயதே || 61 ||

பார்ஷ்ணி-பாகேந- குதிகாலினால், ஸம்பீட்ய - அழுத்தி, யோநிம்- யோனிப் பகுதியினை, ஆகுஞ்சயேத் - குறுக்கவேண்டும், குதம் - ஆசன வாயினை, அபாநம்- அபானவாயுவினை, ஊர்த்வம்- மேலே, ஆக்ருஷ்ய- இழுத்து, மூல-பந்த:-, மூலபந்தம், அபிதீயதே- எனப்படுகிறது

குதிகாலினால் யோனிப் பகுதியினை அழுத்தி ஆசன வாயினை குறுக்கவேண்டும் வேண்டும். இதன் மூலம் அபான வாயு மேல் நோக்கி எழுகிறது. இவ்விதம் செய்தல் மூல பந்தம் எனப்படுகிறது. 61

குறிப்புகள்

1. **யோனி**- ஆசனவாய்க்கும் பிறப்புறுப்பிற்கும் இடைப்பட்ட பகுதி – உரையாசிரியர்

2. **அபானவாயு** - அபானன் எனும் வாயு ஆசனவாய்ப்பகுதியில் இருந்து கொண்டு உடற்கழிவுகளை வெளியேற்றுவதற்கு உறுதுணையாக இருக்கிறது என்பது பல யோக நூல்களிலும் கூறப்பட்டுள்ளது.

சுலோகம் 62

அதோ-கதிமபானம் வா

ஊர்த்வ-கம் குருதே பலாத் I

ஆகுஞ்சநேந தம் ப்ராஹு:

மூல-பந்தம் ஹி யோகிந: II 62 II

அதோ-கதிம்- கீழ்நோக்கிச் செல்லும், அபானம் வா - அபான வாயுவினை, ஊர்த்வ-கம் - மேல்நோக்கிச் செல்லும் விதமாக, குருதே - ஆக்கிவிடுகிறது, பலாத் - முயன்று, ஆகுஞ்சநேந - (ஆசனவாயினை) குறுக்குதல் மூலம், தம்- அதனை, ப்ராஹு: - கூறுகின்றனர், மூல-பந்தம் ஹி - மூல பந்தம் என்று, யோகிந: - யோகிகள்

கீழ்நோக்கிச் செல்லும் அபானவாயுவினை (ஆசனவாயினை குறுக்குதல்/உள்நோக்கி இழுத்தல் மூலம்) முயன்று மேல் நோக்கிச் செல்ல வைத்தல் மூல பந்தம் என்று யோகிகள் கூறுகின்றனர். 62

குறிப்புகள்

1. **மேல் நோக்கிச் செல்லும்** – மேல் நோக்கிச் செல்லுதல் இங்கு அபான வாயு சுஷும்னா நாடியில் மேல் நோக்கிச் செல்வதனைக் குறிக்கிறது – உரையாசிரியர்

2. **மூல பந்தம் –** மூலம் என்பது ஆசனவாய்ப் பகுதியைக் குறிக்கிறது. அதனை குதிகாலினால் தடுத்து அழுத்துவதனால் (பந்தம்) – இந்தப் பயிற்சி மூல பந்தம் எனப்படுகிறது – உரையாசிரியர்

சுலோகம் 63

குதம் பார்ஷ்ண்யா து ஸம்பீட்ய

வாயுமாகுஞ்சயேத் பலாத் |

வாரம் வாரம் யதாசோர்த்வம்

ஸமாயாதி ஸமீரண: || 63 ||

குதம் - ஆசனவாயினை, பார்ஷ்ண்யா து – குதிகாலினால், ஸம்பீட்ய- அழுத்தி, வாயும்- (அபான) வாயுவினை, ஆகுஞ்சயேத் - குறுக்கி, பலாத் - முயன்று, வாரம் வாரம் - மீண்டும் மீண்டும், யதா ச - எவ்விதம், ஊர்த்வம்- மேல் நோக்கி, ஸமாயாதி- செல்லும் விதம், ஸமீரண: - மூச்சுக்காற்று

ஆசனவாயினை குதிகாலினால் அழுத்தி (அபான) வாயுவினை முயன்று/வலுக்கட்டாயமாக மீண்டும் மீண்டும் மேல் நோக்கிச் செல்லும் விதம் செய்ய வேண்டும். 63

குறிப்புகள்

1. **மீண்டும் மீண்டும் மேல் நோக்கி** - மீண்டும் மீண்டும் மூல பந்தம் செய்யும் முறை யோக பீஜ நூலினை ஒட்டி கூறப்பட்டுள்ளது - உரையாசிரியர்

2. இதற்கு முந்தைய சுலோகத்தில் குதிகாலினால் யோனிப் பகுதியை ஒரே முறை அழுத்தி அவ்விதமே வைத்துக்கொள்ளுதல் கூறப்பட்டது. அந்த விதத்திலிருந்து

மீண்டும் மீண்டும் செய்யப்படும் இந்த மூல பந்தம் சிறிது மாறுபட்ட பயிற்சி என்பதனை கவனத்தில் கொள்ள வேண்டும்

சுலோகம் 64

ப்ராணாபாநௌ நாத-பிந்தூ
மூல-பந்தேந சைகதாம் I
கத்வா யோகஸ்ய ஸம்ஸித்திம்
யச்சதோ நாத்ர ஸம்ஶய: || 64 ||

ப்ராணாபாநௌ- பிராணனும், அபானனும், நாத-பிந்தூ - நாதமும், பிந்துவும், மூல-பந்தேந ச - முலபந்தத்தினால், ஏகதாம் - ஒன்றிணைதலை, கத்வா - அடைந்து, யோகஸ்ய- யோகத்தின், ஸம்ஸித்திம்- சித்தியை, யச்சத:- அளிக்கின்றன, ந - இல்லை, அத்ர - இங்கு, ஸம்ஶய: - சந்தேகம்

பிராணனும் அபானனும், நாதமும், பிந்துவும் மூலபந்தத்தினால் ஒன்றிணைந்து யோக சித்தியை அளிக்கின்றன என்பதில் எந்த விதச் சந்தேகமும் வேண்டாம். 64

குறிப்புகள்

* **பிராணனும் அபானனும், நாதமும், பிந்துவும் -** மூலபந்தத்தினால் கீழிருந்து மேல்நோக்கிச் செல்லும் அபானனும், மேலிருந்து கீழ் நோக்கித் தள்ளப்படும் பிராணனும் ஒன்றிணைந்து சுஷும்னா நாடியில் நுழைகின்றன. அதனால் அநாஹத நாதம் (ஓம் எனும் பிரணவ நாதத்தின் ஓ என்ற பகுதி) ஏற்படுகின்றது. அந்த நாதத்துடன் பிராணன் இதயத்திற்கு மேலே மேலெழும்போது பிந்துவுடன் (பிந்து என்பது ஓம் என்ற பிரணவத்தில் உள்ள 'ம்' எனும் பகுதி) இணைகின்றன. அவ்விதம் இணைந்த பிராணனும்,

அபானனும், நாதமும், பிந்துவும் உச்சந்தலைப்பகுதிக்கு சென்றுவிடுகின்றன. இதனால் யோகசித்தி (இதனால் மனமும் பிராணனும் ஒடுங்கி அழிந்து உணர்வுமயமான தூய ஜீவாத்மா மட்டும் மிளிர்கிறது. அதன் பின் அந்த ஜீவாத்மா பரமாத்மாவுடன் இணைகின்றது) - உரையாசிரியர்

இது பற்றி மேலதிகத் தெளிவிற்கு காண்க நான்காவது அத்தியாயம் முதல் சுலோகம், அதன் உரை, குறிப்புகள்

சுலோகம் 65

அபாந-ப்ராணயோரைக்யம்

க்ஷயோ மூத்ரபுரீஷயோ: |

யுவா பவதி வ்ருத்தோ(அ)பி

ஸததம் மூல-பந்தநாத் || 65 ||

அபாந-ப்ராணயோ:- அபானன், பிராணன் இவைகளுடைய, ஐக்யம்- ஒன்றிணைதல், க்ஷய:- குறைந்து போதல், மூத்ரபுரீஷயோ: - மல-மூத்திரங்களுடைய, யுவா- இளைஞன், பவதி - ஆகிறார், வ்ருத்த:- முதியவர், அபி - கூட, ஸததம் - எப்போதும், மூல-பந்தநாத் - மூலபந்தத்தினால்

அபானன், பிராணன் ஆகிய வாயுக்கள் ஒன்றிணைதல், மல-மூத்திரங்கள் குறைந்து போதல், வயது முதிர்ந்தவரும் இளமை பெறுதல் ஆகியவை தொடர்ந்து மூலபந்தனம் செய்வதால் ஏற்படும். 65

குறிப்புகள்

- மல-மூத்திரங்கள் குறைந்து போதல் - உடலிலேயே வெளியேறாமல் தேங்கி நிற்கும் மல மூத்திரங்கள் விழுந்து விடும் என்று புரிந்து கொள்ள வேண்டும் – உரையாசிரியர்

சுலோகம் 66

அபாந ஊர்த்வகே ஜாதே

ப்ராயாதே வஹ்நி-மண்டலம் ।

ததாநலஸிகா தீர்கா

ஜாயதே வாயுநாஹதா ॥ 66 ॥

அபாநே - அபானன், ஊர்த்வகே - மேல்நோக்கிச் செல்லுதல், ஜாதே - ஏற்பட்டு, ப்ராயாதே - அடையும் போது, வஹ்நி-மண்டலம் - அக்கினி மண்டலத்தை, ததா - ஆப்போது, அநலஸிகா - அக்கினியின் நாக்குகள், தீர்கா - நீளமானதாக, ஜாயதே- ஆகிறது, வாயுநா - காற்றினால், ஆஹதா - விசிறப்பட்டு

அபான வாயு மேல் நோக்கிச் சென்று அக்னி மண்டலத்தை அடையும் போது, காற்றினால் விசிறிவிடப்பட்டு அக்னியின் நாக்குகள் நீளமாக ஆகிவிடும். 66

குறிப்புகள்

1. **அக்னிமண்டலம்** - இது ஜடராக்னியைக் குறிக்கிறது. இந்த மண்டலம் முக்கோண வடிவம் கொண்டது. இது நாபிக்கு (தொப்புளுக்கு) கீழே அமைந்துள்ளது என்று யாஜ்ஞுவல்க்யர் கூறுகிறார் - உரையாசிரியர்.

2. **காற்றினால் விசிறிவிடப்பட்டு** - மூல பந்தம் செய்வதனால் கீழிருந்து மேல் நோக்கி தள்ளப்பட்ட அபான வாயு ஜடராக்னியை விசிறி விட்டு கொழுந்து விட்டு எரியச்செய்கிறது - உரையாசிரியர்

சுலோகம் 67

தததோ யாதோ வஹ்ந்யபாநௌ
ப்ராணமுஷ்ண-ஸ்வ-ரூபகம் ।
தேநாத்யந்த-ப்ரதீப்தஸ்து
ஜ்வலநோ தேஹஜஸ்ததா ॥ 67 ॥

தத:- அதன் பின், யாத:- அடைகின்றன, வஹ்ந்யபாநௌ -
அபானவாயுவும், அக்கினியும், ப்ராணம்- பிராணனை, உஷ்ண-
ஸ்வ-ரூபகம் - சூடான தன்மை கொண்ட, தேந - அதனால்,
அத்யந்த-ப்ரதீப்த: து - மிகவும் கொழுந்துவிட்டு ஏறியும், ஜ்வலந:-
அக்கினி, தேஹஜ: - உடலில் இருக்கும், ததா - மற்றும்

இப்படிப்பட்ட அக்னியும், அபான வாயுவும் ஏற்கனவே சூடான
பிராணனை அடைகின்றன. இதனால் உடலின் அக்னி மேலும்
கொழுந்துவிட்டெரியத் துவங்கும். 67

சுலோகம் 68

தேந குண்டலிநீ ஸுப்தா
ஸந்தப்தா ஸம்ப்ரபுத்யதே ।
தண்டாஹதா புஜங்கீவ
நிஶ்வஸ்ய ருஜுதாம் வ்ரஜேத் ॥ 68 ॥

தேந - அதனால், குண்டலிநீ, ஸுப்தா - உறங்கிக்கொண்டிருக்கும்,
ஸந்தப்தா- தகிக்கப்பட்டு, ஸம்ப்ரபுத்யதே - விழித்தெழுகின்றது,
தண்டாஹதா - கழியினால் அடிக்கப்பட்ட, புஜங்கீ - பாம்பு, இவ
- போல, நிஶ்வஸ்ய - சீறிவிட்டு/வெளிமூச்சு விட்டு, ருஜுதாம் -
நேரோன தன்மையை, வ்ரஜேத் - அடைகிறது

இதனால் தகிக்கப்பட்டு, உறங்கிக்கொண்டிருக்கும் குண்டலினி
விழித்தெழுகிறது. கழியினால் அடிக்கப்பட்ட பாம்பு போல

சீறிவிட்டு (வெளிமூச்சு விட்டு) (படம் எடுப்பது போல) நேராக ஆகிவிடுகிறது. 68

சுலோகம் 69

பிலம் ப்ரவிஷ்டேவ ததோ
ப்ரஹ்ம-நாட்யந்தரம் வ்ரஜேத் ।
தஸ்மாந்நித்யம் மூல-பந்த:
கர்தவ்யோ யோகிபி: ஸதா ॥ 69 ॥

பிலம்- வளைக்குள், ப்ரவிஷ்டா - புகுந்தது, இவ - போல, தத:- அதன் பின், ப்ரஹ்ம-நாட்யந்தரம் - பிரம்ம நாடிக்குள்/சுஷும்னா நாடிக்குள், வ்ரஜேத் - நுழைந்துவிடுகிறது, தஸ்மாத்- ஆகவே, நித்யம் - தவறாமல், மூல-பந்த:- மூலபந்தம், கர்தவ்ய:- செய்யப்பட வேண்டும், யோகிபி: - யோகிகளால், ஸதா - எப்போதும்

அதன் பின் (பாம்பு) வளைக்குள் புகுவது போல, பிரம்ம நாடிக்குள்/ சுஷும்னா நாடிக்குள் (குண்டலினீ) நுழைந்துவிடுகிறது. ஆகவே, யோகிகள் தவறாமல் எப்போதும் மூல பந்தம் செய்ய வேண்டும். 69

சுலோகம் 70

கண்டமாகுஞ்ச்ய ஹ்ருதயே
ஸ்தாபயேச்சிபுகம் த்ருடம் ।
பந்தோ ஜாலந்தராக்யோ(அ)யம்
ஜரா-ம்ருத்யு-விநாஶக: ॥ 70 ॥

கண்டம்- கழுத்தை, ஆகுஞ்ச்ய - குறுக்கி, ஹ்ருதயே- நெஞ்சில், ஸ்தாபயேத்- வைக்கவேண்டும், சிபுகம் - முகவாயை, த்ருடம் -

உறுதியாக, பந்த:- பந்தம், ஜாலந்தராக்ய:- ஜாலந்தரம் எனப்படும், அயம் - இது, ஜரா-ம்ருத்யு-விநாஸக: - மூப்பினையும், மரணத்தையும் அழிக்கும்

கழுத்தைச் குறுக்கி, முகவாயினை நெஞ்சுப்பகுதியில் பதிய வைக்கவேண்டும். இது தான், மூப்பினையும், மரணத்தையும் அழிக்கும் ஜாலந்தர பந்தம். 70

குறிப்புகள்

- **கழுத்தைக் குறுக்கி** - கழுத்துப்(தொண்டைக்குழி) பகுதியிலிருந்து நாலு விரற்கடை தூரத்தில் முகவாயை நெஞ்சில் வைக்கவேண்டும்.

சுலோகம் 71

பத்நாதி ஹி ஸிரா-ஜாலம்

அதோகாமி நபோ-ஜலம் l

ததோ ஜாலந்தரோ பந்த:

கண்ட-துகௌளக-நாஶந: ll 71 ll

பத்நாதி ஹி - அடைத்துவிடுவதாலும்/தடுத்துவிடுவதாலும், ஸிரா-ஜாலம்- நாடிகளின் வலைப்பின்னலை, அதோகாமி - கீழ்நோக்கிப் பெருகும், நபோ-ஜலம் - ஆகாயத்தின் நீரினை (ஜலத்தினை), தத:- அதனால், ஜாலந்தர:- ஜாலந்தரம், பந்த: - பந்தம், கண்ட-துகௌளக-நாஶந: - தொண்டைப் பகுதியில் ஏற்படும் பல விதமான சிரமங்களை போக்கிவிடுகின்றது

நாடிகளின் வலைப்பின்னலை (ஜாலம்) அடைத்துவிடுவதாலும், கீழ்நோக்கிப் பெருகும் ஆகாயத்தின் நீரினை (ஜலத்தினை) தடுத்துவிடுவதாலும், இது ஜாலந்தர

பந்தம் எனப்படுகிறது. இந்த பயிற்சி, தொண்டைப் பகுதியில் ஏற்படும் பல விதமான சிரமங்களை போக்கிவிடுகின்றது. 71

குறிப்புகள்

- **ஆகாயத்தின் நீரினை** - சந்திர திரவம் (விளக்கம் அடுத்த சுலோகம் குறிப்புப் பகுதியில்)

சுலோகம் 72

ஜாலந்தரே க்ருதே பந்தே

கண்ட-ஸங்கோச-லக்ஷணே ।

ந பீயூஷம் பதத்யக்நௌ

ந ச வாயு: ப்ரகுப்யதி ॥ 72 ॥

ஜாலந்தரே - ஜாலந்தரம், க்ருதே - செய்யப்பட்டால், பந்தே - பந்தமானது, கண்ட-ஸங்கோச-லக்ஷணே - தொண்டை பகுதியை குறுக்கும் விதமான, ந - இல்லை, பீயூஷம் - அமிர்தம், பததி- விழுவது, அக்நௌ - அக்னியில், ந ச - இல்லை, வாயு: - காற்று, ப்ரகுப்யதி - தடம்மாறிச் செல்வது

தொண்டைப் பகுதியினை குறுக்கிச் செய்யப்படும் ஜாலந்தர பந்தத்தினால், அமுதம் அக்னியில் விழுவதில்லை. (மூச்சுக்) காற்றும் தடம்மாறிச் செல்வதில்லை(பிரகோபம்). 72

குறிப்புகள்

1. **அமுதம் அக்னியில்** - வாயின் மேல் அண்ணத்தின் மூலப்பகுதியில்/உள்நாக்குப் பகுதியில் சந்திரன் எனும் ஜீவசாரம் கெட்டிப்பட்டு இருக்கிறது. அது ஜீரண காரணியான ஜடராக்னியில் விழுவதில்லை. இதனால் ஆயுள் நீட்சி ஏற்படும் என்பது கருத்து.

2. **தடம்மாறிச் செல்வதில்லை** –பிராணன் செல்லவேண்டிய பாதையை அசுத்தத்தினால் அடைபடுமாயின், அது தடம் மாறிச் செல்கிறது. இது தான் பிராண-பிரகோபம் எனப்படுகிறது. (இவ்விதம் பிராணன் தடம் மாறிச் செல்லும் போது பலவிதமான நோய்கள் ஏற்படுகின்றன என்பது யோக சாஸ்திரக் கருத்து) - உரையாசிரியர்

சுலோகம் 73

கண்ட-ஸங்கோசநேனைவ

த்வே நாட்யௌ ஸ்தம்பயேத் த்ருடம் I

மத்ய-சக்ரமிதம் ஜ்ஞேயம்

ஷோடஸாதார-பந்தநம் II 73 II

கண்ட-ஸங்கோசநேன- தொண்டையை குறுக்குவதனால், ஏவ - மட்டுமே, த்வே - இரண்டு, நாட்யௌ- நாடிகளை, ஸ்தம்பயேத்- அடைத்துவிட வேண்டும், த்ருடம் - உறுதியாக, மத்ய-சக்ரம்- (நடு)மத்ய சக்கரம், இதம் - இதனை, ஜ்ஞேயம்- அறியவேண்டும், ஷோடஸாதார-பந்தநம் - பதினாறு ஆதாரங்களையும் தடுப்பது (இது)

தொண்டையை குறுக்குவதன் மூலம் இரண்டு (இடா, பிங்கலா) நாடிகளை உறுதியாக (மூச்சுக்காற்று செல்லாத படி)அடைத்துவிட வேண்டும்(இது தான் ஜாலந்தர பந்தம்). இவ்விடம் (தொண்டைப்பகுதி) தான் (நடு)மத்ய சக்ரம் எனப்படுகிறது. இதனைத் தடைசெய்வதால் (பிராணன் செல்லாத வண்ணம் தடுத்தால்) பதினாறு ஆதாரங்களையும் தடைசெய்ததாக ஆகிறது. 73

குறிப்புகள்

1. **மத்யசக்ரம்** - இது தான் விசுத்தி சக்ரம் எனப்படுகிறது – உரையாசிரியர்

2. **பதினாறு ஆதாரங்களையும்** – 1) கட்டைவிரல், 2) கணுக்கால், 3) முழங்கால், 4) தொடை, 5) மலத்துவாரத்திற்கும் பிறப்புறுப்புக்கும் இடையே உள்ள தையல் போன்ற பகுதி, 7) பிறப்புறுப்பு, 8) நெஞ்சு, 9) கழுத்து, 10) தொண்டை, 11) நாக்கு, 12) மூக்கு, 13) புருவங்களுக்கு இடைப்பட்ட பகுதி, 14) நெற்றி, 15) தலை, 16) உச்சந்தலை (பிரம்ம ரந்திரம்) - இவை பதினாறு ஆதாரங்கள் என்று யோகிகளுள் சிறந்தவர்களால் கருதப்படுகிறது - உரையாசிரியர்

3. **பதினாறு ஆதாரங்களையும் தடை செய்ததாக** - இவைகளுள் பிராணன் சென்று விரயமாவது தடுக்கப்படுகிறது என்று பொருள்

சுலோகம் 74

மூலஸ்தாநம் ஸமாகுஞ்ச்ய

உட்டியாநம் து காரயேத் ।

இடாம் ச பிங்கலாம் பத்த்வா

வாஹயேத் பஶ்சிமே பதி ॥ 74 ॥

மூலஸ்தாநம் - மூலஸ்தானத்தை (ஆசனவாய் பகுதியினை), ஸமாகுஞ்ச்ய - குறுக்கி, உட்டியாநம் து - உட்டியானம், காரயேத் - செய்யவேண்டும், இடாம் ச - இடா நாடியையும், பிங்கலாம் - பிங்கலா நாடியையும், பத்த்வா - அடைத்து, வாஹயேத் - செல்லும் வண்ணம் செய்யவேண்டும், பஶ்சிமே - பின்புற (சுஷும்னா நாடியில்), பதி - வழியில்

மூலஸ்தானத்தை (ஆசனவாய் பகுதியினை) குறுக்கி (மூல பந்தம் செய்து) உட்டியானம் செய்யவேண்டும். இடா, பிங்கலா நாடிகளை அடைத்து (ஜாலந்தர பந்தம் செய்து) (பிராணனை) பஸ்சிம/ பின்புற (சுஷும்னா நாடியில்) வழியில் செல்லும் வண்ணம் செய்யவேண்டும். 74

சுலோகம் 75

அநேநைவ விதாநேந

ப்ரயாதி பவநோ லயம் I

ததோ ந ஜாயதே ம்ருத்யு:

ஜரா-ரோகாதிகம் ததா II 75 II

அநேந -இதனால், ஏவ - மட்டுமே, விதாநேந - முறையில், ப்ரயாதி - அடைகிறது, பவந:- வாயு, லயம் - ஒடுங்குதல், தத:- இதனால், ந- இல்லை, ஜாயதே - ஏற்படுவது, ம்ருத்யு: - மரணம் - இறப்பு, ஜரா- ரோகாதிகம், மூப்பு, நோய்கள் முதலியவை, ததா - மற்றும்

(மூச்சுக்)காற்று ஒடுங்குவது (லயம்) இவ்விதம் தான். இதனால் மரணம், மூப்பு, நோய்கள் முதலியவை ஏற்படா. 75

குறிப்புகள்

1. **(மூச்சுக்)காற்று ஒடுங்குவது** – அசைவு குறைந்து சுஷும்னா நாடியில் பிராணன் நிலைப்பது தான் பிராண லயம் – உரையாசிரியர்

2. **நோய்கள் முதலியவை** - முதலியவை என்று கூறப்பட்டதால் தோல்சுருக்கம், நரை, மனதிலும், உடலிலும் சோம்பல் ஆகியவையும் அகலும் என்று புரிந்து கொள்ள வேண்டும் – உரையாசிரியர்

சுலோகம் 76

பந்த-த்ரயமிதம் ஶ்ரேஷ்டம்

மஹா-ஸித்தைஶ்ச ஸேவிதம் ।

ஸர்வேஷாம் ஹட-தந்த்ராணாம்

ஸாதநம் யோகிநோ விது: ॥ 76 ॥

பந்த-த்ரயம் - மூன்று பந்தங்கள், இதம் - இந்த, ஶ்ரேஷ்டம் - சிறந்தவை, மஹா-ஸித்தை: ச - மஹாசித்தர்களால், ஸேவிதம் - பயிற்சி செய்யப்பட்டவை, ஸர்வேஷாம் - எல்லா, ஹட-தந்த்ராணாம் - ஹட உபாயங்களும், ஸாதநம் - பலனளிக்க உதவுபவை, யோகிந:- யோகிகள், விது: - அறிவார்கள்

இந்த மூன்று சிறந்த பந்தங்கள் மஹாசித்தர்களால் பயிற்சி செய்யப்பட்டவை. எல்ல விதமான ஹட உபாயங்களும் நன்றாக பலனளிக்க இவை உதவுகின்றன என்று யோகிகள் அறிவார்கள். 76

குறிப்புகள்

1. **சிறந்த பந்தங்கள்** - முன்பு குறிப்பிடப்பட்ட பதினாறு ஆதாரங்களின் பந்தத்தை விட சிறந்தவை என்று பொருள் - உரையாசிரியர்

2. **மஹாசித்தர்களால்** - மத்ஸ்யேந்திரர் முதலிய யோகிகள், வசிஷ்டர் முதலிய முனிவர்கள் ஆகியவர்களால் – உரையாசிரியர்

சுலோகம் 77

யத்-கிஞ்சித் ஸ்ரவதே சந்த்ராத்

அம்ருதம் திவ்ய-ரூபிண: l

தத்-ஸர்வம் க்ரஸதே ஸௌர்ய:

தேந பிண்டோ ஜரா-யுத: ll 77 ll

யத்-கிஞ்சித் - எவ்வளவு, ஸ்ரவதே - உருகிப் பெருகுகினாலும், சந்த்ராத்- சந்திரனிலிருந்து, அம்ருதம் - அமிர்தம், திவ்ய-ரூபிண: - தெய்விகமான, தத்-ஸர்வம் - அது முழுவதனையும், க்ரஸதே - விழுங்கிவிடுகிறது, ஸௌர்ய: - சூரியன், தேந- அதனால், பிண்ட:- இவ்வுடல்/பிண்டம், ஜரா-யுத: - மூப்பினை அடைகிறது

தெய்விகமான சந்திரனிலிருந்து எவ்வளவு அமிர்தம் உருகிப் பெருகுகிறதோ அது முழுவதனையும் சூரியன் விழுங்கிவிடுகிறது. இதனால் இவ்வுடல்/பிண்டம் மூப்பினை அடைகிறது. 77

குறிப்புகள்

1. **தெய்விகமான** - அடுத்தபடியாக விபரீத கரணீ முத்ரா விளக்கப்படவுள்ளது. அதற்கு முகவுரையாக உடல் ஏன் மூப்பினை அடைகிறது என்று இந்த சுலோகத்தில் விளக்கப்படுகிறது - உரையாசிரியர்

2. **சந்திரன், சூரியன்** - சந்திரன் என்பது வாயின் மேல் அண்ணத்தின் மூலப்பகுதியில்/உள்நாக்குப் பகுதியில் உள்ளது (ஜீவசக்தி). சூரியன் என்பது (உடலியக்கம், ஜீரணம் ஆகியவை நடைபெற உதவும்) நாபி பகுதியில் இருக்கும் ஜடராக்னி ஆகும் - உரையாசிரியர்

சுலோகம் 78

தத்ராஸ்தி கரணம் திவ்யம்

ஸௌர்யஸ்ய முக-வஞ்சகம் I

குருபதேஶதோ ஜ்ஞேயம்

ந து ஶாஸ்த்ரார்த-கோடிபி: II 78 II

தத்ர - இவ்விஷயத்தி, அஸ்தி- இருக்கிறது, கரணம்- உபாயம்/
செயல்முறை, திவ்யம்- தெய்விகமான, ஸௌர்யஸ்ய -சூரியனுடைய,
முக-வஞ்சகம் - வாயினை ஏமாற்ற, குருபதேஶத:- குருவின்
உபதேசத்தால், ஜ்ஞேயம் - அறியப்படவேண்டும், ந து - இல்லை,
ஶாஸ்த்ரார்த-கோடிபி: - கோடிக்கணக்கான சாஸ்திர நூல்களைப்
பயின்றாலும்

இந்தச் சூரியனின் வாயில் அமுதம் விழுவதை தவிர்க்க
ஒரு தெய்விகமான உபாயம் உள்ளது. இது குருவிடமிருந்த
அறியப்பட வேண்டும். கோடிக்கணக்கான சாஸ்திர நூல்களைப்
பயின்றாலும் இதனை அறியமுடியாது. 78

சுலோகம் 79

விபரீத கரணீ

ஊர்த்வ-நாபேரத: தால்வோ:

ஊர்த்வம் பானுரத:- ஶஶீ I

கரணீ விபரீதாக்யா

குருவாக்யேந லப்யதே II 79 II

ஊர்த்வ-நாபே:- தொப்புளை/நாபியை மேலாகவும், அத: - கீழே,
தால்வோ: -மேல் அண்ணத்தை, ஊர்த்வம் - மேலே, பானு:-சூரியன்,
அத:- கீழே, ஶஶீ- சந்திரன், கரணீ- உபாயம்/செயல்முறை,

விபரீதாக்யா - எதிர்மறையானது/தலைகீழான, குருவாக்யேந - குருவின் உபதேசத்தால், லப்யதே - கிடைக்கிறது

தொப்புளை/நாபியை மேலாகவும், மேல் அண்ணத்தை கீழேயும் வைப்பதனால் சூரியன் மேலும் சந்திரன் கீழும் இருக்கும் விதமாக ஆகிவிடுகின்றது. இப்படிப்பட்ட விபரீத கரணீ குருவின் சொற்படி அறியப்படுகிறது. 79

குறிப்புகள்

1. **விபரீத கரணீ-** (சம்ஸ்க்ருதத்தில்) விபரீதம் என்றால் தலைகீழ். சந்திரன் (மேல் அண்ணப்பகுதியில் இருக்கும் ஜீவசக்தி) மேலே இருப்பதும், சூரியன் (நாபி பகுதியில் இருக்கும் ஜடராக்னி) கீழே இருப்பது தான் சாதாரணமான நிலை. இந்தப் பயிற்சியில் அது தலைகீழ் ஆவதனால் இது விபரீத கரணீ - தலைகீழ் பயிற்சி எனப்படுகிறது - உரையாசிரியர். விபரீத கரணீ படம் காண்க: பிற்சேர்க்கை 2 படம் 18

சுலோகம் 80

நித்யமப்யாஸ-யுக்தஸ்ய

ஜடராக்னி-விவர்திநீ |

ஆஹாரோ பஹுலஸ்-தஸ்ய

ஸம்பாத்ய: ஸாதகஸ்ய ச || 80 ||

நித்யம்- அனுதினமும், அப்யாஸ-யுக்தஸ்ய - இதனை பயிற்சி செய்பவருடைய, ஜடராக்னி-விவர்திநீ - ஜடராக்னி ஓங்குகிறது, ஆஹார:- உணவு, பஹுல:- அதிக அளவில், தஸ்ய- அவருக்கு, ஸம்பாத்ய:- வழங்கப்பட வேண்டும்/ஏற்பாடு செய்யப்பட வேண்டும், ஸாதகஸ்ய ச - பயிற்சியாளருக்கு/சாதகருக்கு

அனுதினமும் இதனை பயிற்சி செய்பவருடைய ஜடராக்னி ஓங்குகிறது. அப்படிப்பட பயிற்சியாளருக்கு/சாதகருக்கு உணவு அதிக அளவில் வழங்கப்பட வேண்டும். 80

சுலோகம் 81

அல்பாஹாரோ யதி பவேத்
அக்நிர்-தஹதி தத்-க்ஷணாத் ।
அத:ஶிராஶ்சோர்த்வ-பாத:
க்ஷணம் ஸ்யாத் ப்ரதமே திநே ॥ 81 ॥

அல்பாஹார: - உணவின் அளவு குறைவு, யதி - என்றால், பவேத்- ஆகும், அக்நி:- அக்கினி,, தஹதி- சுட்டுவிடும், தத்-க்ஷணாத்- அக்கணமே, அத:ஶிரா: ச - தலை கீழாகவும், ஊர்த்வ-பாத:- பாதம் மேலாகவும், க்ஷணம்- கணநேரம், ஸ்யாத் - இருக்கவேண்டும், ப்ரதமே- முதல், திநே - நாளில்

உணவின் அளவு குறைவாக இருந்தால் அக்னி அக்கணமே (உடலை) சுட்டுவிடும். முதல் நாள் ஒரு கண நேரம் மட்டுமே தலை கீழாகவும் பாதம் மேலாகவும் (விபரீத கரணி) இருக்கவேண்டும். 81

குறிப்புகள்

1. **தலை கீழாகவும்** - இரண்டு கைகளாலும் இடுப்பு பகுதியைத் தாங்கிக்கொள்ள வேண்டும். இவ்விதம் செய்யும் போது தோள் துவங்கும் இடத்திலிருந்து முழங்கை வரையிலான பகுதி தரையில் தான் இருக்க வேண்டும். (அதே சமயம் முதுகுத் தண்டு தரையில் படாமல்), கழுத்தின் பின்பகுதியும், தலையின் பின்பகுதியும் மட்டுமே தரையில் இருக்கவேண்டும் -உரையாசிரியர்

சுலோகம் 82

கூஷணாச்ச கிஞ்சிததிகம்

அப்யஸேச்ச திநே திநே |

வலிதம் பலிதம் சைவ

ஷண்மாஸோர்த்வம் ந த்ருஸ்யதே |

யாம-மாத்ரம் து யோ நித்யம்

அப்யஸேத் ஸ து காலஜித் || 82 ||

கூஷணாத் ச - கணத்தை விட, கிஞ்சித்- சிறிது, அதிகம்-. அப்யஸேத் ச- பயிற்சி செய்யவேண்டும், திநே திநே - அனுதினமும், வலிதம் - சருமத்தில் சுருக்கமும், பலிதம் ச ஏவ - தலைமுடி நரைப்பதும், ஷண்மாஸோர்த்வம் - ஆறு மாதத்திற்குப் பின், ந - இல்லை, த்ருஸ்யதே - காணப்படுவது, யாம-மாத்ரம் து - ஒரு யாம/ஜாம காலத்திற்கு, ய:- யார், நித்யம்- ஒவ்வொரு நாளும் (தவறாமல்), அப்யஸேத் - பயிற்சிசெய்கிறாரோ, ஸ: து - அவரோ, காலஜித் - காலத்தை வென்றவர் (ஆகிறார்)

ஒவ்வொரு நாளும் ஒவ்வொரு கணமாக பயிற்சியின் நேரத்தை அதிகரிக்க வேண்டும். சருமத்தில் சுருக்கமும், தலைமுடி நரைப்பதும் ஆறு மாதத்திற்குப் பின் இருக்காது. ஒவ்வொரு நாளும் (தவறாமல்) ஒரு யாம (மூன்று மணிநேரம்) அளவிற்கு (விபரீத கரணீயைப்) பயிற்சி செய்பவர் காலத்தை வென்றவர் ஆகிறார். 82

குறிப்புகள்

1. **காலத்தை வென்றவர் ஆகிறார்** - இதன் மூலம் பிராரப்த கர்மம் கூட விபரீத கரணீ பயிற்சியால் வெல்லப்படும் எனத் தெளிவாகிறது - உரையாசிரியர். (வேதந்த கர்ம சித்தாந்தப் படி ஒரு பிறவி எடுப்பதற்கான முன்வினைத்

தொகுதி பிராரப்தம் எனப்படுகிறது. ஒரு முறை பிராரப்தம் தனது பலனை அளிக்கத் துவங்கினால் முழுமையாக அளித்து முடிக்கும் வரை அதனை எந்தக்காரணத்தாலும் தடுக்க முடியாது. வில்லில் இருந்து புறப்பட்டுவிட்ட அம்பு இலக்கை அடைந்து ஓய்வதைப் போல. ஆனால் இந்த விபரீத கரணீ மூலம் இந்த பிராரப்த வினையின் பலனைக் கூடத் தடுத்துவிடலாம் என்று உரையாசிரியர் குறிப்பிடுவது விபரீத கரணீ பயிற்சின் மேன்மையை எடுத்துக் காட்டுகிறது)

2. தத்துவ ஞானம் ஏற்பட்டுவிட்டாலும் பிராரப்த வினை ஓயும் வரை முக்தியில்லை. ஆக தத்துவ ஞானத்தை விட பிராரப்த வினை வலியது. ஆனால் பிராரப்தத்தை விட வலியது யோகப் பயிற்சி - உரையாசிரியர்

சுலோகம் 83

வஜ்ரோலீ

ஸ்வேச்சயா வர்தமாநோ(அ)பி

யோகோக்தைர்-நியமைர்-விநா |

வஜ்ரோலீம் யோ விஜாநாதி

ஸ யோகீ ஸித்தி-பாஜநம் || 83 ||

ஸ்வேச்சயா - தன் விருப்பதிற்கேற்ப, வர்தமாந:- இருந்துவந்தாலும், அபி - கூட, யோகோக்தை:- யோகத்தில் கூறப்பட்டுள்ள, நியமை:- நியமங்களுக்கு, விநா - உட்படாமல், வஜ்ரோலீம் - வஜ்ரோலீயை, ய:- யார், விஜாநாதி- அறிகிறாரோ, ஸ:- அந்த, யோகீ, ஸித்தி-பாஜநம் - யோக சித்திகளைப் பெறுவார்

யோகத்தில் கூறப்பட்டுள்ள நியமங்களுக்கு உட்படாமல், தன் விருப்பதிற்கேற்ப இருந்துவந்தாலும், வஜ்ரோலீயை அறிந்த ஒருவர் யோக சித்திகளைப் பெறுவார். 83

சுலோகம் 84

தத்ர வஸ்து-த்வயம் வக்ஷ்யே
துர்லபம் யஸ்ய கஸ்யசித் ।
க்ஷீரம் சைகம் த்விதீயம் து
நாரீ ச வஶ-வர்திநீ ॥ 84 ॥

தத்ர - அங்கு, வஸ்து-த்வயம் - இரண்டு பொருட்கள்/வஸ்துக்கள், வக்ஷ்யே - கூறுகின்றேன், துர்லபம் - கிடைப்பதற்கு அறியது, யஸ்ய கஸ்யசித் - யாராக இருந்தாலும், க்ஷீரம் ச- பால், ஏகம் - முதலாவது, த்விதீயம் து - இரண்டாவதோ, நாரீ ச - பெண், வஶ-வர்திநீ - சொற்படி செயல்படும்

யாரக இருந்தாலும், அங்கு (வஜ்ரோலீ பயிற்சிக்கு) கிடைப்பதற்கு அரிய வஸ்துக்கள் இரண்டு என்று நான் கூறுவேன். ஒன்று பால், மற்றொன்று சொற்படி செயல்படும் பெண். 84

சுலோகம் 85

மேஹநேந ஶநை: ஸம்யக்
ஊர்த்வாகுஞ்சநமப்யஸேத் ।
புருஷோப்யதவா நாரீ
வஜ்ரோலீ-ஸித்திமாப்நுயாத் ॥ 85 ॥

மேஹநேந - உடலுறவில் விந்துவினை வெளிவிட்ட பின், ஶநை: - மெதுவாக, ஸம்யக் - நன்றாக, ஊர்த்வாகுஞ்சநம்- மேல் நோக்கி குறுக்குதலை, அப்யஸேத் - பயிற்சி செய்யவேண்டும், புருஷ: அபி - ஆண் ஆனாலும், அதவா - அல்லது, நாரீ - பெண், வஜ்ரோலீ-ஸித்திம்- வஜ்ரோலியில் வெற்றியினை, ஆப்நுயாத் - அடையலாம்

(உடலுறவு கொள்ளும் போது) வெளிக்கிளம்பும் (விந்து/ வீரிய) திரவத்தை (வெளியே சென்றுவிடாமல்) மேல்நோக்கி/ உள்நோக்கி இழுத்தலை மெதுவாகப் பயிற்சி செய்யவேண்டும். இவ்விதம் செய்வதால் ஆணானாலும், பெண்ணானாலும் வஜ்ரோலியில் வெற்றி பெறலாம். 85

சுலோகம் 86

யத்நத: ஶஸ்த-நாலேந

பூத்-காரம் வஜ்ர-கந்தரே ।

ஶனை: ஶனை: ப்ரகுர்வீத

வாயு-ஸஞ்சார-காரணாத் ॥ 86 ॥

யத்நத: - முயன்று, ஶஸ்த-நாலேந - நல்லதொரு குழாயினால், பூத்-காரம் - ஊதுதலை, வஜ்ர-கந்தரே - பிறப்புறுப்பில், ஶனை: ஶனை : - மெல்ல மெல்ல, ப்ரகுர்வீத - செய்யவேண்டும், வாயு-ஸஞ்சார-காரணாத் - வாயு செல்லும் விதமாக

பிறப்புறுப்பில் நல்லதொரு குழாயைச் சொருக வேண்டும். பின்னர், கவனமாக, மெதுவாக அதனுள் (காற்றினை) ஊதவேண்டும். 86

குறிப்புகள்

1. **வஜ்ரோலிசெய்யும்முறை** - பதினான்குஅங்குலம் நீளமுள்ள மெலிதான, ஈயத்தால் ஆன, சொரசொரப்பற்ற, பிறப்புறுப்பில் செலுத்தத்தக்க குழாயைச் செய்துகொள்ளவேண்டும். முதல் நாள் ஒரு அங்குல நீளம் குழாயை பிறப்புறுப்பில் செலுத்த வேண்டும். இரண்டாம் நாள் இரண்டங்குலம், மூன்றாம் நாள் மூன்றங்குலம் என்று படிப்படியாக பயிற்சி செய்யவேண்டும். இவ்விதம் பன்னிரண்டங்குலம் வரை பிறப்புறுப்பில்

இந்தக் குழாயைச் செலுத்தமுடிந்தால் பிறப்புறுப்பு தூய்மை அடைந்து விடும்.(இது முதல் கட்ட பயிற்சி)

2. பின்னர் அதே போல பதினான்கு அங்குல நீளம் கொண்ட ஒரு குழாயைச் செய்து கொள்ள வேண்டும். அதின் ஒரு முனையினை இரண்டங்குலத்திற்கு வளைத்து மேல் நேக்கி இருக்கும் விதம் செய்துவிட்டு மீதமுள்ள பன்னிரெண்டங்குலக் குழாயை பிறப்புறுப்பில் செலுத்த வேண்டும். அதன் பின் கொல்லர் பட்டரையில் இருக்கும் ஊதுகுழல் போல் ஒரு ஊதுகுழலை மேல் நோக்கி இரண்டங்குலம் நீண்டிருக்கும் குழாயின் முனையில் சொருகி காற்றினை ஊத வேண்டும். இதனால் பிறப்புறுப்பின் பாதை தூய்மை அடைகிறது. அதன் பின் வெது வெதுப்பான நீரை பிறப்புறுப்பால் உள்ளிழுக்க பயிற்சி செய்யவேண்டும். இவ்விதம் நீரை பிறப்புறுப்பால் உள்ளிழுக்கும் திறன் வாய்க்கப்பெற்றால், கடந்த சுலோகத்தில் கூறியபடி விந்துவினை உள்ளிழுக்கும் பயிற்சியினை மேற்கொள்ளுதல் சாத்தியமகும். இதனைச் செய்யமுடிந்தால் வஜ்ரோலீ முத்ரா-வில் சித்தி பெறலாம். பிராணனை வென்றவருக்குத் தான் இந்தப் பயிற்சி சாத்தியமாகும். கேச்சரீ முத்ரா, பிராண-ஜயம் ஆகியவற்றில் தேர்ச்சி பெற்றவருக்கு வஜ்ரோலீ மிக நன்றாக அமையும். – உரையாசிரியர்

சுலோகம் 87

நாரீ-பாகே பததத்-பிந்தும்

அப்யாஸேநோர்த்வமாஹரேத் ।

சலிதம் ச நிஜம் பிந்தும்

ஊர்த்வமாக்ருஷ்ய ரக்ஷயேத் ॥ 87 ॥

நாரீ-பாகே - பெண்ணுறுப்பில், பதத்-பிந்தும் - விழ இருக்கும் விந்துவினை, அப்யாஸேன- பயிற்சியினால், ஊர்த்வம் - மேல் நோக்கி, ஆஹரேத் - இழுக்கவேண்டும், சலிதம் ச - (பெண்ணுறுப்பில்) விழுந்துவிட்டாலும், நிஜம் - தன்னுடைய, பிந்தும் - விந்துவினை, ஊர்த்வம்-, மேல் நோக்கி, ஆக்ருஷ்ய - இழுத்து, ரக்ஷயேத் - காப்பற்றிக்கொள்ள வேண்டும்

பெண்ணுறுப்பில் விழ இருக்கும் விந்துவினை பயிற்சியினால் மேல் நோக்கி இழுக்கவேண்டும். விந்து (பெண்ணுறுப்பில்) விழுந்துவிட்டாலும் அதனையும் மேலிழுத்துக் காப்பற்றிக்கொள்ள வேண்டும். 87

சுலோகம் 88

ஏவம் ஸம்ரக்ஷயேத் பிந்தும்
ம்ருத்யும் ஜயதி யோகவித் ।
மரணம் பிந்துபாதேந
ஜீவநம் பிந்து-தாரணாத் ॥ 88 ॥

ஏவம் - இவ்விதம், ஸம்ரக்ஷயேத் - காப்பாற்றிக்கொள்ள வேண்டும், பிந்தும் - விந்துவினை, ம்ருத்யும் - மரணத்தை, ஜயதி - வெல்கிறார், யோகவித் - யோகம் அறிந்தவர், மரணம் - இறத்தல், பிந்துபாதேந- விந்து விழுவதினால்/ விரையமாவதனால், ஜீவநம்- வாழ்வு, பிந்து-தாரணாத் - விந்துவினை தக்க வைத்துக்கொள்வதனால்

இவ்விதம் விந்துவினை காப்பாற்றிக்கொள்வதினால் யோகி மரணத்தை வெல்லலாம். விந்து விழுவதினால்/ விரையமாவதனால் மரணம். விந்துவினை தக்க வைத்துக்கொள்வதனால் வாழ்வு. 88

சுலோகம் 89

ஸுகந்தோ யோகிநோ தேஹே
ஜாயதே பிந்து-தாரணாத் ।
யாவத் பிந்து: ஸ்திரோ தேஹே
தாவத் காலபயம் குத: ॥ 89 ॥

ஸுகந்த:- நறுமணம், யோகிந:- யோகியினுடைய, தேஹே - உடலில், ஜாயதே- ஏற்படும், பிந்து-தாரணாத் -விந்துவினை தக்கவைத்துக்கொள்ளுவதனால், யாவத் - எதுவரை, பிந்து: - விந்து, ஸ்திர:- நிலையாக, தேஹே - உடலில் (இருக்கிறதோ), தாவத் - அதுவரை, காலபயம் - மரணபயம், குத: - எங்கிருந்து

விந்துவினை தக்கவைத்துக்கொள்ளும் யோகியின் உடல் நறுமணத்துடன் திகழும். உடலில் விந்து நிலையாக இருக்கும் வரையில் மரணபயம் ஏது? 89

சுலோகம் 90

சித்தாயத்தம் ந்ருணாம் ஶுக்ரம்
ஶுக்ராயத்தம் ச ஜீவிதம் ।
தஸ்மாச்சுக்ரம் மநஶ்சைவ
ரக்ஷணீயம் ப்ரயத்நத: ॥ 90 ॥

சித்தாயத்தம் - மனதினைப் பொருத்தது, ந்ருணாம் - மனிதனின், ஶுக்ரம் - விந்து, ஶுக்ராயத்தம் ச - விந்துவினைப் பொருத்தது, ஜீவிதம் - வாழ்க்கை, தஸ்மாத் - ஆகவே, சுக்ரம் -விந்துவினையும், மந: ச ஏவ - மனதினையும் கூட, ரக்ஷணீயம் - பாதுகாக்க வேண்டும், ப்ரயத்நத: - முயன்று

மனிதனின் விந்து அவனுடைய மனதினைப் பொறுத்தது. விந்துவினைப் பொறுத்தது அவன் வாழ்க்கை. ஆகவே மனதையும், விந்துவையும் முயன்று பாதுகாக்கவேண்டும். 90

சுலோகம் 91

ருதுமத்யா ரஜோ(அ)ப்யேவம்
நிஜம் பிந்தும் ச ரக்ஷயேத் l
மேட்ரேணாகர்ஷயேதூர்த்வம்
ஸம்யக்ப்யாஸ-யோக-வித் ll 91 ll

ருதுமத்யா:- பெண்ணின், ரஜ:- ரஜஸ்ஸையும், அபி - கூட ஏவம் - இவ்விதம், நிஜம் - தன்னுடைய, பிந்தும் ச - விந்துவினையும், ரக்ஷயேத் - பாதுகாக்கவேண்டும், மேட்ரேண - பிறப்புறுப்பினால், ஆகர்ஷயேத்- இழுத்து, ஊதூர்த்வம் - மேலே, ஸம்யக்- நன்றாக, அப்யாஸ-யோக-வித் - யோகபயிற்சியினை அறிந்தவர்

யோகபயிற்சியினை அறிந்தவர் தொடர்ந்த பயிற்சியினால் தனது விந்துவையும் பெண்ணின் ரஜஸ்ஸையும் பிறப்புறுப்பினால் மேல் நோக்கி இழுத்து காப்பாற்றிக்கொள்ள வேண்டும். 91

குறிப்புகள்

* இந்த சுலோகம் பின்னர் சேர்க்கப்பட்டது - உரையாசிரியர்

சுலோகம் 92

ஸஹஜோலிஸ்சாமரோலிர்-
வஜ்ரோல்யா பேத ஏகத: l
ஜலே ஸெளபஸ்ம நிக்ஷிப்ய
தக்த-கோ-மய-ஸம்பவம் ll 92 ll

ஸஹஜோலி: ச - ஸஹஜோலியும் கூட, அமரோலி:- அமரோலியும், வஜ்ரோல்யா:- வஜ்ரோலியின், பேத:- உட்பிரிவுகளே, ஏகத: - (பலன்)ஒன்றே என்பதனால், ஜலே - தண்ணீரில், ஸெளபஸ்ம - நல்ல விபூதியை, நிக்ஷிப்ய - போட்டு (போட வேண்டும்), தக்த-கோ-மய-ஸம்பவம் - எரிக்கப்பட்ட மாட்டுச்சாணத்திலிருந்து தயாரான

அமரோலியும், சஹஜோலியும் கூட வஜ்ரோலியின் உட்பிரிவுகளே ஆகும். ஏனெனில் அவைகளுக்கும் பலன் ஒன்றேயாகும். எரிக்கப்பட்ட மாட்டுச்சாணத்திலிருந்து தயாரான நல்ல விபூதியை தண்ணீரில் போடவேண்டும். 92

சுலோகம் 93

வஜ்ரோலி-மைதுநாதூர்த்வம்

ஸ்த்ரீ-பும்ஸோ: ஸ்வங்க-லேபநம் l

ஆஸீநயோ: ஸுகேநைவ

முக்த-வ்யாபாரயோ: க்ஷணாத் ll 93 ll

வஜ்ரோலி-மைதுநாத்- வஜ்ரோலி பயிற்சியின் அங்கமான உடலுறவிற்கு, ஊதூர்த்வம் - பின், ஸ்த்ரீ-பும்ஸோ: - ஆணும் பெண்ணும், ஸ்வங்க-லேபநம் - தத்தம் உடலின் சிறந்த அவயவங்களில், ஆஸீநயோ:- அமர்ந்திருக்கும், ஸுகேந - ஆனந்தமாக, ஏவ - தான், முக்த-வ்யாபாரயோ: - விடுபட்டு ஒய்வாக, க்ஷணாத் - உடலுறவிலிருந்து

வஜ்ரோலி பயிற்சியின் அங்கமான உடலுறவிற்குப் பின், ஆனந்தமாக அமர்ந்திருக்கும் ஆணும் பெண்ணும், உடலுறவிலிருந்து விடுபட்டு ஒய்வாக தத்தம் உடலின் சிறந்த அவயவங்களில் இந்த கலவையைப் பூசிக்கொள்ள வேண்டும். 93

குறிப்புகள்

- **சிறந்த அவயவங்களில்** - உச்சந்தலை, நெற்றி, கண்கள், நெஞ்சுப்பகுதி, தோள், கைகள் ஆகியவை – உரையாசிரியர்

சுலோகம் 94

ஸஹஜோலிரியம் ப்ரோக்தா
ஶ்ரத்தேயா யோகிபி: ஸதா |
அயம் ஶுபகரோ யோகோ
போக-யுக்தோ(அ)பி முக்தித: || 94 ||

ஸஹஜோலி: - ஸஹஜோலி, இயம் - இது, ப்ரோக்தா - கூறப்பட்டது, ஶ்ரத்தேயா- மதிக்கத்தக்கது, யோகிபி:- யோகிகளால், ஸதா - என்றும், அயம் - இந்த, ஶுபகர: - மங்களகரமான, யோக:- யோகம், போக-யுக்த:- சிற்றின்பம் கூடியது, அபி - என்றாலும், முக்தித: - வீடுபேற்றை அளிப்பதனால்

இது ஸஹஜோலி என்று கூறப்பட்டது. யோகிகளால் என்றும் மதிக்கத்தக்கது இது. இந்த பயிற்சியில் சிற்றின்பம் இருந்தாலும் வீடுபேற்றை அளிப்பதனால் இது மங்களகரமான யோகப்பயிற்சி. 94

சுலோகம் 95

அயம் யோக: புண்யவதாம்
தீராணாம் தத்த்வ-தர்ஶிநாம் |
நிர்மத்ஸராணாம் வை ஸித்யேத்
ந து மத்ஸர-ஶீலிநாம் || 95 ||

அயம் - இந்த, யோக: - யோகம், புண்யவதாம் - புண்ணியசாலிகள், தீராணாம் - தைரியமிக்கவர்கள், தத்த்வ-தர்ஶிநாம் - தத்துவத்தை அறிந்தவர்கள், நிர்மத்ஸராணாம் வை - பொறாமையற்றவர்கள் ஆகியோருக்கு, ஸித்யேத்- பலன் தரும், ந து - இல்லை, மத்ஸர-ஶீலிநாம் - பொறாமை கொண்டவர்களுக்கு

புண்ணியசாலிகள், தைரியம் மிக்கவர்கள், தத்துவத்தை அறிந்தவர்கள், பொறாமையற்றவர்கள் இந்த ஆகியோருக்கு இந்த யோகம் பலன் தரும். பொறாமை கொண்டவர்கள் இதில் வெற்றி பெறமாட்டர்கள். 95

சுலோகம் 96

பித்தோல்பணத்வாத் ப்ரதமாம்புதாராம்
விஹாய நிஸ்ஸாரதயாந்த்ய-தாராம் ।
நிஷேவ்யதே ஶீதல-மத்ய-தாரா
காபாலிகே கண்ட-மதே(அ)மரோலீ ॥ 96 ॥

பித்தோல்பணத்வாத் - பித்தம் மிகுந்து இருப்பதனால், ப்ரதமாம்புதாராம் - (சிறுநீரின்) முதல் தாரையை, விஹாய - விட்டுவிட்டு, நிஸ்ஸாரதயா - சாரமற்ற தன்மையால், அந்த்ய-தாராம் - மற்ற (கடைசி) தாரையையும், நிஷேவ்யதே - அருந்த வேண்டும், ஶீதல-மத்ய-தாரா -நடுவில் இருக்கும் குளுமையான சிறுநீர் பெருக்கை, காபாலிகே - காபாலிகர்களின், கண்ட-மதே - கண்டம் எனும் பிரிவில், அமரோலீ - அமரோலீ

(சிறுநீரின்) முதல் தாரையில் பித்தம் மிகுந்து இருப்பதனால் அதனை விட்டுவிட வேண்டும். சாரமற்ற தன்மையால் மற்ற (கடைசி) தாரையையும் விட்டுவிட வேண்டும். நடுவில் இருக்கும் குளுமையான சிறுநீர் பெருக்கை அருந்த வேண்டும். இது தான் கண்ட-காபாலிகர்களின் பரம்பரையில் அமரோலீ (என்று கூறப்படுகிறது). 96

குறிப்புகள்

* **கண்ட-காபாலிகர்** - காபாலிக மதத்தின் ஒரு சிறிய உட்பிரிவு

சுலோகம் 97

அமரீம் ய: பிபேந்நித்யம்
நஸ்யம் குர்வந் திநே திநே |
வஜ்ரோலீமப்யஸேத் ஸம்யக்
ஸாமரோலீதி கத்யதே || 97 ||

அமரீம் - அமரியை (மேலே கூறப்பட்ட சிறுநீரின் மத்திய தாரை), ய:- யார், பிபேத்- பருகுகிறாரோ, நித்யம் - தவறாமல், நஸ்யம் - (அதனை) நுகர்தல், குர்வந்- செய்து கொண்டு, திநே திநே - ஒவ்வொரு நாளும், வஜ்ரோலீம்- வஜ்ரோலியை, அப்யஸேத் - பயிற்சி செய்யவேண்டும், ஸம்யக் - நன்றாக, ஸா - அது, அமரோலீ- அமரோலீ, இதி - என்று, கத்யதே - கூறப்படுகிறது

ஒவ்வொரு நாளும் தவறாமல்அமரீயின் (மேலே கூறப்பட்ட சிறுநீரின் மத்திய தாரை) மணத்தை நுகர்ந்து, அதனை அருந்தி, அதன் பின் வஜ்ரோலீ பயிற்சியினைச் செய்தல் அமரோலீ எனப்படும். 97

சுலோகம் 98

அப்யாஸாந்நிஸ்ருதாம் சாந்த்ரீம்
விபூத்யா ஸஹ மிஸ்ரயேத் |
தாரயேதுத்தமாங்கேஷு
திவ்ய-த்ருஷ்டி: ப்ரஜாயதே || 98 ||

அப்யாஸாத்- பயிற்சியினால், நிஸ்ருதாம் - வெளிப்பட்ட, சாந்த்ரீம் - சந்திரனுடைய திரவத்தை, விபூத்யா - திருநீற்றுடன், ஸஹ - கூட, மிஸ்ரயேத் - குழைக்க வேண்டும்-, தாரயேத்- பூசிக்கொள்ள வேண்டும், உத்தமாங்கேஷு- சிறந்த அங்கங்களில், திவ்ய-

த்ருஷ்டி: - தெய்விகமான/அபாரமான பார்க்கும் திறன், ப்ரஜாயதே - ஏற்படுகிறது

(இதன் தொடர்) பயிற்சியினால் சாந்த்ரீ (சந்திரனின் திரவம்) வெளிப்படும். அதனை திருநீற்றுடன் குழைக்க வேண்டும். அதனைத் தனது சிறந்த அவயவங்களில் பூசிக்கொள்ள வேண்டும். இதனால் தெய்விகமான/அபாரமான பார்க்கும் திறன் ஏற்படும். 98

குறிப்புகள்

* **சந்திரனின் திரவம்** - இது பற்றி உரையசிரியரும் இவ்விடத்தில் விளக்கவில்லை. கேச்சரீ முத்ரா விளக்கத்தில் இது பற்றி குறிப்பு உள்ளது (காண்க இதே அத்தியாயம் சுலோகம் 72)

சுலோகம் 99

பும்ஸோ பிந்தும் ஸமாகுஞ்ச்ய

ஸம்யகப்யாஸ-பாடவாத் |

யதி நாரீ ரஜோ ரக்ஷேத்

வஜ்ரோல்யா ஸாபி யோகினீ || 99 ||

பு14ஸ: - ஆணினுடைய, பிந்தும் - விந்துவினையும், ஸமாகுஞ்ச்ய - குறுக்கி, ஸம்யக்- சிறந்த, அப்யாஸ-பாடவாத் - பயிற்சி தேர்ச்சியால், யதி - என்றால், நாரீ - பெண், ரஜ:- ரஜஸ்ஸினை/ இனப்பெருக்கத் திரவம், ரக்ஷேத் - பாதுகாத்துக்கொண்டால், வஜ்ரோல்யா - வஜ்ரோலியினால், ஸா - அவளும், அபி - கூட, யோகினீ - யோகினீ (தான்)

தொடர்ந்த சிறந்த பயிற்சியினால் ஆணின் விந்துவையும் தன்னுடைய ரஜஸ்ஸையும் (இனப்பெருக்கத் திரவம்) ஒரு

பெண் தன்வசம் இழுத்து வைத்துக்கொள்ள முடியுமானால் அவளும் யோகினீதான். ௹

சுலோகம் 100

தஸ்யா: கிஞ்சித் ரஜோ நாஸம்

ந கச்சதி ந ஸம்ஸய: I

தஸ்யா: ஶரீரே நாதஞ்ச

பிந்துதாமேவ கச்சதி II 100 II

தஸ்யா: - அவளுடைய, கிஞ்சித் - சிறிது, ரஜ:- இனப்பெருக்கத் திரவம் கூட, நாஸம் - நாசம், ந - இல்லை, கச்சதி - அடைகிறது, ந - இல்லை, ஸம்ஸய: - சந்தேகம், தஸ்யா: - அவளுடைய, ஶரீரே - உடலில், நாத: ச - நாதம், பிந்துதாம்- பிந்து தன்மைய, ஏவ - தான், கச்சதி - அடைகிறது

அந்தப் பெண்ணினுடைய ரஜஸ் சிறிதும் வீணாகாது என்பதில் எந்தவிதச் சந்தேகமும் இல்லை. அவளுடைய உடலில் நாதம் பிந்துவின் நிலையை அடைந்துவிடும். 100

குறிப்புகள்

* **நாதம் பிந்துவின் நிலையை...** – மூலாதாரத்திலிருந்து எழும் நாதம், நெஞ்சிற்கு மேலே செல்லும் போது பிந்துவுடன் ஒன்றிணைகிறது.

  பீஜம்/(பி)விந்து ஆணுடையது. ரஜஸ் பெண்ணுடையது. இவை இரண்டின் வெளிச்சேர்க்கையால் மனிதர்கள் பிறக்கிறார்கள். இவையிரண்டும் உள்ளேயே சேர்ந்தால் அவர் யோகி எனப்படுகிறார். இவ்விரண்டும் உட்புறமே சேர்வதால் தான் மேலான (யோக) நிலையை அடைய

முடியும் என்று அம்ருத சித்தி எனும் நூலில் கூறப்பட்டுள்ளது.
- உரையாசிரியர்

- இதன் அடிப்படையில் பார்த்தல் பெண்ணுக்கு ரஜஸ் (பி) விந்து என்று இரண்டுமே உண்டு. அநாஹத சக்ரத்திற்கு மேலே பெண்ணிடம் பிந்து உள்ளது என்பது குறிப்பால் உணர்த்தப்பட்டுள்ளது. யோக பயிற்சியினால் தனது ரஜஸ்ஸினை மேலிழுத்துக்கொள்ள முடிந்தால், அது பிந்துவுடன் சேரும் போது பெண்ணும் யோகநிலையை அடைகிறாள் எனப் புரிந்து கொள்ளலாம்.

சுலோகம் 101

ஸ பிந்து: தத்ர-ஜஸ்சைவ

ஏகீபூய-ஸ்வ-தேஹகௌ |

வஜ்ரோல்யப்யாஸ-யோகேந

ஸர்வ-ஸித்திம் ப்ரயச்சத: || 101 ||

ஸ:-அந்த, பிந்து: - பிந்துவும், தத்-ரஜ: ச ஏவ - அந்த இனப்பெருக்கத் திரவம் கூட, ஏகீபூய - ஒன்றாகி, ஸ்வ-தேஹகௌ - அவளது உடலில், வஜ்ரோல்யப்யாஸ-யோகேந - வஜ்ரோலி யோக பயிற்சியினால், ஸர்வ-ஸித்திம் - எல்லா சித்திகளையும், ப்ரயச்சத: - அளிக்கின்றன

(பெண்ணின் உடலில் உள்ள) விந்துவும், ரஜஸ்ஸும் (இனப்பெருக்கத் திரவம்) வஜ்ரோலி பயிற்சியினால் ஒன்றாகி எல்லவிதமான யோக சக்திகளையும் அளிக்கும். 101

சுலோகம் 102

ரக்ஷேதாகுஞ்சநாதூர்த்வம்

யா ரஜ: ஸா ஹி யோகிநீ l

அதீதாநாகதம் வேத்தி

கேசரீ ச பவேத் த்ருவம் ll 102 ll

ரக்ஷேத்- காப்பற்றிக்கொள்பவள், ஆகுஞ்சநாத்- இழுத்து, ஊர்த்வம் - மேலே, யா - யார், ரஜ: - இனப்பெருக்கத் திரவத்தினை, ஸா ஹி - அவள் தான், யோகிநீ, அதீதாநாகதம் - கடந்ததையும், எதிர்காலத்தையும், வேத்தி - அறிவாள், கேசரீ ச - ஆகாயத்தில் சஞ்சரிக்கும் திறன் கொண்டவளாகவும், பவேத் - இருப்பாள், த்ருவம் – உறுதியாக

ரஜஸ்ஸினை (இனப்பெருக்கத் திரவத்தினை) மேலிழுத்து காப்பற்றிக்கொள்பவளே யோகிநீ ஆவாள். அவள் கடந்ததையும், எதிர்காலத்தையும் அறியும் திறனையும், ஆகாயத்தில் சஞ்சரிக்கும் திறனையும் உறுதியாகப் பெறுவாள். 102

சுலோகம் 103

தேஹ-ஸித்திம் ச லபதே

வஜ்ரோல்யப்யாஸ-யோகத: l

அயம் புண்யகரோ யோகோ

போகே புக்தே(அ)பி முக்தித: ll 103 ll

தேஹ-ஸித்திம் ச - தேஹ சித்தியையும், லபதே - பெறுவார், வஜ்ரோல்யப்யாஸ-யோகத: - வஜ்ரோலி யோக பயிற்சியைச் செய்வதனால், அயம் - இது, புண்யகர:- புண்ணியம்

அளிக்கும், யோக:- யோகம், போகே - சிற்றின்பதினை, புக்தே - அனுபவித்தாலும், அபி - கூட, முக்தித: - வீடுபேற்றை அளிக்க்கிறது

வஜ்ரோலி யோக பயிற்சியைச் செய்வதனால் தேஹ சித்தியையும் பெறுவார் (பயிற்சிசெய்பவர்). இது புண்ணியம் அளிக்கும் யோகம். சிற்றின்ப அனுபவம் கொண்டது என்றாலும் இது வீடுபேற்றை அளிக்கிறது. 103

குறிப்புகள்

- **தேஹசித்தி** - ரூபம் (குறைபாடற்ற அங்கங்களின் அமைப்பு), லாவண்யம் (பொலிவு), பலம் (வலிமை), வஜ்ர ஸம்ஹனனத்வம் (வஜ்ரத்தை ஒத்த உறுதியான தன்மை) இவை தேஹசித்தி எனப்படும் – உரையாசிரியர்

சுலோகம் 104

குடிலாங்கீ குண்டலிநீ
புஜங்கீ ஶக்திரீஶ்வரீ |
குண்டல்யருந்ததீ சைதே
ஶப்தா: பர்யாயவாசகா: || 104 ||

குடிலாங்கீ, குண்டலிநீ, புஜங்கீ, ஶக்தி:, ஈஶ்வரீ, குண்டல், அருந்ததீ ச - மற்றும் ஏதே - இவை, ஶப்தா: - சொற்கள், பர்யாயவாசகா: - ஒரே பொருளை உணர்த்துபவை

குடிலாங்கீ, குண்டலினீ, புஜங்கீ, சக்தி, ஈச்வரீ, குண்டல், அருந்ததீ, எனும் இந்தச் சொற்கள் அனைத்தும் ஒரே பொருளை உணர்த்துபவை. 104

குறிப்புகள்

1. **குடிலாங்கீ**… - சக்தி சாலனம் எனும் முத்ரா பற்றி கூற விழையும் நூலாசிரியர் அதற்கு முன்னுரையாக குண்டலினீ பற்றி கூறுகிறார். (சக்தி சாலனம் என்பது குண்டலினீ பற்றியது என்பதனால்) குண்டலினீயின் ஏழு இணைச் சொற்களைக் கூறுகிறார் – உரையாசிரியர்

2. ஏழு வார்த்தைகளுக்கும் பொதுவான அர்த்தம் -

   - குடிலாங்கீ - வளைந்த அங்கங்களை உடையவள்

   - குண்டலினீ - வளையம் போல் உள்ளவள் (குண்டலினீ சக்தி என்பது சுருண்டு படுத்திருக்கும் பாம்பு போல வர்ணிக்கப்பட்டுள்ளது என்பதனால்)

   - குண்டலீ - குண்டலினீ இரண்டும் ஒரே பொருளைக் கொண்ட சொற்கள். யோக நூல்களில் இவ்விரண்டு சொற்களும் புழக்கத்தில் உள்ளன என்பதனால், அவை இரண்டுமே இங்கே திரட்டி கொடுக்கப்பட்டிருக்கலாம்.

   - புஜங்கீ – பெண் சர்ப்பம் போன்றவள்

   - சக்தி - ஆற்றல்

   - ஈச்வரீ - ஆளும் திறன் பெற்றவள்

   - அருந்ததீ - வசிஷ்ட ரிஷியின் மேன்மையான பத்னியான அருந்ததியினைப் போன்றவள்

சுலோகம் 105

உத்காடயேத் கபாடம் து
யதா குஞ்சிகயா ஹடாத் l
குண்டலிந்யா ததா யோகீ
மோக்ஷ-த்வாரம் விபேதயேத் ll 105 ll

உத்காடயேத் - திறக்கப்படுகிறதோ, கபாடம் து - கதவு, யதா - எவ்விதம், குஞ்சிகயா- சாவியினால், ஹடாத் - பலவந்தமாக, குண்டலிந்யா - குண்டலினியினால், ததா - அவ்விதம், யோகீ - யோக பயிற்சி செய்பவர், மோக்ஷ-த்வாரம் - மோக்ஷத்தின்/ வீடுபேற்றின் வாயிலினை, விபேதயேத் - உடைத்துத் திறக்கலாம்,

சாவியினால் கதவு பலவந்தமாக திறக்கப்படுவது போல, ஹட யோகத்தின் வாயிலாக குண்டலினீயின் உதவி கொண்டு மோக்ஷத்தின்/வீடுபேற்றின் வாயிலினை உடைத்துத் திறக்கலாம். 105

குறிப்புகள்

* **வீடுபேற்றின் கதவு** - சுஷும்னா நாடி - உரையாசிரியர்

சுலோகம் 106

யேந மார்கேண கந்தவ்யம்
ப்ரஹ்ம-ஸ்தானம் நிராமயம் l
முகேனாச்சாத்ய தத்த்வாரம்
ப்ரஸுப்தா பரமேஸ்வரீ ll 106 ll

யேநே -, எந்த, மார்கேண - பாதையில், கந்தவ்யம்- அடையவேண்டுமோ, ப்ரஹ்ம-ஸ்தானம் - பிரம்மத்தின் இடத்தை, நிராமயம் - துன்பமற்ற, முகேந - வாயால், ஆச்சாத்ய -

அடைத்துக்கொண்டு, தத்த்வாரம் - அந்தப் பாதையின் வாயிலை, ப்ரஸுப்தா - படுத்திருக்கிறாள், பரமேஸ்வரீ - பரமேச்வரீ (குண்டலினீ)

எந்தப் பாதை வழியாக (சுஷும்னா நாடி) துன்பமற்ற பிரம்மத்தின் இடத்தை அடையவேண்டுமோ, அந்தப் பாதையின் வாயிலை தனது வாயால் அடைத்துக்கொண்டு பரமேச்வரீ (குண்டலினீ) படுத்திருக்கிறாள். 106

சுலோகம் 107

கந்தோர்த்வே குண்டலினீ-ஶக்தி:
ஸுப்தா மோக்ஷாய யோகிநாம் ।
பந்தநாய ச மூடாநாம்
யஸ்தாம் வேத்தி ஸ யோகவித் ॥ 107 ॥

கந்தோர்த்வே - கந்தப் பகுதியின் மேலே, குண்டலினீ-ஶக்தி: - குண்டலீ சக்தி, ஸுப்தா - படுத்திருக்கிறாள், மோக்ஷாய - வீடுபேற்றிற்காக, யோகிநாம் - யோகிகளின், பந்தநாய ச - பந்தப்படுத்துவதற்காகவும், மூடாநாம் - மூடர்களை, ய: - யார், தாம் - அவளை (சக்தியை), வேத்தி - அறிகிறாரோ, ஸ:- அவரே, யோகவித் - யோகம் அறிந்தவர்

கந்தப் பகுதியின் மேலே குண்டலீசக்தி யோகிகளின் வீடுபேற்றிற்காகவும், மூடர்களை உலக வாழ்க்கையிலேயே பந்தப்படுத்துவதற்காகவும் படுத்திருக்கிறாள். யார் அவளை (குண்டலீசக்தி) அறிகிறாரோ அவரே யோகம் அறிந்தவர் 107

குறிப்புகள்

* **கந்தப் பகுதி** - சுலோகம் 113ல் கந்தத்தின் வடிவம், அது இருக்கும் இடம் பற்றி விளக்கப்பட்டுள்ளது.

சுலோகம் 108

குண்டலீ குடிலாகாரா
ஸர்ப-வத்-பரிகீர்திதா I
ஸா சுக்திஸ்சாலிதா யேந
ஸ முக்தோ நாத்ர ஸம்சய: II 108 II

குண்டலீ, குடிலாகாரா - வளைந்த வடிவம் கொண்ட, ஸர்ப-வத் - பாம்பு போன்றவள், பரிகீர்திதா - என்று கூறப்பட்டுள்ளது, ஸா - அந்த, சுக்தி:- சக்தி, சாலிதா - அசைக்கப்படுறதோ, யேந - யாரால், ஸ:- அவர், முக்த:- முக்தர், ந - இல்லை, அத்ர - இங்கு, ஸம்சய: - சந்தகம்

குண்டலீ, வளைந்த பாம்பு போன்றவள் என்று கூறப்பட்டுள்ளது. அந்த சக்தியை யாரால் அசைக்க முடியுமோ /இடம் பெயறச்செய்ய முடியுமோ அவர் முக்தி அடைகிறார் என்பதில் சந்தேகம் ஏதுமில்லை. 108

குறிப்புகள்

1. **அசைக்க முடியுமோ** - அசைத்து (மூலாதாரப் பகுதியிலிருந்து) மூலத்திலிருந்து (பிரம்ம ரந்திரம் எனும் தலை)உச்சி வரை கொண்டு செல்ல முடியுமோ - உரையாசிரியர்

2. **முக்தி அடைகிறார்** - அஞ்ஞானம் எனும் தளையிலிருந்து விடுதலை அடைகிறார் - உரையாசிரியர்

சுலோகம் 109

கங்காயமுநயோ: மத்யே

பால-ரண்டாம் தபஸ்விநீம் ।

பலாத்காரேண க்ருஷ்ணீயாத்

தத்-விஷ்ணோ: பரமம் பதம் ॥ 109 ॥

கங்காயமுநயோ: - கங்கைக்கும் யமுனைக்கும், மத்யே - இடைப்பட்ட பகுதியில், பால-ரண்டாம் - இளம் கைம்பெண்ணான, தபஸ்விநீம் - தவத்திலிருக்கும், பலாத்காரேண - வலுக்கட்டாயமாக, க்ருஷ்ணீயாத் -கைப்பற்ற வேண்டும், தத் - அது, விஷ்ணோ: - விஷ்ணுவின், பரமம் - மேலான, பதம் - இருப்பிடம்

கங்கைக்கும் யமுனைக்கும் இடைப்பட்ட பகுதியில் தவத்திலிருக்கும் இளம் கைம்பெண்ணான குண்டலினியை (அப்புறப்படுத்துவதற்காக) வலுக்கட்டாயமாக கைப்பற்ற வேண்டும். இது தான் விஷ்ணுவின் மேலான இருப்பிடம். 109

குறிப்புகள்

1. **இளம் கைம்பெண்ணான...** - இந்த நூல் எழுதப்பட்ட காலத்தின் கணவனை இழந்த கைம்பெண்கள் அமங்கலமானவர்கள், தவிர்க்கப்பட வேண்டியவர்கள் எனும் கருத்து நிலவியது. குண்டலினீ சக்தியும் கூட வீடுபேற்றை அடைய விரும்புபவர்களால் தவிர்க்கப்பட வேண்டியது ஆகவே இந்த சொல்லை நூலாசிரியர் பயன்படுத்தியிருக்கலாம்.

2. **விஷ்ணுவின் மேலான இருப்பிடம்** – கங்கா இடா நாடி. யமுனா பிங்கலா நாடி அவை இரண்டிற்கும் இடையே உள்ள இடம் சுஷும்னா. இதுவே விஷ்ணுவின் பரமமான இருப்பிடம். (இது வழியே பிராணன் பயணித்து படிப்படியாக வீடுபேறு அடையப்படுவதனால், இந்தப் பாதையே

விஷ்ணுவின் இருப்பிடம் என்று கூறப்பட்டுள்ளது) — உரையாசிரியர்

3. குண்டலினீ அப்புறப்படுத்தப்பட்டால் சுஷும்னா நாடி பிராணன் பயணிக்கத் தகுந்ததாக ஆகிவிடும். அதுவே மோக்ஷத்திற்கு வழிகோலும் என்று அறியவேண்டும்.

சுலோகம் 110

இடா பகவதீ கங்கா

பிங்கலா யமுநா நதீ ।

இடா-பிங்காலயோ: மத்யே

பால-ரண்டா ச குண்டலீ ॥ 110 ॥

இடா - இடா (நாடி), பகவதீ- இறைவியான, கங்கா - கங்கை, பிங்கலா - பிங்கலா (நாடி), யமுநா - யமுனை, நதீ, இடா-பிங்காலயோ: - இடா பிங்கலா, மத்யே - இவைகளிடையே, பால-ரண்டா ச - இளம் கைம்பெண், குண்டலீ

இடா (நாடி) தான் இறைவியான கங்கை. பிங்கலா (நாடி) தான் யமுனை நதீ. இடா பிங்கலா இவைகளுக்கிடையே இருக்கும் குண்டலீ தான் இளம் கைம்பெண். 110

சுலோகம் 111

புச்சே ப்ரக்ருஷ்ய புஜகீம்

ஸுப்தாமுத்போதயேச்ச தாம் ।

நித்ராம் விஹாய ஸா ஶக்தி:

ஊர்த்வமுத்திஷ்டதே ஹடாத் ॥ 111 ॥

புச்சே - வாலில், ப்ரக்ருஷ்ய - பிடித்து, புஜகீம் - பெண் நாகத்தினை (குண்டலீயின்), ஸுப்தாம்- தூங்கும், உத்போதயேத், ச - எழுப்ப

வேண்டும், தாம் - அந்த, நித்ராம்- தூக்கத்தை. விஹாய -
விட்டுவிட்டு, ஸா- அந்த, ஶக்தி: - சக்தி, ஊர்த்வம் - மேல்நோக்கி,
உத்திஷ்டதே - எழுந்திருக்கும் ஹடாத் - திடீரென

**தூங்கும் பெண் நாகத்தின் (குண்டலீயின்) வாலைப் பிடித்து
எழுப்ப வேண்டும். அப்போது துயில் நீங்கி அந்த சக்தி மேல்
நோக்கி திடீரென எழுந்து விடும். 111**

குறிப்புகள்

- **வாலைப் பிடித்து எழுப்ப வேண்டும்** - இதனைச்
  செய்யும் ரகசியத்தை குருவிடமிருந்து அறியவேண்டும் -
  உரையாசிரியர்

ஸுலோகம் 112

அவஸ்திதா சைவ பணாவதீ ஸா

ப்ராதஶ்ச ஸாயம் ப்ரஹராார்தமாத்ரம் |

ப்ரபூர்ய ஸூர்யாத் பரிதாந-யுக்த்யா

ப்ரக்ருஷ்ய நித்யம் பரிசாலநீயா || 112 ||

அவஸ்திதா ச ஏவ - (மேற்கூறியவாறு) இருக்கும், பணாவதீ -
அந்த பெண் நாகம், ஸா - அந்த, ப்ராத: ச - காலையிலும், ஸாயம்
- மாலையிலும், ப்ரஹராார்தமாத்ரம் - அரை பிரஹர (அரை
பிரஹரம் - அரை யாமம் - ஒன்றரை மணி நேரம்) காலம், ப்ரபூர்ய
- மூச்சுக்காற்றினை உள்ளிழுத்து, ஸூர்யாத் - சூரிய நாடியினால்,
பரிதாந-யுக்த்யா - பரிதான யுக்தியினைச் செய்து ப்ரக்ருஷ்ய -
பிடித்துக்கொண்டு, நித்யம் - தினமும், பரிசாலநீயா - அசைத்து
கொண்டிருக்க வேண்டும்

**சூரிய நாடியினால் மூச்சுக்காற்றினை உள்ளிழுத்து பரிதான
யுக்தியினைச் செய்து அந்த பெண் நாகத்தினை (குண்டலீயை)**

பிடித்துக்கொண்டு அரை பிரஹர (அரை பிரஹரம் - அரை யாமம் - ஒன்றரை மணி நேரம்) காலம் காலையும், மாலையும் தினமும் தொடர்ந்து அசைத்துக் கொண்டிருக்க வேண்டும். 112

குறிப்புகள்

1. **பரிதான யுக்தி** - இது குருவிடமிருந்து அறியவேண்டியது – உரையாசிரியர்

2. **அரை பிரஹர-காலம்** - அரை பிரஹரம் என்பது அரை யாமம் - இரண்டு முஹூர்த்த காலம். (கிட்டத்தட்ட ஒன்றரை மணி நேரம் - ஒரு யாமம் என்பது மூன்று மணிநேரம். ஒரு முஹூர்த்தம் நாற்பத்தெட்டு நிமிடங்கள்) – உரையாசிரியர்

சுலோகம் 113

ஊர்த்வம் விதஸ்தி-மாத்ரம் து

விஸ்தாரம் சதுரங்குலம் I

ம்ருதுலம் தவலம் ப்ரோக்தம்

வேஷ்டிதாம்பர-லக்ஷணம் II 113 II

ஊர்த்வம் - (கந்தம்) (ஆசனவாய்க்கு) மேலே, விதஸ்தி-மாத்ரம் து - ஒரு விதஸ்தி தூரத்தில், விஸ்தாரம் - அகலம், சதுரங்குலம் - நான்கு அங்குலம், ம்ருதுலம் - மென்மையானதாக, தவலம் - வெண்மையாக ப்ரோக்தம் - கூறப்படுகிறது, வேஷ்டிதாம்பர-லக்ஷணம் - துணி உருண்டையைப் போல

(கந்தம்) (ஆசனவாய்க்கு) மேலே ஒரு விதஸ்தி தூரத்தில் இருக்கிறது. (கந்தத்தின்) அகலம் நான்கு அங்குலம். அது ஒரு துணி உருண்டையைப் போல மென்மையானதாக வெண்மையாக இருக்கிறது என்று கூறப்படுகிறது. 113

குறிப்புகள்

1. **ஒரு துணி உருண்டையைப் போல** - (சுலோகத்தில் கந்தம் பற்றி குறிப்பிடப்பட்டது.) சக்தி சாலனம் எனும் இந்த முத்ரா கந்தப் பகுதியினை அழுத்துவதன் மூலம் செய்யப்பட வேண்டியது. அதற்கு முதலில் கந்தம் பற்றி அறியப்பட வேண்டும் அதற்குத் தான் இந்த சுலோகம் – உரையாசிரியர்

2. **ஒரு விதஸ்தி அளவு** - பன்னிரண்டு அங்குலம் - உரையாசிரியர்

3. **அகலம்** - அகலம் என்பது நீளத்தையும் குறிப்பதாகக் கொள்ள வேண்டும் – உரையாசிரியர்

4. **...என்று கூறப்படுகிறது** - இவ்விதம் கந்தத்தின் வடிவம் யோகிகளால் கூறப்படுகிறது என்று அறியவேண்டும் – உரையாசிரியர்

சுலோகம் 114

ஸ்தி வஜ்ராஸநே பாதௌ
கராப்யாம் தாரயேத் த்ருடம் ।
குல்ப-தேஶ-ஸமீபே ச
கந்தம் தத்ர ப்ரபீடயேத் ॥ 114 ॥

ஸ்தி - இருந்துகொண்டு, வஜ்ராஸநே - வஜ்ராசனத்தில், பாதௌ - பாதங்களை, கராப்யாம் - இரண்டு கைகளாலும், தாரயேத் - பிடித்துக்கொள்ள வேண்டும், த்ருடம் - உறுதியாக, குல்ப-தேஶ-ஸமீபே ச - கணுக்கால்களுக்கு அருகே, கந்தம் - கந்தப் பகுதியினை, தத்ர - அங்கு, ப்ரபீடயேத் - அழுத்த வேண்டும்

வஜ்ராசனத்தில் அமர்ந்து கொண்டு இரண்டு கைகளாலும் கணுக்கால்களுக்கு அருகே பாதங்களை உறுதியாக

பிடித்துக்கொண்டு, கந்தப் பகுதியில் அழுத்தம் கொடுக்க வேண்டும். 114

குறிப்புகள்

1. **வஜ்ராசனம்** - வஜ்ராசனம் பற்றிய விளக்கத்தை முதல் அத்தியாயத்தின் 37வது சுலோகத்தில் காண்க.

2. **கணுக்கால்களுக்கு அருகே** - இரண்டு கணுக்கால்களின் மேல்பகுதிகளை இரு கைகளாலும் அழுத்திப்பிடித்துக்கொண்டு, தொப்புளின் அடிப்பகுதியில் அமைந்துள்ள கந்தப் பகுதியில் அழுத்தம் கொடுக்க வேண்டும் - உரையாசிரியர்

சுலோகம் 115

வஜ்ராஸநே ஸ்திதோ யோகீ
சாலயித்வா ச குண்டலீம் ।
குர்யாதநந்தரம் பஸ்த்ராம்
குண்டலீமாஶு போதயேத் ॥ 115 ॥

வஜ்ராஸநே - வஜ்ராசனத்தில், ஸ்தித: - அமர்ந்த, யோகீ, சாலயித்வா ச - அசைத்து விட்டு, குண்டலீம் - குண்டலீயை, குர்யாத்- செய்ய வேண்டும், அநந்தரம் - அதன் பின், பஸ்த்ராம் - பஸ்த்ரிகாவை, குண்டலீம்- குண்டலியை, ஆஶு - சீக்கிரம், போதயேத் - எழுப்பிவிடுகிறது

வஜ்ராசனத்தில் அமர்ந்துள்ள யோகி குண்டலீயை (இவ்விதம்) அசைத்து விட்டு பஸ்த்ரிகா பயிற்சியினைச் செய்ய வேண்டும். இது குண்டலீயை சீக்கிரம் எழுப்பிவிடுகிறது. 115

குறிப்புகள்

1. **வஜ்ராசனத்தில் அமர்ந்துள்ள யோகி குண்டலீயை (இவ்விதம்) அசைத்து விட்டு** - இவ்விதம் செய்வது தான் சக்தி சாலன முத்ரா என்று அறியவேண்டும் – உரையாசிரியர்

2. **வஜ்ராசனத்தில்... பஸ்த்ரிகா** - வஜ்ராசனத்தில் குண்டலினியை அசைக்கும் விதமான சக்தி சாலனம் கடந்த சுலோகத்தில் கூறப்பட்டாலும், பஸ்த்ரிகா பயிற்சியின் போதும் வஜ்ராசனத்திலேயே அமர்ந்திருக்க வேண்டும் என்பதனை தெளிவுபடுத்துவதற்காகத் தான் இங்கு மறுபடியும் கூறப்படுகிறது - உரையாசிரியர். (பிராணாயாமத்தின் அங்கமாக பஸ்த்ரிகா (அத்தியாயம் 2 சுலோகம் 59) பற்றி கூறும் போது அதற்கு பத்மாசனம் உகந்ததாக கூறப்பட்டது. ஆனால் சக்தி சாலனத்தின் அங்கமாக பஸ்த்ரிகா, வஜ்ராசனத்தில் தான் செய்யப்பட வேண்டும் என்று இங்கு தெளிவுபடுத்தப்படுகிறது)

சுலோகம் 116

பாநோராகுஞ்சநம் குர்யாத்

குண்டலீம் சாலயேத் தத: ।

ம்ருத்யு-வக்த்ர-கதஸ்யாபி

தஸ்ய ம்ருத்யு-பயம் குத: ॥ 116 ॥

பாநோ:- சூரியனை, ஆகுஞ்சநம் - குறுக்குதல், குர்யாத் - செய்யவேண்டும், குண்டலீம் - குண்டலியை, சாலயேத் -அசைக்க வேண்டும், தத: - அதன் பின், ம்ருத்யு-வக்த்ர-கதஸ் - மரணத்தின் வாயில் விழுந்தவனுக்கும், அபி - கூட, தஸ்ய - அவனுக்கு, ம்ருத்யு-பயம் - மரணபயம், குத: - எங்கிருந்து:

சூரியனைச் குறுக்கி அதன் பின் குண்டலீயை அசைக்கவேண்டும். மரணத்தின் வாயில் விழுந்தவனுக்கும் மரணபயம் எங்கிருந்து? 116

குறிப்புகள்

- **சூரியனைச் சுருக்கி** - சூரியன் (ஜடராக்னி) என்பது தொப்புள் பகுதியில் உள்ளது. தொப்புள் பகுதியினைச் சுருக்குவதன் மூலம் சூரியனையும் சுருக்கலாம் – உரையாசிரியர்

சுலோகம் 117

முஹூர்த-த்வய-பர்யந்தம்

நிர்பயம் சாலநாதஸௌ I

ஊர்த்வமாக்ருஷ்யதே கிஞ்சித்

ஸுஷும்நாயாம் ஸமுத்கதா II 117 II

முஹூர்த-த்வய-பர்யந்தம் - இரண்டு முஹூர்த்த காலம் வரை, நிர்பயம் - பயம் இன்றி, சாலநாத்- அசைத்தால், அஸௌ - இது, ஊர்த்வம்- மேலே, ஆக்ருஷ்யதே - இழுக்கப்படுகிறது, கிஞ்சித்- சிறிது, ஸுஷும்நாயாம் - சுஷும்நா நாடியில், ஸமுத்கதா - நுழையும்

இரண்டு முஹூர்த்த காலம் வரை எந்த பயமும் இன்றி குண்டலீயை இவ்விதம் அசைத்தால், குண்டலீ சிறிது மேலிழுக்கப்பட்டு சுஷும்நா நாடியில் நுழையும். 117

குறிப்புகள்

- **இரண்டு முஹூர்த்த காலம்** - இது நான்கு கடிகைகளைக் குறிக்கும். (ஒரு கடிகை 24 நிமிடங்கள்) - உரையாசிரியர்

சுலோகம் 118

தேந குண்டலிநீ தஸ்யா:
ஸுஷும்நாயா முகம் த்ருவம் |
ஜஹாதி தஸ்மாத் ப்ராணோ(அ)யம்
ஸுஷும்நாம் வ்ரஜதி ஸ்வத: || 118 ||

தேந - அதனால், குண்டலிநீ - குண்டலீ, தஸ்யா: - அதனுடைய, ஸுஷும்நாயா: - சுஷும்னா நாடியினுடைய, முகம் - முகத்துவாரத்தை, த்ருவம்- நிச்சயமாக, ஜஹாதி- விட்டு அகன்று விடுகிறது, தஸ்மாத் - அதன் பின்னர், ப்ராண:- பிராணன் அயம் - இந்த, ஸுஷும்நாம் - சுஷும்னாவை, வ்ரஜதி - அடைகிறது, ஸ்வத:- தானாகவே

அதனால் குண்டலீ சுஷும்னா நாடியின் முகத்துவாரத்தை விட்டு நிச்சயமாக அகன்று விடுகிறது. அதன் பின் பிராணன் தானாகவே சுஷும்னா நாடியினை அடைகிறது. 118

சுலோகம் 119

தஸ்மாத் ஸஞ்சாலயேந்நித்யம்
ஸுக-ஸுப்தாமருந்ததீம் |
தஸ்யா: ஸஞ்சாலநேநைவ
யோகீ ரோகை: ப்ரமுச்யதே || 119 ||

தஸ்மாத் - ஆகவே, ஸஞ்சாலயேத்-அசைக்க வேண்டும், நித்யம் - அன்றாடம், ஸுக-ஸுப்தாம்- சுகமாக உறங்கிகொண்டிருக்கும், அருந்ததீம் - அருந்ததியை (குண்டலியை), தஸ்யா: -அதனை, ஸஞ்சாலநேந - (அன்றாடம்)அசைப்பதால், ஏவ - தான், யோகீ, ரோகை: - நோய்களிலிருந்து, ப்ரமுச்யதே - விடுபடுகிறார்

ஆகவே, சுகமாக உறங்கிகொண்டிருக்கும் அருந்ததியை (குண்டலீயை) அன்றாடம் அசைக்க வேண்டும். அதனை (அன்றாடம்)அசைப்பதால் தான் யோகி நோய்களிலிருந்து விடுபடுகிறார். 119

குறிப்புகள்

1. **ஆகவே** - குண்டலீயை சுஷும்னா பாதையிலிருந்து அகற்றுவதால் தான் பிராணன் சுஷும்னாவில் பிரவேசிக்கிறது என்பதனால் – உரையாசிரியர்

2. **...நோய்களிலிருந்து விடுபடுகிறார்** - குண்டலீயை அசைப்பதனாலயே யோகி இருமல், ஆஸ்த்மா, ஜூரம் போன்ற நோய்களிலிருந்து விடுபடுகிறார் (என்றால், குண்டலீயை அகற்றி விட்டால் விளையும் பயன்களை சிந்தித்துப் பார்க்கலாம்) - உரையாசிரியர்

சுலோகம் 120

யேந ஸஞ்சாலிதா ஶக்தி:

ஸ யோகீ ஸித்தி-பாஜநம் I

கிமத்ர பஹூநோக்தேந

காலம் ஜயதி லீலயா II 120 II

யேந - யாரால், ஸஞ்சாலிதா - அசைக்கப்படுகிறதோ, ஶக்தி: - சக்தி (குண்டலி), ஸ:- அந்த, யோகீ, ஸித்தி-பாஜநம் - சித்திகளை அடைகிறார், கிம் - என்ன, அத்ர - இவ்விஷயத்தில்;, பஹூநா- அதிகம், உக்தேந - கூறுவதால், காலம் - காலத்தை, ஜயதி- வென்றுவிடுகிறார், லீலயா - எளிதாக

இந்த சக்தியை அசையச்செய்கிற யோகி தான் யோக சக்திகளை அடைகிறார். இது பற்றி அதிகம் கூறுவதால்

என்ன - (இந்தப் பயிற்சியைச் செய்பவர்) காலத்தை எளிதாக வென்றுவிடுகிறார். 120

குறிப்புகள்

- **யோக சக்திகளை அடைகிறார்** - அணிமா முதலிய அட்டமா யோக சக்திகளை அடைகிறார் – உரையாசிரியர்

சுலோகம் 121

ப்ரஹ்மசர்ய-ரதஸ்யைவ

நித்யம் ஹித-மிதாஶிந: ।

மண்டலாத் த்ருஸ்யதே ஸித்தி:

குண்டல்யப்யாஸ-யோகிந: ॥ 121 ॥

ப்ரஹ்மசர்ய-ரதஸ்ய - பிரம்மசரியத்தை அனுஷ்டிப்பவருக்கு, ஏவ - மட்டு, நித்யம் - என்றும், ஹித-மிதாஶிந: - அளவான, உகந்த உணவினை உட்கொள்பவருக்கு, மண்டலாத் -மண்டல காலத்தில், த்ருஸ்யதே - காணப்படும், ஸித்தி: - யோக சக்தி, குண்டல்யப்யாஸ-யோகிந: - குண்டலீ-யோக பயிற்சி செய்யும் யோகியானவருக்கு

பிரம்மசரியத்தை அனுஷ்டித்து, என்றும் அளவான, உகந்த உணவினை உட்கொண்டு குண்டலீ-யோக பயிற்சி செய்யும் யோகி ஒரு மண்டல காலத்தில் யோக சக்திகளைப் பெறுகிறார். 121

குறிப்புகள்

1. **பிரம்மசரியத்தை அனுஷ்டித்து** - செவி முதலிய புலன்களுடன், பிறப்புறுப்பினையும் கட்டுப்படுத்துதல் (பிரம்மசரியம்) - உரையாசிரியர்

2. **அளவான... உணவினை** - தேவையானதை விட கால்பங்கு குறைவான உணவு அளவான உணவு - உரையாசிரியர்

3. **குண்டலீ-யோகம்** - இவ்விதம் குண்டலீயை அசைத்து எழுப்புவதே குண்டலீ யோகம் - உரையாசிரியர்

4. **ஒரு மண்டல காலத்தில்...** - நாற்பது தினங்கள் ஒரு மண்டலம் - உரையாசிரியர்

5. **யோக சக்திகளைப் பெறுகிறார்** - (பிராணனை சுஷும்னாவில் செலுத்தும்) பிராணாயாமத்தில் வெற்றி பெறுகிறார் - உரையாசிரியர்

சுலோகம் 122

குண்டலீம் சாலயித்வா து

பஸ்த்ராம் குர்யாத் விஸேஷத: ।

ஏவமப்யஸதோ நித்யம்

யமிநோ யமபீ: குத: ॥ 122 ॥

குண்டலீம் - குண்டலியை, சாலயித்வா து - அசைத்து, பஸ்த்ராம் - பஸ்த்ரிகா பயிற்சியை, குர்யாத் - செய்யவேண்டும், விஸேஷத: - கவனத்துடன், ஏவம்- இவ்வித, அப்யஸத:- பயிற்சி செய்வதனால், நித்யம் - தவறாமல், யமிந:- தன்னொழுக்கம் பெற்றவருக்கு, யமபீ: - யமபயம், குத: - எங்கிருந்து

குண்டலீயை அசைத்து, பஸ்த்ரிகா பயிற்சியை அன்றாடம் கவனத்துடன் செய்யும் தன்னொழுக்கம் பெற்றவருக்கு யம பயமேது. 122

குறிப்புகள்

• **யமபயமேது** – இவ்விதம் செய்பவர், தான் விரும்பும் போது உடலை உகுக்கும் திறன் பெற்று விடுவதால் யம பயம் ஏது என்று பொருள் - உரையாசிரியர்

சுலோகம் 123

த்வாஸப்ததி-ஸஹஸ்ராணாம்
நாடீநாம் மல-ஸோதநே ।
குத: ப்ரக்ஷாலநோபாய:
குண்டல்யப்யஸநாத்ருதே ॥ 123 ॥

த்வாஸப்ததி-ஸஹஸ்ராணாம் - எழுபத்தி இரண்டாயிரம், நாடீநாம் - நாடிகளின், மல-ஸோதநே - கழிவுகளை அகற்றுவதில், குத: -எங்கிருந்து, ப்ரக்ஷாலநோபாய: - சுத்தம் செய்யும் உபாயம், குண்டல்யப்யஸநாத் - குண்டலி பயிற்சியினைத், ருதே - தவிற

எழுபத்திரண்டாயிரம் நாடிகளின் கழிவுகளை அகற்றுவதில் குண்டலீ பயிற்சியை விட வேறு உபாயமும் உண்டோ?123

குறிப்புகள்

- **குண்டலீ பயிற்சியை விட…** - சக்தி சாலனம் இங்கு குறிப்பிடப்படுகிறது. இதனாலேயே எல்லா நாடிகளும் தூய்மை அடைகின்றன - உரையாசிரியர்

சுலோகம் 124

இயம் து மத்யமா நாடீ
த்ருடாப்யாஸேந யோகிநாம் ।
ஆஸந-ப்ராண-ஸம்யாமாத்
முத்ராபி: ஸரலா பவேத் ॥ 124 ॥

இயம் து - இந்த, மத்யமா - நடுவிலுள்ள (சுஷும்னா), நாடீ - நாடி, த்ருடாப்யாஸேந - உறுதியான பயிற்சியால், யோகிநாம் - யோகிகளுடைய, ஆஸந-ப்ராண-ஸம்யாமாத் - ஆசனம்,

பிராணாயாமம் இவற்றால், முத்ராபி: - முத்ரா-க்களால், ஸரலா - நேராக (தடைகள் அற்றதாக), பவேத் - ஆகும்

யோகிசெய்யும்ஆசனம், பிராணாயாமம், முத்ராஆகியவைகளின் உறுதியான பயிற்சிகளால் நடுவில் இருக்கும் இந்த நாடி (சுஷும்னா) நேராக (தடைகள் அற்றதாக) ஆகும். 124

சுலோகம் 125

அப்யாஸே து விநித்ராணாம்

மநோ த்ருத்வா ஸமாதிநா ।

ருத்ராணீ வா பரா முத்ரா

பத்ராம் ஸித்திம் ப்ரயச்சதி ॥ 125 ॥

அப்யாஸே து - பயிற்சியில், விநித்ராணாம் - நித்திரையின்றி, மந: - மனதினை, த்ருத்வா - இருத்திக்கொண்டு, ஸமாதிநா - சமாதியினால், ருத்ராணீ வா - சாம்பவீ அல்லது, பரா - உயர்ந்த, முத்ரா, பத்ராம் - மங்களகரமான, ஸித்திம் - யோக சக்தியை, ப்ரயச்சதி - அளிக்கின்றது

(யோக) பயிற்சியில் நித்திரையின்றி, சமாதியில் இருப்பவருக்கு சாம்பவீ போன்ற சிறந்த முத்ரா மங்களகரமான யோக சக்திகளை அளிக்கின்றது. 125

குறிப்புகள்

1. **நித்திரையின்றி** - இங்கு நித்திரை சோம்பலைக் குறிக்கிறது - உரையாசிரியர்

2. **சமாதி** - ஒருநிலைபட்ட மனது (ஏகாக்ர நிலை). இதனால் ஹட யோகம் ராஜயோகத்திற்கு (மனம் ஒருநிலைப்படுதல் - சமாதி) படிக்கல்லாக இருக்கிறது என்பது தெளிவாகிறது - உரையாசிரியர்

சுலோகம் 126

ராஜ-யோகம் விநா ப்ருத்வீ

ராஜ-யோகம் விநா நிஶா l

ராஜ-யோகம் விநா முத்ரா

விசித்ராபி ந ஶோபதே ll 126 ll

ராஜ-யோகம் - ராஜ-யோகம், விநா - இன்றி, ப்ருத்வீ - பூமியும், ராஜ-யோகம் -, விநா - இன்றி, நிஶா - இரவும், ராஜ-யோகம் - ராஜ-யோகம், விநா - இன்றி, முத்ரா - முத்திரையும், விசித்ரா - விசேஷமான தன்மைகள் கொண்டிருந்தாலும், அபி - கூட, ந - இல்லை ஶோபதே - சோபிப்பது

ராஜயோகமின்றி பூமியும், ராஜயோகமின்றி இரவும், ராஜயோகமின்றி விசேஷமான தன்மைகள் கொண்ட முத்ரா- வும் சோபிப்பதில்லை. 126

குறிப்புகள்

1. **ராஜயோகம்** - இது மற்ற உளச்செயல்களைத் தடுத்த பின், உணர்வுமயமான ஆன்மாவைப் பற்றிக்கொண்டு எழும் உளச்செயல்களின் பிரவாகத்தைக் குறிக்கிறது. இது தான் முடிவான புருஷார்த்தம் (வாழ்கைக் குறிக்கோள்) – உரையாசிரியர்

2. **பூமியும்…** - ஆசனம் (உடலுக்கு) நிலையான தன்மையை அளிப்பதால், நிலையான தன்மை கொண்ட பூமியுடன் ஒப்பிடப்பட்டது. ராஜயோக குறிக்கோளின்றி ஆசனம் வீண் ஆகும் - உரையாசிரியர்

3. **இரவும்…** - இரவும் என்பது மக்கள் நடமாட்டம் இல்லாத காலத்தைக் குறிக்கிறது. (பிராணனை சுஷும்னாவில் செலுத்தும் விதமாக) பிராணாயாமம் செய்வதனால் பிராணன்

சஞ்சரிப்பதில்லை, அதன் நடமாட்டம் இருப்பதில்லை. ஆகவே அது இரவு என்று குறிப்பிடப்பட்டது. ராஜயோக குறிக்கோளின்றி (காண்க குறிப்பு 1) பிராணாயாமமும் வீண் ஆகும் - உரையாசிரியர்

4. **முத்ரா-வும்** – மஹாமுத்ரா முதலியவை - உரையாசிரியர்

5. இந்த சுலோகத்திற்கு மேலோட்டமான சில அர்த்தங்களும் உள்ளன. ராஜ-யோகம் என்பது அரச-தொடர்பு என்பதைக் குறிக்கிறது என்று கொண்டால் - ஆள்வதற்கு அரசன் இல்லையேல் பூமி சிறந்து விளங்குவதில்லை. அராஜகமே நிலவும். ராஜா என்பது சந்திரனையும் குறிக்கும். இரவின் அரசன் சந்திரனே. சந்திரன் இல்லையேல் பலவிதமான கோள்களும் நட்சத்திரங்களும் இருந்தாலும் இரவுப் பொழுது சோபிப்பது இல்லை. அதே போல - அரசனின் தொடர்பு இல்லாமல் (அவர் அங்கீகரித்த அடையளம் தவிர்த்து வேறு ஒரு) முத்ரா-வும் மதிப்பற்றது. (அவ்விதமே ஆன்மா பற்றி மனம் ஒருமுகப்படவில்லை என்றாலும் யோகப் பயிற்சி வீணே) – உரையாசிரியர்

சுலோகம் 127

மாருதஸ்ய விதிம் ஸர்வம்

மநோ-யுக்தம் ஸமப்யஸேத் I

இதரத்ர ந கர்தவ்யா

மநோ-வ்ருத்தி: மநீஷிணா II 127 II

மாருதஸ்ய - மூச்சுக்காற்று தொடர்பான, விதிம் - பயிற்சிகள், ஸர்வம் - அனைத்தும், மநோ-யுக்தம் - ஒருமுகப்பட்ட மனதுடன், ஸமப்யஸேத் - செய்யவேண்டும், இதரத்ர - வேறு இடத்தில், ந -

இல்லை, கர்தவ்யா - செய்யக்கூடாது, மநோ-வ்ருத்தி: - மனதின் செயல்பாடுகளை, மநீஷிணா -அறிவார்ந்த பயிற்சியாளரால்

மூச்சுக்காற்று தொடர்பான பயிற்சிகளை ஒருமுகப்பட்ட மனதுடன் செய்யவேண்டும். அறிவார்ந்த பயிற்சியாளர் மனதின் செயல்பாடுகளை வேறு இடத்தில் செலுத்தக்கூடாது. 127

சுலோகம் 128

இதி முத்ரா தஸ ப்ரோக்தா

ஆதி-நாதேந ஶம்புநா I

ஏகைகா தாஸு யமிநாம்

மஹா-ஸித்தி-ப்ரதாயிநீ II 128 II

இதி - இவ்விதம், முத்ரா - முத்திரை, தஸ - பத்து, ப்ரோக்தா - கூறப்பட்டது, ஆதி-நாதேந - ஆதிநாதராகிய, ஶம்புநா - சம்புவினால்/சிவனால், ஏகைகா - ஒவ்வொன்றும், தாஸு - அவற்றுள், யமிநாம் - தன்னொழுக்கம்பெற்றவர்களுக்கு, மஹா-ஸித்தி-ப்ரதாயிநீ - மிகப் பெரும் யோக சக்திகளை அளிக்கவல்லது

இவ்விதம் பத்து முத்ரா-க்கள் சம்பு எனப்படும் ஆதிநாதரால் உபதேசிக்கப்பட்டன. இவற்றுள் ஒவ்வொன்றுமே கூட தன்னொழுக்கம் பெற்றவர்களுக்கு மிகப் பெரும் யோக சக்திகளை அளிக்கவல்லது. 128

குறிப்புகள்

1. **சம்பு எனப்படும் ஆதிநாதரால்...** - நன்மைகளை (சம்) ஏற்படுத்துபவர் (பாவயதி) என்பதால் சம்பு. சர்வேசுவரர் சர்வவல்லமை படைத்தவர் ஆதிநாதர் (சிவன்) - உரையாசிரியர்

2. **மிகப் பெரும் யோக சக்திகளை...** - அணிமா முதலிய அட்டமாசித்திகள் அல்லது கைவல்ய நிலை எனும் வீடுபேறு - உரையாசிரியர் (எதனை உத்தேசித்து செய்யப்படுகிறதோ அந்த நிலை அடையப்படுகிறது என்பது பொருள்)

சுலோகம் 129

உபதேஸம் ஹி முத்ராணாம்

யோ தத்தே ஸாம்ப்ரதாயிகம் ।

ஸ ஏவ ஸ்ரீகுரு: ஸ்வாமீ

ஸாக்ஷாதீஸ்வர ஏவ ஸ: ॥ 129 ॥

உபதேஸம் ஹி - உபதேசத்தை, முத்ராணாம் - முத்ரா-க்களின், ய: -, யார் தத்தே - அளிக்கிறாரோ, ஸாம்ப்ரதாயிகம் - சம்பிரதாயத்தை அனுசரித்து, ஸ : - அவர், ஏவ - தான், ஸ்ரீகுரு:, ஸ்வாமீ - ஸ்வாமீ (உடையவர்), ஸாக்ஷாத்- நேரிடையாக காணத்தக்க, ஈஸ்வர:- ஈசனும், ஏவ - தான், ஸ: - அவர்

சம்பிரதாயத்தை அனுசரித்து முத்ரா-க்களை உபதேசிப்பவர் தான் ஸ்ரீ குரு, ஸ்வாமீ (உடையவர்). நேரிடையாக காணத்தக்க ஈசனும் அவரே. 129

குறிப்புகள்

* **சம்பிரதாயத்தை அனுசரித்து** - யோகிகளின் குருபரம்பரையின் வழியில் - உரையாசிரியர்

சுலோகம் 130

தஸ்ய வாக்ய-பரோ பூத்வா

முத்ராப்யாஸே ஸமாஹித: |

அணிமாதி-குணை: ஸார்தம்

லபதே கால-வஞ்சநம் || 130 ||

தஸ்ய - அவருடைய (குருவினுடைய), வாக்ய-பர:- வாக்கியங்களைப் பின்பற்றுபவராக, பூத்வா - ஆகி, முத்ராப்யாஸே- முத்ரா-க்களைப் பயிற்சிசெய்வதில், ஸமாஹித: - ஒருமுகப்பட்ட மனது கொண்டவர், அணிமாதி-குணை: - அட்டமா சித்திகளுடன், ஸார்தம் - அவற்றுடன், லபதே - அடைகிறார், கால-வஞ்சநம் - காலத்தை வெல்லுதலையும்

அவருடைய (குருவினுடைய) வாக்கியங்களைப் பின்பற்றி, ஒருமுகப்பட்ட மனதுடன் முத்ரா-க்களை பயிற்சிசெய்பவர் அணிமா முதலிய அட்டமா சித்திகளைப் பெற்று, காலத்தையும் (மரணத்தையும்) வஞ்சித்துவிடமுடியும் (வென்றுவிட முடியும்). 130

குறிப்புகள்

1. **வாக்கியங்களைப் பின்பற்றி...** - வாக்கியங்கள் ஆசனம், கும்பகம் முதலிய செய்வது பற்றியவை (உபதேசங்கள்), உகந்த உணவு முறை, உடற்பயிற்சி பற்றியவை. இவ்வாக்கியங்களை மதித்து நடத்தல் பின்பற்றுதல், சொற்களை மதித்தல் மன ஒருமைப்பட்டுக்கு வழிவகுக்கும் - உரையாசிரியர்

2. **பயிற்சிசெய்பவர்...** - மீண்டும் மீண்டும் செய்தல் பயிற்சிசெய்தல் ஆகும் - உரையாசிரியர்

நான்காவது உபதேசம்

சமாதி
நாதானுசந்தானம்

சுலோகம் 1

நம: ஶிவாய குருவே

நாத-பிந்து-கலாத்மநே ।

நிரஞ்ஜந-பதம் யாதி

நித்யம் தத்ர பராயண: ॥ 1 ॥

நம: - நமஸ்காரம், ஶிவாய - சிவனுக்கு, குருவே - குருவான, நாத-பிந்து-கலாத்மநே - நாத-பிந்து-கலா வடிவினரான, நிரஞ்ஜந-பதம் - களங்கமற்ற நிலையை, யாதி - அடைகிறார், நித்யம் - நித்தியமான, தத்ர - அதனில், பராயண: - நிலைபெற்றவர்

நாத-பிந்து-கலா வடிவினரான சிவனுக்கு நமஸ்காரங்கள். இப்படிப்பட்ட சிவனில் சதா நிலைபெற்றவர் களங்கமற்ற நித்தியமான நிலையை அடைகிறார். 1

குறிப்புகள்

1. நான்காவது அத்தியாயம் ராஜயோகம் பற்றியது. இதன் துவக்கத்தில் குருவடிவினரான சிவனுக்கு வந்தனம் செய்யப்படுகின்றது - உரையாசிரியர்.

2. நாதம் என்பது வெண்கல மணியினை அடித்தால் ஏற்படும் அதிர்வினை ஒத்தது (இது உடலின் உள்ளே உணரப்படுவது).

பிந்து என்பது 'ம்' எனும் அனுஸ்வாரத்தைத் தொடர்ந்து ஏற்படும் த்வனி. கலை என்பது நாதத்தின் பகுதியாகும். - உரையாசிரியர்

(நாதம் என்பது ஓங்கார வடிவமானது என்றால் "ஓ..." என்ற தொடர் ஒசை நாதம் ஆகும். அதன் ஒவ்வொரு பகுதியும் கலை ஆகும். 'ம்' என்ற ஓங்காரப் பகுதிக்குப் பின் தொடர்ந்து எழும் (நுண்ணிய) ஒசை பிந்து ஆகும். இந்த ஓங்கார நாதம் சுஷும்னா நாடியில் பிராணன் நுழையும் போது ஏற்படும்.)

சுலோகம் 2

அதேதாநீம் ப்ரவக்ஷ்யாமி
ஸமாதி-க்ரமமுத்தம் ।
ம்ருத்யு-க்நம் ச ஸூகோபாயம்
ப்ரஹ்மாநந்தகரம் பரம் ॥ 2 ॥

அத - அடுத்தபடியாக, இதாநீம் - இப்போது, ப்ரவக்ஷ்யாமி -, கூறுகின்றேன் ஸமாதி-க்ரமம்- சமாதியின் வழிமுறையை, உத்தமம் - சிறந்ததான, ம்ருத்யு-க்நம் ச - மரணத்தை அழிக்கவல்ல, ஸூகோபாயம் -மகிழ்ச்சிக்கு வழிகோலும், ப்ரஹ்மாநந்தகரம் - பிரம்மானந்தத்தை அளிக்கும், பரம் - மிகவுயர்ந்த

அடுத்தபடியாக, மிகச்சிறந்ததான, மரணத்தை அழிக்கவல்ல, மகிழ்ச்சிக்கு வழிகோலுகிற, மிகவுயர்ந்த பிரம்மானந்தத்தை அளிக்கும் சமாதியின் வழிமுறையை இப்போது கூறுகிறேன். 2

சுலோகம் 3, 4

ராஜ-யோக: ஸமாதிஸ்ச
உந்மநீ ச மநோந்மநீ I
அமரத்வம் லயஸ்-தத்வம்
ஸூந்யாஸூந்யம் பரம் பதம் II 3 II
அமநஸ்கம் ததாத்வைதம்
நிராலம்பம் நிரஞ்ஜநம் I
ஜீவந்முக்திஸ்ச ஸஹஜா
துர்யா சேத்யேகவாசகா II 4 II

ராஜ-யோக:, ஸமாதி:, ச, உந்மநீ, ச, மநோந்மநீ, அமரத்வம், லய:, தத்வம், ஸூந்யாஸூந்யம், பரம், பதம் அமநஸ்கம், ததா, அத்வைதம், நிராலம்பம், நிரஞ்ஜநம், ஜீவந்முக்தி:, ச, ஸஹஜா, துர்யா, ச இதி - எனும் இவை ஏகவாசகா - ஒத்தச்சொற்கள்

ராஜயோகம், சமாதி, உன்மனீ, மனோன்மனீ, அமரத்துவம், லயம், தத்துவம், சூன்யாசூன்யம், பரம் பதம், அமனஸ்கம், அத்வைதம், நிராலம்பம், நிரஞ்ஜனம், ஜீவன்முக்தி, சஹஜா, துர்யா இவையனைத்தும் ஒத்த சொற்கள். 3,4

சுலோகம் 5

ஸலிலே ஸைந்தவம் யத்வத்
ஸாம்யம் பஜதி யோகத: I
ததாத்ம-மநஸோரைக்யம்
ஸமாதிரபிதீயதே II 5 II

ஸலிலே - தண்ணீரில், ஸைந்தவம் - உப்பு, யத்வத் - எவ்விதம், ஸாம்யம் - ஒன்றிவிடுதல், பஜதி - அடைகிறதோ, யோகத: - யோகத்தினால், ததா - அது போல, ஆத்ம-மநஸோ:-

ஆன்மா(உணர்வு) மனம் ஆகியவைகளுடைய, ஐக்யம் - ஒன்றிவிடுதல், ஸமாதி:- ஸமாதி, அபிதீயதே - எனப்படுகிறது

தண்ணீருடன்கலந்தஉப்புஎப்படிஅதனுடன்ஒன்றிவிடுகிறதோ அதேபோல ஆன்மா(உணர்வு) மனம் ஆகியவை ஒன்றிவிடுதல் ஸமாதி எனப்படும். 5

சுலோகம் 6

யதா ஸம்க்ஷீயதே ப்ராணோ
மானஸம் ச ப்ரலீயதே |
ததா ஸம-ரஸத்வம் ச
ஸமாதிரபிதீயதே || 6 ||

யதா - எப்போது, ஸம்க்ஷீயதே - அடங்குகிறதோ, ப்ராண:- பிராணன், மானஸம் ச - மனதும், ப்ரலீயதே - ஒடுங்கிவிடுகிறதோ, ததா - அப்போது, ஸம-ரஸத்வம் ச - (மனம் ஆன்மா ஆகிய இரண்டும்) ஒன்றுபோல ஆகிவிடுதல், ஸமாதி:- ஸமாதி, அபிதீயதே – எனப்படுகிறது

பிராணன் அடங்கும் போதும், மனம் (ஆன்மாவில்) கரைந்து போகும் போதும் ஏற்படும் (மனம் ஆன்மா ஆகிய இரண்டும் அடையும்) ஒன்றுபோல ஆகிவிடுதல் தான் ஸமாதி எனப்படும். 6

குறிப்புகள்

- இந்த சுலோகம், இதற்கு முந்தைய சுலோகம் ஆகியவற்றில் கூறிய சமாதி நிலை சம்பிரஜ்ஞாத சமாதியைக் குறிக்கின்றன – உரையாசிரியர்

சுலோகம் 7

தத்- ஸமம் ச த்வயோரைக்யம்

ஜீவாத்ம-பரமாத்மநோ: |

ப்ரநஷ்ட-ஸர்வ-ஸம்கல்ப:

ஸமாதி: ஸோ(அ)பிதீயதே || 7 ||

தத்-ஸமம் ச - அந்த சமத்துவம், த்வயோ:- இரண்டினுடைய, ஐக்யம் - ஒன்றுதல், ஜீவாத்ம-பரமாத்மநோ: - ஜீவாத்மா, பரமாத்மா ஆகியோருடைய, ப்ரநஷ்ட-ஸர்வ-ஸம்கல்ப: - எல்லவிதமான சங்கல்பங்களும் அற்று, ஸமாதி: - சமாதி, ஸ:- அது, அபிதீயதே - எனப்படுகிறது

எல்லவிதமான சங்கல்பங்களும் அற்று, முன்கூறிய ஒப்புமை போல, ஜீவாத்மாவும் பரமாத்மாவும் ஒன்றுபடுதல் சமாதி எனப்படும். 7

குறிப்புகள்

- இது அசம்பிரஜ்ஞாத சமாதியைக் குறிக்கின்றது – உரையாசிரியர்

சுலோகம் 8

ராஜ-யோகஸ்ய மாஹாத்ம்யம்

கோ வா ஜாநாதி தத்த்வத: |

ஜ்ஞாநம் முக்தி: ஸ்திதி:

ஸித்தி: குரு-வாக்யேந லப்யதே || 8 ||

ராஜ-யோகஸ்ய - ராஜயோகத்தின், மாஹாத்ம்யம் - மகத்துவத்தினை, க: வா - யார் தான், ஜாநாதி - அறிவார், தத்த்வத: - உண்மையாக, ஜ்ஞாநம் - ஞானம், முக்தி: - முக்தி, ஸ்திதி: - ஸ்திதி, ஸித்தி: - சித்தி (ஆகியவை), குரு-வாக்யேந - குருவின் உபதேசத்தால், லப்யதே - கிடைக்கப்பெறும்

ராஜயோகத்தின் மகத்துவத்தினை யார் தான் உண்மையாக அறிவார்? ஞானம், முக்தி, ஸ்திதி, சித்தி ஆகியவை குருவின் உபதேசத்தால் (தான்)கிடைக்கப்பெறும். 8

குறிப்புகள்

உரையசிரியர் விளக்குகிறார் -

- **ஞானம்** – தனது உணர்வுமயமான தன்மை பற்றி நேரிடையான அனுபவம்

- **முக்தி** - தேஹம் வீழ்ந்து முக்தி அடைதல் - விதேஹமுக்தி

- **ஸ்திதி** - உடல் இருக்கும் போதே உணர்வுமயமான, மாறுதல் அற்ற ஆன்மவடிவில் ஜீவன்முக்தராக நிலைத்துவிடுதல்.

- **சித்தி** - அணிமா முதலிய அட்ட மா சித்திகள்

சுலோகம் 9

துர்லபோ விஷய-த்யாகோ

துர்லபம் தத்த்வ-தர்ஶநம் |

துர்லபா ஸஹஜாவஸ்தா

ஸத்-குரோ: கருணாம் விநா || 9 ||

துர்லப:- கிடைப்பதரிது, விஷய-த்யாக:- புலன் விஷயங்களிலிருந்து பற்றறுத்தல், துர்லபம் - கிடைப்பதரிது, தத்த்வ-தர்ஶநம் - உண்மையை/தத்துவத்தை காணுதல், துர்லபா கிடைப்பதரிது, ஸஹஜாவஸ்தா - ஸஹஜநிலை (ஆத்ம-ஸாக்ஷாத்காரம்), ஸத்-குரோ: - ஸற்குருவின், கருணாம் - கருணை, விநா - இன்றி

ஸற்குருவின் கருணையின்றி, புலன் விஷயங்களிலிருந்து பற்றறுத்தல், உண்மையை/தத்துவத்தை காணுதல்,

சஹஜநிலையை (ஆத்ம-ஸாக்ஷாத்காரம்) அடைதல் ஆகியவைகளை எளிதாக அடையமுடியாது. 9

சுலோகம் 10

விவிதைராஸனை: கும்பை:
விசித்ரை: கரணைரபி l
ப்ரபுத்தாயாம் மஹா-ஶக்தௌ
ப்ராண: ஶூந்யே ப்ரலீயதே ll 10 ll

விவிதை: - பலவிதமான, ஆஸனை: - ஆசனங்களாலும், கும்பை: - கும்பகங்களாலும், விசித்ரை: - பல்வேறுவிதமான, கரணை:- உபாயங்களாலும், அபி - கூட, ப்ரபுத்தாயாம் -விழித்தெழுந்தால், மஹா-ஶக்தௌ - மஹாசக்தியானவெள் (குண்டலீ), ப்ராண: - பிராணன், ஶூந்யே - சுஷும்னா நாடியில், ப்ரலீயதே - ஒடுங்கிவிடுகிறது

பலவிதமான ஆசனங்களாலும், கும்பகங்களாலும், பல்வேறுவிதமான உபாயங்களாலும் மஹாசக்தி (குண்டலீ) தட்டியெழுப்பப்பட்டால், பிராணன் சூன்யத்தில் (சுஷும்னா நாடியில்) ஒடுங்கிவிடுகிறது. 10

சுலோகம் 11

உத்பந்ந-ஶக்தி-போதஸ்ய
த்யக்த-நிஶ்ஶேஷ-கர்மண: l
யோகிந: ஸஹஜாவஸ்தா
ஸ்வயமேவ ப்ரஜாயதே ll 11 ll

உத்பந்ந-ஶக்தி-போதஸ்ய - (குண்டலீ) சக்தி விழிப்படைந்த, த்யக்த-நிஶ்ஶேஷ-கர்மண: - மிச்சமின்றி எல்லா செயல்களையும் துறந்த, யோகிந: - யோகியானவருக்கு, ஸஹஜாவஸ்தா -சகஜநிலை /சமாதி, ஸ்வயம் ஏவ - தானாகவே, ப்ரஜாயதே - ஏற்படுகின்றது

(குண்டலீ) சக்தி விழிப்படைந்த, மிச்சமின்றி எல்லா செயல்களையும் துறந்த யோகியானவருக்கு சகஜநிலை/ சமாதி தானாகவே ஏற்படுகின்றது. 11

குறிப்புகள்

- **சகஜநிலை...** - ஆசனப் பயிற்சியால் உடல் ரீதியான செயல்கள் அற்றுப் போகும் போது பிராணனில் செயல்கள் இருக்கின்றன. பிராணாயாம பயிற்சியின் மகிமையினால் கேவல கும்பக நிலையை அடையும் போது அங்குள்ள செயல்கள் அற்றுப்போகின்றன. மனதில் செயல்கள் தங்குகின்றன. பிரத்தியாஹாரம், தாரணா, தியானம், சம்பிரஜ்ஞாத சமாதி ஆகியவைகளினால் மனதிலிருந்தும் செயல்கள் அகற்றப்படும் போது புத்தியில் செயல்கள் இருக்கின்றன. உன்னதமான வைராக்கிய நிலையினால், நீண்டகால பயிற்சியினால் புத்தியிலிருந்தும் செயல்கள் அகன்றுவிடுகின்றன - மாற்றமற்ற உணர்வுமயமான ஆன்மாவில் நிலைத்தல் ஏற்படுகின்றது. இது தான் ஸஹஜநிலை, ஜீவன் முக்தி, துரீயநிலை எனப்படுகின்றது.- உரையாசிரியர்

சுலோகம் 12

ஸுஷும்நா-வாஹிநி ப்ராணே

ஶூந்யே விஶதி மாநஸே I

ததா ஸர்வாணி கர்மாணி

நிர்மூலயதி யோகவித் II 12 II

ஸுஷும்நா-வாஹிநி - சுஷும்னாவில் பிரவகிக்கும் போது, ப்ராணே - பிராணன், ஶூந்யே - சூனியத்தில் (இடம் காலம் ஆகிய ஏதுமற்ற பிரம்மத்தில்), விஶதி - ஆழ்ந்துவிடும், மாநஸே

- மனமானது, ததா -, அப்போது, ஸர்வாணி - எல்லா, கர்மாணி - வினைகளையும், நிர்மூலயதி - களைந்துவிடுகிறார், யோகவித் - யோகத்தில் தேர்ந்தவர்

பிராணன் சுஷும்னா நாடியை அடைந்து, மனம் சூனியத்தில் (இடம் காலம் ஆகிய ஏதுமற்ற பிரம்மத்தில்) ஆழ்ந்துவிடும் யோகியின் வினைகளும் எல்லாம் அடியோடு களையப்படுகின்றன. 12

சுலோகம் 13

அமராய நமஸ்-துப்யம்
ஸோ(அ)பி காலஸ்-த்வயா ஜித: |
பதிதம் வதநே யஸ்ய
ஜகதேதச்சராரம் || 13 ||

அமராய - அமரனாகிய (மரணமற்றவனாகிய), நம:- நமஸ்காரம், துப்யம் - உனக்கு, ஸ: - அந்த, அபி - கூட, கால:- காலம், த்வயா - உன்னால், ஜித:- வெல்லப்பட்டுள்ளது, பதிதம் - விழுந்திருக்கிறதோ, வதநே - வாயில், யஸ்ய - எதனுடைய, ஜகத்- உலகம், ஏதத்- இந்த, சராரம் - அசையும் அசையா பொருட்கள் வடிவிலான

எந்தக் காலம் உயிர்கள், ஜடபொருட்கள் ஆகியவற்றை உள்ளடக்கிய இவ்வுலகினை விழுங்கிவிடுகிறதோ அப்படிப்பட்ட காலத்தை நீ வென்றெடுத்துள்ளாய். (ஆகவே) அமரனே (மரணமற்றவனே! யோகியே!) உனக்கு நமஸ்காரம். 13

குறிப்புகள்

- **காலத்தை நீ வென்றெடுத்துள்ளாய்** - சமாதி பயிற்சியினால் யோகி காலத்தைக் கடந்த நிலையை எய்துவதால் இவ்வாறு கூறப்பட்டது - உரையாசிரியர்

சுலோகம் 14

சித்தே ஸமத்வமாபந்நே
வாயௌ வ்ரஜதி மத்யமே I
ததாமரோலீ வஜ்ரோலீ
ஸஹஜோலீ ப்ரஜாயதே II 14 II

சித்தே - சித்தம், ஸமத்வம் - சமநிலை, ஆபந்நே - அடைந்து, வாயௌ - பிராணன், வ்ரஜதி - செல்லும் போது, மத்யமே - மத்திய நாடியில், ததா - அப்போது, அமரோலீ, வஜ்ரோலீ, ஸஹஜோலீ, ப்ரஜாயதே - ஏற்படுகிறது

சித்தம் சமநிலை அடைந்து, பிராணன் மத்திய நாடியில் செல்லும் போது அமரோலீ, வஜ்ரோலீ, சஹஜோலீ ஆகியவை ஏற்படுகின்றன. 14

குறிப்புகள்

* **அமரோலீ, வஜ்ரோலீ...** - சித்தமும், பிராணனும் வென்றெடுக்கப்பட்டால் அமரோலீ முதலியவை தானாகவே ஏற்படும். ஆகவே சித்தத்தையும், பிராணனையும் நெறிப்படுத்துவதன் மகத்துவம் இதனால் தெரிவிக்கப்படுகின்றது - உரையாசிரியர்

சுலோகம் 15

ஜ்ஞாநம் குதோ மநஸி ஸம்பவதீஹ தாவத்
ப்ராணோ(அ)பி ஜீவதி மநோ ம்ரியதே ந யாவத் I
ப்ராணோ மநோ த்வயமிதம் விலயம் நயேத் யோ
மோக்ஷம் ஸ கச்சதி நரோ ந கதஞ்சிதந்ய: II 15 II

ஜ்ஞாநம் - ஞானம், குத:- எங்ஙனம், மநஸி - மனதில், ஸம்பவதி - உதிப்பது, இஹ - இங்கு, தாவத் - அதுவரை, ப்ராண:- பிராணன்,

அபி - கூட, ஜீவதி - உயிர்ப்புடன் இருக்கும், மந:- மனம், ம்ரியதே- மரணித்தல், ந - இல்லை, யாவத் - எதுவரை, ப்ராண:- பிராணன், மந:- மனம், த்வயம்- இரண்டும், இதம் - இந்த, விலயம் - ஒடுங்குதலுக்கு, நயேத் - இட்டுசெல்கிறான், ய:- யாரோ, மோக்ஷம்- வீடுபேற்றை, ஸ:- அவன், கச்சதி- அடைகிறான், நர:- மனிதன், ந - இல்லை, கதஞ்சித் - எவ்விதமும், அந்ய: - மற்றவன்

பிராணன் உயிர்ப்புடன் இருக்கும் வரையில், மனம் மரணிக்காத வரையில், மனதில் ஞானம் உதிப்பது எங்ஙனம்? பிராணனையும், மனதையும் ஒடுக்குவதன் மூலமே மனிதன் வீடுபேற்றை அடைகிறானே ஒழிய வேறு யாராலும், வேறு எந்த விதத்திலும் வீடுபேறு அடையப்படுவதில்லை. 15

குறிப்புகள்

1. **பிராணன் உயிர்ப்புடன் இருக்கும் வரையில்...** - இடா- பிங்கலா நாடிகளில் சஞ்சரிப்பது பிராணன் உயிர்ப்புடன் இருத்தல் ஆகும். பிராணனுடன் புலன்களையும் சேர்த்துக்கொள்ள வேண்டும். புலன்கள் தத்தம் விஷயங்களை நாடும் வரையில் ஞானம் உதிப்பது எங்ஙனம்?- உரையாசிரியர்

2. **மனம் மரணிக்காத வரையில்...** - பலவிதமான புலன் விஷயங்கள் பற்றி உளச்செயல்கள் உதிப்பது மனது உயிர்வாழ்தலைக் குறிக்கும். - உரையாசிரியர்

3. **பிராணனையும், மனதையும் ஒடுக்குவதன் மூலமே...** - பிராணன் (சுஷும்னாவில் பிரவேசித்து) பிரம்ம ரந்திரத்தில் (உச்சந்தலையில்) அசைவற்று இருப்பதே பிராணன் ஒடுங்குதல் அகும். (மேற்கூறியவாறே பிராணன் ஒடுங்கும் போது புலன்களும் ஒடுங்கிவிடும் என்று புரிந்துகொள்ள வேண்டும்) தியானிக்கப்படும் பொருளுடன்

ஒன்றிவிடுவதால் வேறு விஷயங்கள் பற்றி உளச்செயல்கள் ஏற்படாமல் இருத்தல் மனம் ஒடுங்குதல் ஆகும். (இந்த நிலையில் தான் ஞானம் ஏற்படும் என்று பொருள்) - உரையாசிரியர்

சுலோகம் 16

ஜ்ஞாத்வா ஸுஷும்நா-ஸத்-பேதம்

க்ருத்வா வாயும் ச மத்யகம் l

ஸ்தித்வா ஸைதவ ஸுஸ்தாநே

ப்ரஹ்ம-ரந்த்ரே நிரோதயேத் ll 16 ll

ஜ்ஞாத்வா - அறிந்து, ஸுஷும்நா-ஸத்-பேதம் - சுஷும்னாவை துளைப்பது, க்ருத்வா - செய்து, வாயும் ச - காற்றினை, மத்யகம் -மத்திய நாடியில் செல்லும்விதம், ஸ்தித்வா - இருந்துகொண்டு, ஸதா ஏவ- எப்போதுமே, ஸுஸ்தாநே - நல்ல இடத்தில், ப்ரஹ்ம-ரந்த்ரே - பிரம்ம ரந்திரத்தில், நிரோதயேத் - (மனதினை) நிறுத்தவேண்டும்

(யோகப் பயிற்சிக்கு) உகந்த இடத்தில் இருந்து கொண்டு, சுஷும்னாவை துளைப்பது எப்படி என்று அறிந்து, வாயுவினை மத்திய நாடியில் செலுத்தி, (மனதினை) பிரம்ம ரந்திரத்தில் (உச்சந்தலை) நிறுத்தவேண்டும். 16

குறிப்புகள்

1. (யோகப் பயிற்சிக்கு) உகந்த இடத்தில்... - முதல் அத்தியாயத்தின் 12வது சுலோகத்தில் யோக பயிற்சிக்கு உகந்த இடம் பற்றி விளக்கப்பட்டது. - உரையாசிரியர்

2. சுஷும்னாவை துளைப்பது எப்படி என்று அறிந்து...- குருவிடமிருந்து அறிந்து கொள்ள வேண்டும் என்று பொருள் - உரையாசிரியர்

சுலோகம் 17

ஸூர்யாசந்த்ரமஸௌ தத்த:
காலம் ராத்ரிம்-திவாத்மகம்
போக்த்ரீ ஸுஷும்நா காலஸ்ய
குஹ்யமேதததுதாஹ்ருதம் || 17 ||

ஸூர்யாசந்த்ரமஸௌ - சூரியனும் சந்திரனும், தத்த: -ஏற்படுத்துகின்றனர்/ தாங்கிப்பிடித்திருக்கின்றனர், காலம் - வேளைகளை, ராத்ரிம்-திவாத்மகம் - இரவு பகல் வடிவானவைகளை, போக்த்ரீ - விழுங்கி விடுகிறது, ஸுஷும்நா - சுஷும்னா, காலஸ்ய - காலத்தை, குஹ்யம்- ரகசியம், ஏதத்- இது, உதாஹ்ருதம் - எனப்படுகிறது

சூரியனும் சந்திரனும் தான் இரவு பகல் வேளைகளை ஏற்படுத்துகின்றனர். சுஷும்னா அந்த காலத்தை விழுங்கி விடுகிறது. இது ஓர் ரகசியம் எனப்படுகிறது. 17

குறிப்புகள்

1. **சூரியனும் சந்திரனும்…** - பிராணனை ஒடுக்கிவிட்டால் காலத்தை வெல்லலாம் என்பது இந்த சுலோகத்தால் கூறப்படுகின்றது - உரையாசிரியர்

2. **சூரியனும் சந்திரனும்…** - இரண்டரை கடிகைகள் பிராணன் சூரிய நாடியில் (வலது நாடியில்) சஞ்சரிக்கிறது. (ஒரு கடிகை 24 நிமிடகள் - ஆக 60 நிமிடங்கள்). சூரிய நாடியில் பிராணன் சஞ்சரித்தல் பகற்பொழுது எனப்படுகிறது. அதே போல இரண்டரை கடிகைகள் சந்திர நாடியில் பிராணன் சஞ்சரிக்கிறது. இது இரவுப்பொழுது எனப்படுகின்றது. (இவ்விதம் பிராணன் மாறி மாறி சஞ்சரிக்கிறது). இவ்விதம் சாமானிய மக்களின் ஒரு பகல் இரவு காலத்தில் யோகிகளுக்கு

பன்னிரண்டு பகல்-இரவுகள் கடந்து சென்றுவிடுகின்றன. யோகி தன் பயிற்சியின் மூலம் பிராணனை சுஷும்னாவில் செலுத்தும் போது பகல்-இரவு அற்ற நிலை ஏற்படுகின்றது. பிராணன் சுஷும்னாவில் இருக்கும் வரை யோகிக்கு மரணபயம் இல்லை. தொடர்ந்த பயிற்சிக்குப் பின் யோகி முன் கூட்டியே தனது மரண வேளையை அறிந்து பிராணனை சுஷும்னாவுக்குள் செலுத்தி பிரம்ம ரந்திரம் (உச்சந்தலை) வரை பிராணனை இட்டுச்சென்று, தான் விரும்பும்போது உயிரை விடும் திறனை அடைகிறார் (இது தான் ரகசியமாகும்) - உரையாசிரியர்

சுலோகம் 18

த்வா-ஸப்ததி-ஸஹஸ்ராணி

நாடீ-த்வாராணீ பஞ்ஜரே l

ஸுஷும்நா ஶாம்பவீ ஶக்தி:

ஶேஷாஸ்த்வேவ நிரர்தகா: ll 18 ll

த்வா-ஸப்ததி-ஸஹஸ்ராணி - எழுபத்தி இரண்டாயிரம், நாடீ-த்வாராணீ - நாடிகள்(வாயில்கள்), பஞ்ஜரே - உடற்கூட்டில், ஸுஷும்நா -சுஷும்னா, ஶாம்பவீ - சம்புவினுடைய/சிவனுடைய, ஶக்தி: - சக்தி, ஶேஷா: து ஏவ - மற்றவையோ, நிரர்தகா: - பயனற்றவை

இந்த உடற்கூட்டில் எழுபத்திரண்டாயிரம் நாடிகள் உள்ளன. சுஷும்னா தான் சாம்பவீ சக்தி. மற்றவை (மற்ற நாடிகள்) பயனற்றவை. 18

குறிப்புகள்

1. **சாம்பவீ சக்தி** - சம் என்றால் நன்மை. பூ என்பது ஏற்படுதல். யாரிடமிருந்து நன்மை விளையுமோ அவர் சம்பு -

ஈசுவரன். ஈசுவரனைப் பற்றி தியானிப்பதன் மூலம் நன்மை விளைவதால் இவர் சம்பு. (ஈசுவரனை கவனச்சிதறல் இன்றி தியானிக்க பிராணன் ஒடுங்குதல் அவசியம். அது பிராணன் சுஷும்னாவில் நுழைவதன் மூலமே ஏற்படும். ஆகவே சுஷும்னா நன்மை விளைவிக்கும் சம்புவின் தொடர்பு கொண்ட சாம்பவீ எனப்படுகிறது). அல்லது நன்மை, ஆனந்தம் விளைவிப்பது உணர்வு மயமான ஆன்மா. ஆகவே ஆன்மா சம்பு. அவரை (தியானத்தின் மூலம்) அடைய உதவுவதால் சுஷும்னா சாம்பவீ.

2. **மற்றவை (மற்ற நாடிகள்) பயனற்றவை** – மற்ற நாடிகளுக்குள் பிராணன் சஞ்சரிக்கும்போது ஈசுவரன், ஆன்மா ஆகியோர் பற்றிய தியானம் கைகூடுவதிலை (மனம் அலைபாய்ந்து கொண்டே இருக்கும்) - உரையாசிரியர்

சுலோகம் 19

வாயு: பரிசிதோ யஸ்மாத்

அநிநா ஸஹ குண்டலீம் I

போதயித்வா ஸுஷும்நாயாம்

ப்ரவிஶேதநிரோதத: II 19 II

வாயு: - காற்று, பரிசித:- (அயராத) பயிற்சியின் மூலம், யஸ்மாத்-, அக்நிநா - அக்கினியுடன், ஸஹ - உடன், குண்டலீம் - குண்டலியை, போதயித்வா - எழுப்பி, ஸுஷும்நாயாம் - சுஷும்னாவில், ப்ரவிஶேத்- நுழையவேண்டும், அநிரோதத: - தடையின்றி

(அயராத) பயிற்சியின் மூலம் வாயு, (ஜடர)அக்னி ஆகியவை கொண்டு குண்டலீயை எழுப்பி, சுஷும்னா நாடியில் (வாயு) தடையின்றி நுழைய வேண்டும். 19

குறிப்புகள்

- **(வாயு) தடையின்றி நுழைய** – பிராணன் சுஷும்னாவில் நுழைய உரிய பயிற்சி செய்யவேண்டும் என்பது இதன் பொருள் – உரையாசிரியர்

சுலோகம் 20

ஸுஷும்நா-வாஹிநி ப்ராணே
ஸித்யத்யேவ மநோந்மநீ ।
அந்யதா த்விதராப்யாஸா:
ப்ரயாஸாயைவ யோகிநாம் ॥ 20 ॥

ஸுஷும்நா-வாஹிநி – சுஷும்னாவில் பிரவேசிக்கும் போது, ப்ராணே – பிராணன், ஸித்யதி – சித்திக்கும், ஏவ – நிச்சயமாக, மநோந்மநீ – மனோன்மனீ (சமாதி), அந்யதாது – இது ஏற்படவில்லை எனிலோ, இதராப்யாஸா: – மற்ற முயற்சிகள்/பயிற்சிகள், ப்ரயாஸாய ஏவ – வீண் சிரமமே, யோகிநாம் – யோகிகளுடைய

பிராணன் சுஷும்னாவில் பிரவேசிக்கும் போது நிச்சயமாக மனோன்மனீ (சமாதி) சித்திக்கும். இது ஏற்படவில்லை எனில் யோகிகளுடைய மற்ற முயற்சிகள் அனைத்தும் வீண் சிரமமே ஆகும். 20

குறிப்புகள்

- **இது ஏற்படவில்லை...** – பிராணன் சுஷும்னாவில் பிரவேசிக்க வில்லை என்றால் மற்ற நாடிகளில் செய்யப்படும் பயிற்சிகள் அனைத்தும் வீண் – உரையாசிரியர்

சுலோகம் 21

பவநோ பத்யதே யேந
மனஸ்தேனைவ பத்யதே |
மனஷ்ச பத்யதே யேந
பவனஸ்தேந பத்யதே || 21 ||

பவந:- மூச்சுக்காற்று பத்யதே - கட்டுப்படுத்தப்படுகிறதோ, யேந - யாரால், மந:- மனம், தேந - அவரால், ஏவ - தான் பத்யதே - கட்டுப்படுத்தப்படுகிறது, மந: ச - மனது, பத்யதே - கட்டுப்படுத்தபடுவது, யேந - யாராலோ, பவந: - மூச்சுக்காற்று, தேந - அவரால், பத்யதே - கட்டுப்படுத்தப்படுகிறது

மூச்சுக்காற்றினை கட்டுப்படுத்துபவரால் தான் மனதினைக் கட்டுப்படுத்த முடியும். மனதைக் கட்டுப்படுத்துபவரால் தான் மூச்சுக்காற்றினைக் கட்டுப்படுத்தமுடியும். 21

குறிப்புகள்

- **மூச்சுக்காற்றினைக் கட்டுப்படுத்தமுடியும்...** – மனம் அல்லது மூச்சுக்காற்று இவ்விரண்டில ஏதேனும் ஒன்றைக் கட்டுப்படுத்தினால் இரண்டும் கட்டுக்குள் வந்துவிடும் – உரையாசிரியர்

சுலோகம் 22

ஹேதுத்வயம் ச சித்தஸ்ய
வாஸநா ச ஸமீரண: |
தயோ: விநஷ்ட ஏகஸ்மிந்
தௌ த்வாவபி விநஸ்யத: || 22 ||

ஹேதுத்வயம் ச - காரணங்கள் இரண்டு, சித்தஸ்ய - மனதிற்கு, வாஸநா ச - வாசனைகளும், ஸமீரண: - காற்றும், தயோ: -

அவ்விரண்டில், விநஷ்டே - அழிந்தால், ஏகஸ்மிந் - ஒன்று, தௌ -அவை, த்வௌ - இரண்டும், அபி - கூட, விநஸ்யத: - அழிந்துவிடும்

மனதிற்கு (மனதின் செயல்பாட்டிற்கு) காரணங்கள் இரண்டு - வாசனைகள், மூச்சுக்காற்று. இவ்விரண்டில் ஒன்று அழிந்தாலும் இரண்டும் இல்லாமல் போய்விடும். 22

குறிப்புகள்

* **வாசனைகள்** - மனதினைச் செயல் பட வைக்கும்/ உளச் செயல்களை ஏற்படுத்தும் உளப் பதிவுகள்

சுலோகம் 23

மநோ யத்ர விலீயேத

பவநஸ்தத்ர லீயதே |

பவநோ லீயதே யத்ர

மநஸ்தத்ர விலீயதே || 23 ||

மந:- மனம், யத்ர - எங்கு, விலீயேத - அடங்குமோ, பவந:- மூச்சுக்காற்றும், தத்ர - அங்கு, லீயதே - அடங்கிவிடும், பவந:- மூச்சுக்காற்று, லீயதே - அடங்குமோ, யத்ர - எங்கு, மந:- மனம், தத்ர - அங்கு, விலீயதே - அடங்கிவிடும்

மனம் எங்கு அடங்குமோ மூச்சுக்காற்றும் அங்கு அடங்கிவிடும். மூச்சுக்காற்று எங்கு அடங்குமோ மனமும் அங்கே அடங்கிவிடும். 23

சுலோகம் 24

துக்தாம்புவத் ஸம்மிலிதாவுபௌ தௌ

துல்யக்ரியௌ மாநஸ-மாருதௌ ஹி |

யதோ மருத் தத்ர மந:-ப்ரவ்ருத்தி:

யதோ மநஸ்-தத்ர மருத்-ப்ரவ்ருத்தி: || 24 ||

துக்தாம்புவத் - பாலையும் நீரையும் போல, ஸம்மிலிதௌ-கலந்தவை, உபௌ - இரண்டும் தௌ- அவை, துல்யக்ரியௌ - ஒத்தச்செயல்பாடுகள் கொண்டவை, மாநஸ-மாருதௌ ஹி - மனதும் மூச்சுக்காற்றும், யத:- எங்கு, மருத் - மூச்சுக்காற்று உள்ளதோ, தத்ர - அங்கு, மந:-ப்ரவ்ருத்தி: - மனம் செல்லும், யத:- எங்கு, மந:- மனம், தத்ர - அங்கு, மருத்-ப்ரவ்ருத்தி: - மூச்சுக்காற்று செல்லும்

பாலையும் நீரையும் போலக் கலந்தவை தான் மனமும் மூச்சுக்காற்றும். அவைகளிரண்டின் செயல்பாடுகள் ஒத்ததாகவே இருக்கும். எங்கு மூச்சுக்காற்று உள்ளதோ அங்கு மனம் செல்லும். எங்கே மனம் உள்ளதோ அங்கு மூச்சுக்காற்று செல்லும். 24

சுலோகம் 25

தத்ரைக-நாஶாதபரஸ்ய நாஶ

ஏக-ப்ரவ்ருத்தேரபர-ப்ரவ்ருத்தி: |

அத்வஸ்தயோஶ்சேந்த்ரிய-வர்க-வ்ருத்தி:

ப்ரத்வஸ்தயோ: மோக்ஷ-பதஸ்ய ஸித்தி: || 25 ||

தத்ர- அவ்விரண்டில், ஏக-நாஶாத்- ஒன்று அழிந்தால், அபரஸ்ய - மற்றொன்றின், நாஶ:- அழிவு, ஏக-ப்ரவ்ருத்தே:- ஒன்று செயல்பட்டால், அபர-ப்ரவ்ருத்தி: - மற்றொன்றும்

செயல்படும், அத்வஸ்தயோ: ச- (அவ்விரண்டும்) அழியாதவரை, இந்த்ரிய-வர்க-வ்ருத்தி: - புலன்கள் அனைத்தும் செயல்படும், ப்ரத்வஸ்தயோ: - இவையிரண்டும் அழிந்தால், மோக்ஷ-பதஸ்ய - வீடுபேறு நிலை, ஸித்தி: - சித்திக்கும்

அவ்விரண்டில் (மூச்சுக்காற்று, மனம்) ஒன்று அழிந்தால் மற்றொன்றும் அழிந்துவிடும். ஒன்று செயல்பட்டால் மற்றொன்றும் செயல்படும். அவ்விரண்டும் அழியாதவரை புலன்கள் அனைத்தும் செயல்படும். இவையிரண்டும் அழிந்தால் வீடுபேறு நிலை சித்திக்கும். 25

சுலோகம் 26

ரஸஸ்ய மநஸஸ்சைவ

சஞ்சலத்வம் ஸ்வபாவத: l

ரஸோ பத்தோ மநோ பத்தம்

கிம் ந ஸித்யதி பூதலே ll 26 ll

ரஸஸ்ய - பாதரசத்திற்கும், மநஸ: ச ஏவ- மனதிற்கும் கூட, சஞ்சலத்வம் - நிலையற்ற தன்மை, ஸ்வபாவத: - இயற்கையாகவே, ரஸ:- பாதரசம், பத்த:- கட்டப்பட்டால், மந:- மனம், பத்தம் - கட்டப்பட்டால், கிம் - என்ன, ந - இல்லை, ஸித்யதி - சித்திப்பது, பூதலே - இப்பூவுலகில்

பாதரசமும், மனமும் இயற்கையாகவே நிலையற்ற தன்மை கொண்டவை. மனதையும் பாதரசத்தையும் கட்ட முடிந்தால் இப்பூவுலகில் அடைய முடியாதது என எதுவும் கிடையாது. 26

சுலோகம் 27

மூர்ச்சதோ ஹரதே வ்யாதீந்
ம்ருதோ ஜீவயதி ஸ்வயம் ।
பத்த: கேசரதாம் தத்தே
ரஸோ வாயுஸ்ச பார்வதி ॥ 27 ॥

மூர்ச்சத:- அசைவற்று இருக்கையில், ஹரதே - போக்குகின்றன, வ்யாதீந் - நோய்களை, ம்ருத:- இறந்தால், ஜீவயதி - உயிர்ப்பிக்கின்றன, ஸ்வயம்- தாமாகவே, பத்த: - கட்டிப்போடப்பட்டால், கேசரதாம் - ஆகாயத்தில் மேலெழும்புதலை, தத்தே - அளிக்கின்றன, ரஸ:- பாதரசமும், வாயு: ச - மூச்சுக்காற்றும், பார்வதி - பார்வதியே!

பார்வதி! அசைவற்று இருக்கையில் பாதரசமும், மூச்சுக்காற்றும் நோய்களைப் போக்குகின்றன. இறந்தால் உயிர்ப்பிக்கின்றன. கட்டிப்போடப்பட்டால் ஆகாயத்தில் மேலெழும்ப உதவுகின்றன. 27

குறிப்புகள்

1. **பார்வதி!** - பார்வதிக்கு பரமசிவன் உபதேசிக்கிறார் - உரையாசிரியர் (ஹட யோகம் என்பது பார்வதிக்கு பரமசிவனாரின் உபதேச வடிவிலானது) - உரையாசிரியர்

2. **அசைவற்று இருக்கையில் பாதரசமும், மனமும்** - நிலையற்ற பாதரசம் சில மூலிகைகளின் சேர்க்கையால் அசைவற்று/மூர்ச்சை அடைந்ததாக ஆகிவிடும். அதே போல கும்பக பயிற்சியின் நிறைவில் ரேசகம் ஆரம்பிக்கும் முன் மூச்சுகாற்று அசைவற்று இருக்கிறது/மூர்ச்சை அடைந்ததாக ஆகிவிடுகிறது. இவ்விதம் ஆவதால் நோய்கள் தீரும் - உரையாசிரியர்

3. **இறந்தால் உயிர்ப்பிக்கின்றன** - தீயில் பொசுக்கப்பட்ட பாதரசம் இறந்து போனது என்று கூறப்படுகிறது. பிரம்ம ரந்திரத்தில் (உச்சந்தலை) ஒடுங்கிய மூச்சுக்காற்று இறந்தது என்று கூறப்படுகிறது. இவ்விரண்டினால் ஆயுள் விருத்தி ஏற்படுகிறது. - - உரையாசிரியர்

4. **கட்டிப்போடப்பட்டால்...** - சில ரசாயன செயல்களால் பாதரசத்தை குளிகைகளாகச் செய்வது அதனைக் கட்டிப்போடுதல் ஆகும். இரு புருவங்களுக்கு இடையே மூச்சுக்காற்றை நிலைநிறுத்துவது அதனை கட்டுதல் ஆகும். இவ்விரண்டினால் ஆகாயத்தில் யோகி எழ முடியும் - உரையாசிரியர்

சுலோகம் 28

மனஸ்-ஸ்தைர்யே ஸ்திரோ வாயு:
ததோ பிந்து: ஸ்திரோ பவேத் |
பிந்து-ஸ்தைர்யாத் ஸதா ஸத்த்வம்
பிண்ட-ஸ்தைர்யம் ப்ரஜாயதே || 28 ||

மனஸ்-ஸ்தைர்யே - மனம் நிலையாக இருந்தால், ஸ்திர:- நிலையாக இருக்கும், வாயு: - மூச்சுக்காற்றும், தத:- இதனால், பிந்து: - விந்துவும், ஸ்திர:- நிலையானதாக, பவேத் - இருக்கும், பிந்து-ஸ்தைர்யாத் - விந்து நிலையாக இருந்தால், ஸதா - எப்போதும், ஸத்த்வம் - பலம் (பெறலாம்), பிண்ட-ஸ்தைர்யம் -. உடலும் நிலையான தன்மையை(நோயற்றதாக, உறுதியாக), ப்ரஜாயதே - அடையும்

மனம் நிலையாக இருந்தால் மூச்சுக்காற்றும் நிலையாக இருக்கும். இதனால் விந்துவும் நிலையானதாக இருக்கும். விந்து

நிலையாக இருந்தால் பலம் பெறலாம், உடலும் நிலையானதாக (நோயற்றதாக, உறுதியாக) ஆகிவிடும். 28

சுலோகம் 29

இந்த்ரியாணாம் மனோ நாதோ

மனோநாதஸ்து மாருத: l

மாருதஸ்ய லயோ நாத:

ஸ லயோ நாதமாஸ்ரித: ll 29 ll

இந்த்ரியாணாம் - புலன்களுக்கு, மந:- மனம், நாத:- தலைவன், மனோநாத: து -மனதின் தலைவன், மாருத: - மூச்சுக்காற்று, மாருதஸ்ய - மூச்சுக்காற்றின், லய:- லயம் (மனம் ஒடுங்குதல்), நாத: - தலைவன், ஸ: - அந்த, லய:- லயம், நாதம் - நாதத்தை, ஆஸ்ரித: - அண்டியுள்ளது

(செவி முதலிய) புலன்களின் தலைவன் மனம். மனதின் தலைவன் மூச்சுக்காற்று. மூச்சுக்காற்றின் தலைவன் லயம். அந்த லயம் நாதத்தினை அண்டியுள்ளது. 29

குறிப்புகள்

• லயம் - மனம் செயலற்று ஒடுங்கிவிடுதல் - உரையாசிரியர்

சுலோகம் 30

ஸோ(அ)யமேவாஸ்து மோக்ஷாக்யோ

மாஸ்து வாபி மதாந்தரே l

மந:ப்ராணலயே கஸ்சித்

ஆநந்த: ஸம்ப்ரவர்தே ll 30 ll

ஸ: அயம் ஏவ - இது தான், அஸ்து - ஆகட்டும், மோக்ஷாக்ய:- வீடுபேறு எனப்படுவது, மாஸ்து வா - இல்லாமலும் இருக்கலாம்,

அபி - கூட, மதாந்தரே - மற்றவர் கருத்துப்படி, மந: ப்ராணலயே - மனதும் மூச்சுக்காற்றும் ஒடுங்கிவிடும், கஸ்சித்-விவரிக்கமுடியாத, ஆநந்த: - ஆனந்தம், ஸம்ப்ரவர்ததே - ஏற்படுகிறது

மனதும் மூச்சுக்காற்றும் ஒடுங்கிவிடும் போது விவரிக்கமுடியாத ஆனந்தம் ஏற்படுகிறது. சிலர் ஒப்புவதில்லை என்றாலும் இது தான் வீடுபேறு. 30

குறிப்புகள்

* **இது தான் வீடுபேறு…** - விளக்குவதற்கு இயலாத ஆனந்தம் ஏற்படுவது தான் ஜீவன்முக்தி ஆனந்தம் எனப்படுகிறது - - உரையாசிரியர்

சுலோகம் 31

ப்ரணஷ்ட-ஶ்வாஸ-நிஶ்வாஸ:
ப்ரத்வஸ்த-விஷயக்ரஹ: |
நிஷ்சேஷ்டோ நிர்விகாரஶ்ச
லயோ ஜயதி யோகிநாம் || 31 ||

ப்ரணஷ்ட-ஶ்வாஸ-நிஶ்வாஸ: - மூச்சுக் காற்றினை உள்ளிழுப்பதும், வெளியே விடுவதும் (பிராணாயாமத்தின் மூலம்) நின்றபின், ப்ரத்வஸ்த-விஷயக்ரஹ:- புலன் விஷயங்களை கிரகிப்பது நசித்த பின், நிஷ்சேஷ்ட:-இதன் மூலம் (உடற்)செயல்கள் இன்றி, நிர்விகார: ச - (மன)மாறுபாடுகளும் இன்றி (இருக்கும்), லய:- லயம், ஜயதி - வெல்லட்டும், யோகிநாம் - யோகியின்

மூச்சுக் காற்றினை உள்ளிழுப்பதும், வெளியே விடுவதும் (பிராணாயாமத்தின் மூலம்) நின்றபின், புலன் விஷயங்களை கிரகிப்பது நசித்த பின், இதன் மூலம் (உடற்)செயல்கள், (மன)

மாறுபாடுகள் இன்றி இருக்கும் நிலையை அடைந்த யோகியின் லயம் வெல்லட்டும். 31

சுலோகம் 32

உச்சிந்ந-ஸர்வ-ஸங்கல்போ

நி:ஶேஷாஶேஷ-சேஷ்டித: I

ஸ்வாவகம்யோ லய: கோ(அ)பி

ஜாயதே வாககோசர: II 32 II

உச்சிந்ந-ஸர்வ-ஸங்கல்ப:- எல்லாவிதமான மனதின் சங்கல்பங்களும் அற்றுப்போன பின், நி:ஶேஷாஶேஷ-சேஷ்டித: - எல்லா செயல்களும் மீதமில்லாமல் ஆன பின், ஸ்வாவகம்ய: - நமக்கு (பயிற்சி செய்பவருக்கும்) மட்டுமே விளங்கும், லய: - லயம், க: அபி - ஏதோ ஒரு, ஜாயதே - ஏற்படுகிறது, வாககோசர: - சொற்களுக்கு அப்பாற்பட்ட

எல்லாவிதமான மனதின் சங்கல்பங்களும் அற்றுப்போன பின், எல்லா செயல்களும் மீதமில்லாமல் ஆன பின், நமக்கு (பயிற்சி செய்பவருக்கு) மட்டுமே விளங்கும், விவரிக்கமுடியாத சொற்களுக்கு அப்பாற்பட்ட லயம் ஏற்படுகிறது. 32

சுலோகம் 33

யத்ர த்ருஷ்டிர்-லயஸ்-தத்ர

பூதேந்த்ரிய-ஸநாதநீ I

ஸா ஶக்தி: ஜீவபூதாநாம்

த்வே அலக்ஷ்யே லயம் கதே II 33 II

யத்ர - எவ்விடமோ, த்ருஷ்டி:- பார்வை, லய:- லயம், தத்ர - அங்கு, பூதேந்த்ரிய-ஸநாதநீ - பஞ்சபூதங்களும், புலன்களும்

(அவித்யையில்) நிலைத்திருக்கின்றன, ஸா - அந்த, ஶக்தி: - சக்தி (அவித்யை), ஜீவபூதாநாம் - உயிரினங்களின், த்வே - இரண்டு, அலக்ஷ்யே - (புலன்களால்) அறியமுடியாத, லயம் - ஓடுங்குதல், கதே - அடைகின்றன

பார்வை எவ்விடமோ (உணர்வுமயமான பிரம்மத்தில் மனதின் செயல்பாடுகளே இங்கு பார்வை எனப்படுகின்றது) லயம் (ஒடுங்கிவிடுதல்) அங்கு.

பஞ்சபூதங்களும், புலன்களும் (அவித்யையில்) நிலைத்திருக்கின்றன (இந்த அவித்யை ஒன்று). உயிரினங்களின் (நடமாடுதல் போன்ற செயல்களைச் செய்ய) ஆற்றல்/சக்தி (இது இரண்டாவது). இவ்விரண்டும் (புலன்களால்) அறியமுடியாத (ஆனால் உணரமட்டுமே கூடிய பிரம்மத்தில்) ஒன்றி/ஒடுங்கிவிடுகின்றன. 33

குறிப்புகள்

* **இவ்விரண்டும்** – உலகின் படைப்பு சக்தியும், நம்மை இயக்கும் சக்தியும் பிரம்மத்தில் ஒடுங்கிவிடுகின்றன என்று பொருள்.

சுலோகம் 34

லயோ லய இதி ப்ராஹூ:

கீத்ருஶம் லய-லக்ஷணம் |

அபுநர்-வாஸநோத்தாநாத்

லயோ விஷய-விஸ்ம்ருதி: || 34 ||

லய: லய: - லயம், லயம், இதி - என்று, ப்ராஹூ:- கூறுகின்றார்களே, கீத்ருஶம் - எப்படிப்பட்டது, லய-லக்ஷணம் - லயம் என்பதன் இலக்கணம், அபுநர்-வாஸநோத்தாநாத் - வாசனைகள் மீண்டும்

எழாததனால், லய:- லயம், விஷய-விஸ்ம்ருதி: - புலன்களின் விஷயங்கள் மறந்து போவது தான்

லயம், லயம் என்று கூறுகின்றார்களே? லயம் என்பதன் இலக்கணம் என்ன? வாசனைகள் மீண்டும் எழாமல் ஆகி புலன்களின் விஷயங்கள் மறந்து போவது தான் லயம். 34

குறிப்புகள்

- **விஷயங்கள் மறந்து போவது** - உளப்பதிவுகள் வடிவிலான வாசனைகள் இருந்தால் தான் புலன்களின் விஷயங்கள் (ஒலி, தொடுவுணர்வின் மூலம் அறியப்படும் பொருட்கள், வடிவம் முதலியவை) நினைவுக்கு வரும். வாசனைகள் அற்றுப் போகும் போது புலன்கள் அவற்றை நாடுவதில்லை. இப்படிப்பட்ட நிலை தான் லயம். அல்லது - வாசனைகள் அற்றுப் போகும் போது இது தியானிக்கப்படும் பொருள் எனும் உணர்வு இன்றி - தியானப்பொருளுடன் மனம் ஒன்றிவிடுகிறது. இது தான் லயம் எனப்படுகிறது - உரையாசிரியர்

சுலோகம் 35

வேத-ஶாஸ்த்ர-புராணானி

ஸாமாந்ய-கணிகா இவ |

ஏகைவ ஶாம்பவீ முத்ரா

குப்தா குல-வதூரிவ || 35 ||

வேத-ஶாஸ்த்ர-புராணானி - வேதம், சாஸ்திரங்கள், புராணங்கள் ஆகியவை, ஸாமாந்ய-கணிகா - சாதாரணமான கணிகையைப்/ நடனப் பெண்ணை, இவ - போல, ஏகா ஏவ - ஒன்று தான், ஶாம்பவீ முத்ரா - சாம்பவீ முத்திரை, குப்தா - (ரகசியமக) பாதுகாக்கப்பட்டுள்ள, குல-வதூ:- நற்குல பெண், இவ - போல

வேதம், சாஸ்திரங்கள், புராணங்கள் ஆகியவை சாதாரணமான கணிகையைப்/நடனப் பெண்ணைப் போன்றவை. (ரகசியமக) பாதுகாக்கப்பட்டுள்ள சாம்பவீ முத்ரா தான் நற்குலப்பெண் போன்றது. 35

குறிப்புகள்

- **பாதுகாப்பாக உள்ள** - தகுதி வாய்ந்தவர்கள் தான் சாம்பவீ முத்ரா-வை அடையமுடியும். (தகுதியற்றவர்களிடமிருந்து சாம்பவீ பயிற்சி பாதுகாத்து வைக்கப்பட்டுள்ளது) – உரையாசிரியர்

சுலோகம் 36

அந்தர்-லக்ஷியம் பஹிர்-த்ருஷ்டி:
நிமேஷோந்மேஷ-வர்ஜிதா |
ஏஷா ஸா ஶாம்பவீ முத்ரா
வேத-ஶாஸ்த்ரேஷு கோபிதா || 36 ||

அந்தர்-லக்ஷியம் - கவனம் உள்ளே, பஹிர்-த்ருஷ்டி: - பார்வை வெளியே, நிமேஷோந்மேஷ-வர்ஜிதா - கண்சிமிட்டுதல் இல்லாத, ஏஷா ஸா - இது தான் அந்த, ஶாம்பவீ முத்ரா - சாம்பவீ முத்ரா, வேத-ஶாஸ்த்ரேஷு - வேத சாஸ்திரங்களில், கோபிதா -ரகசியமாக பாதுகாக்கப்பட்டுள்ளது

கவனம் உள்ளே, கண்சிமிட்டுதல் இல்லாத பார்வை வெளியே. இதுதான்வேதசாஸ்திரங்களில்ரகசியமாகபாதுகாக்கப்பட்டுள்ள அந்தச் சாம்பவீ முத்ரா. 36

குறிப்புகள்

1. மனம் ஒடுங்க மூச்சுக்காற்று ஒடுங்க வேண்டும். அதற்கான பயிற்சி சாம்பவீ முத்ரா. அது இந்த சுலோகத்தில் விவரிக்கப்படுகின்றது - உரையாசிரியர்

2. **உள்ளே கவனம்...** - மூலாதாரம் முதல் பிரம்மரந்திரம் வரை உள்ள இடங்களில் ஏதேனும் ஒன்றில் கவனம் செலுத்த வேண்டும்- உரையாசிரியர்

3. **வெளியே கண்சிமிட்டுதல் இல்லாத பார்வை** - இது தியானத்திற்காக தேர்ந்தெடுக்கப்பட்ட பொருளில் கண்சிமிட்டுதல் இல்லாத நிலையான பார்வையைக் குறிக்கிறது - உரையாசிரியர்

4. **சாம்பவீ** - சம்புவாகிய சிவனுக்கு உகந்தது. அல்லது சம்புவாகிய பரமசிவனைத் தோன்றச் செய்வது சாம்பவீ முத்ரா - உரையாசிரியர்

சுலோகம் 37

அந்தர்-லக்ஷ்ய-விலீந-சித்த-பவநோ யோகீ யதா வர்ததே |

த்ருஷ்ட்யா நிச்சல-தாரயா பஹிரத: பஸ்யந்நபஸ்யந்நபி

முத்ரேயம் கலு ஸாம்பவீ பவதி ஸா லப்தா ப்ரஸாதாத்குரோ:

ஶூந்யாஶூந்ய-விலக்ஷணம் ஸ்புரதி தத் தத்த்வம்

பதம் ஶாம்பவம் || 37 ||

அந்தர்-லக்ஷ்ய-விலீந-சித்த-பவந:-உள்ளே உள்ள இலக்கில் மனமும் மூச்சும் ஒடுங்கிய நிலையில், யோகீ, யதா - எப்போது, வர்ததே - இருக்கிறாரோ, த்ருஷ்ட்யா - பார்வையினால், நிச்சல-தாரயா - கண்ணின் கருவிழி அசையாத விதத்தில் இருக்கும், பஹிரத: - வெளியே, பஸ்யந் அபஸ்யந் அபி - பார்த்தும் பார்க்காதபடி, முத்ரா, இயம் - இது, கலு - அல்லவா, ஸாம்பவீ - சாம்பவீ, பவதி - ஆகும், ஸா - அது, லப்தா - கிடைப்பது, ப்ரஸாதாத் - ஆசியினால், குரோ: - குருவின், ஶூந்யாஶூந்ய-விலக்ஷணம் - சூன்ய-ஆசூன்யங்களுக்கு அப்பாற்பட்ட, ஸ்புரதி - மிளிர்கிறது, தத் - அந்த, தத்த்வம் - தத்துவம், பதம் - நிலை, ஶாம்பவம் - சம்புவினுடைய (சிவனுடைய)

உள்ளே உள்ள இலக்கில் மனமும் மூச்சும் ஒடுங்கிய நிலையில், கண்ணின் கருவிழி அசையாத விதத்தில் வெளியே பார்த்தும் பார்க்காதபடி யோகிஇருக்கும்நிலைசாம்பவீஎனப்படுகிறது.இது குருவருளால் அடையப்படுபோது சூன்ய-அசூன்யங்களுக்கு அப்பாற்பட்ட சம்புவினுடைய (சிவனுடைய) தத்துவ நிலை மிளிர்கிறது. 37

குறிப்புகள்

1. **உள்ளே உள்ள இலக்கில் –** அநாஹதம் முதலிய தாமரைகளில் (சக்கரங்களில்) தியானத்திற்கு தேர்ந்தெடுக்கப்பட்ட இறைவடிவில் அல்லது ஜீவாத்மாவாகிய நான் பிரம்மமே – அஹம் பிரஹ்மாஸ்மி எனும் எண்ணம் – ஆகியவைகளில் ஏதேனும் ஒன்று உள்ளே உள்ள இலக்காகும். இவற்றில் (பயிற்சியினால்) மனமும் பிராணனும் ஒடுங்கிவிட வேண்டும்.

2. **வெளியே பார்த்தும் பார்க்காதபடி –** வெளியே ஏதேனும் ஒரு இடத்தில் பார்வை நிலை பெற்றிருக்கவேண்டும். ஆனால் அப்படி பார்க்கப்படும் பொருளில் கவனம் இருக்கக்கூடாது. கவனம் உள்ளே தியானத்திற்காக தேர்ந்தெடுக்கப்பட்ட பொருளில் இருக்க வேண்டும் – உரையாசிரியர்

3. **சூன்ய-அசூன்யங்களுக்குஅப்பாற்பட்ட –**தியானிக்கப்படும் பொருள் வடிவிலான உளச்செயல் இருப்பதால் – சூன்யம் (ஏதுமின்மை) இங்கு இல்லை. ஆனால் அந்த உளச்செயல் இருப்பது உணரப்படுவதில்லை என்பதனால் அசூன்யமும் (பொருள் இருக்கும் தன்மை) இங்கு இல்லை. பொருளின் உண்மை நிலை விளங்குகிறது என்று பொருள். இது தான் சாம்பவீ முத்ரா-வால் உணரப்படும் சாம்பவ தத்துவ நிலை – உரையாசிரியர்

சுலோகம் 38

ஸ்ரீஸாம்பவ்யாஸ்ச கேசர்யா
அவஸ்தா-தாம-பேதத: I
பவேச்சித்த-லயாநந்த:
ஸௌந்யே சித்-ஸுக-ரூபிணீ II 38 II

ஸ்ரீஸாம்பவ்யா: ச - ஸ்ரீசாம்பவீ முத்ரா-வும், கேசர்யா:- கேச்சரீ முத்ரா-வும், அவஸ்தா-தாம-பேதத: - இருக்கும் நிலையிலும், இடத்தினாலும், வேறுபட்டாலும், பவேத்- ஏற்படும், சித்த-லயாநந்த: - சித்தம் ஒடுங்குவதனால் விளையும் ஆனந்தம், ஸௌந்யே - ஏதுமற்றதான, சித்-ஸுக-ரூபிணீ -உணர்வுமயமான இன்ப வடிவிலான (ஆன்மாவில்)

ஸ்ரீசாம்பவீ முத்ரா-வும் கேச்சரீ முத்ரா-வும், இருக்கும் நிலையாலும், இடத்தினாலும், வேறுபட்டாலும் - சித்தம் ஒடுங்குவதனால் ஏற்படும் ஏதுமின்மையினால் விளையும் ஆனந்ததினால் உணர்வுமயமான இன்பத்திற்குத்தான் (அவை இரண்டும்) இட்டுச்செல்கின்றன. 38

குறிப்புகள்

1. **இருக்கும் நிலையாலும், இடத்தினாலும்** – சாம்பவீ முத்ரா-வில் தியானிக்க வேண்டிய இடம் நடு நெஞ்சுப்பகுதி

2. கேச்சரீ முத்ரா-வில் தியானிக்க வேண்டிய இடம் இரு புருவங்களுக்கு இடையே உள்ள பகுதி. சாம்பவீ முத்ரா-வில் பார்வை வெளியில் நிலைக்க வைக்க வேண்டும். கேச்சரீ முத்ரா-வில் பார்வையை இரு புருவங்களுக்கு இடையே உள்ள பகுதியில் செலுத்திய படி அமர்ந்திருக்க வேண்டும். இவ்விதம் செய்யும் முறை வேறுபட்டாலும், இவ்விரு

வழிமுறைகளாலும் சித்தத்தில் ஏற்படும் ஆனந்தம் ஒன்று தான் - உரையாசிரியர்

3. **ஏதுமின்மை** - இடம், காலம் என்று எந்தவிதமான காரணத்தாலும் வரையறை அற்ற, தனக்குள்ளே பிரிவுகள் அற்ற, தனக்கு இணையான பொருளற்ற, தன்னைத் தவிர வேறு பொருளற்ற - உணர்வுமயமான ஆன்மாவினை பற்றிக்கொண்டிருக்கும் சித்தம்-தான் ஏதுமின்மை எனும் அனுபவம் பெறுகிறது. அதில் வேறேதும் பொருள் வேறு ஏதும் இருப்பதில்லை - உரையாசிரியர்

சுலோகம் 39

தாரே ஜ்யோதிஷி ஸம்யோஜ்ய

கிஞ்சிதுந்நமயேத் ப்ருவெள I

பூர்வ-யோகம் மநோ யுஞ்ஜந்

உந்மநீ-காரக: க்ஷணாத் II 39 II

தாரே - கண்ணின் கருவிழிகளை, ஜ்யோதிஷி - ஒளியில், ஸம்யோஜ்ய - ஒன்றச்செய்து, கிஞ்சித்-சிறிது, உந்நமயேத் - உயர்த்த வேண்டும், ப்ருவெள - இரு புருவங்களையும், பூர்வ- யோகம் - முன்பு கூறிய விதத்தில், மந:- மனதை, யுஞ்ஜந் - ஒருநிலைப்படுத்துதல், உந்மநீ-காரக: - உன்மனீ நிலை ஏற்படுத்தும், க்ஷணாத் - கணநேரத்தில்

கண்ணின் கருவிழிகளை ஒளியில் ஒன்றச்செய்து, இரு புருவங்களையும் சிறிது உயர்த்த வேண்டும். அதன் பின் முன்பு கூறிய விதத்தில் மனதினை ஒருநிலைப்படுத்துதல் உன்மனி நிலையை எய்தச்செய்யும். 39

குறிப்புகள்

1. **கண்ணின் கருவிழிகளை** - இது உன்மனீ முத்ரா ஆகும் - உரையாசிரியர்

2. **ஒளியில் ஒன்றச்செய்து...** –பார்வையை நாசியின் நுனியில் கொண்டுவரவேண்டும். அந்த நிலையில் ஓர் ஒளியில் பார்வையைச் செலுத்த வேண்டும் - உரையாசிரியர்

3. **முன்பு கூறிய விதத்தில்** - 4.36ல் கூறப்பட்ட விதத்தில் (சாம்பவீ முத்ரா) மனதைச் செலுத்த வேண்டும் - உரையாசிரியர்

சுலோகம் 40

கேசிதாகம-ஜாலேந

கேசிந்நிகம-ஸங்குலை: l

கேசித் தர்கேண முஹ்யந்தி

நைவ ஜாநந்தி தாரகம் ‖ 40 ‖

கேசித்- சிலர், ஆகம-ஜாலேந - ஆகமங்களின் வலையில் சிக்கி, கேசித்- சிலர், நிகம-ஸங்குலை: - பல்வேறு விதமான நிகமங்களினாலும், கேசித் - சிலர், தர்கேண - தர்க்கங்களினாலும், முஹ்யந்தி - குழம்பித் தவிக்கின்றனர், ந ஏவ - இல்லவே இல்லை, ஜாநந்தி - அறிகிறார்கள், தாரகம் -தாரகத்தினை

சிலர் ஆகமங்களின் வலையில் சிக்கி, வேறு சிலர் பல்வேறு விதமான நிகமங்களினாலும், தர்க்கங்களினாலும் குழம்பித் தவிக்கின்றனர். அவர்கள் தாரகத்தினை அறிவதில்லை. 40

குறிப்புகள்

1. **ஆகமங்கள், நிகமங்கள்** - இவை தந்த்ரம் முதலிய சாஸ்திர நூல்கள். அவை பலவிதமான பலன்களை அளிப்பதாக கூறுகின்றன. அவற்றின் வலையில் மாந்தர்கள் சிக்குண்டுவிடுகிறார்கள் - உரையாசிரியர்

2. **தாரகத்தினை**–எது(உலகஇன்னல்களை)கடக்கஉதவுகிறதோ அது தாரகம். கடந்த சுலோகத்தில் கூறிய உன்மனீ பயிற்சியே தாரகம் ஆகும் - உரையாசிரியர்

சுலோகம் 41

அர்தோந்மீலித-லோசன: ஸ்திரமநா நாஸாக்ர-தத்தேக்ஷண:
சந்த்ரார்காவபி லீநதாமுபநயந் நிஸ்பந்த-பாவேந ய: |
ஜ்யோதீரூபமஶேஷ-பீஜமகிலம் தேதீப்யமாநம் பரம்
தத்த்வம் தத்பதமேதி வஸ்து பரமம் வாச்யம் கிமத்ராதிகம் || 41 ||

அர்தோந்மீலித-லோசன: - பாதிமூடிய விழிகளுடன், ஸ்திரமநா:- நிலையான மனதுடன், நாஸாக்ர-தத்தேக்ஷண: -நாசியின் நுனியில் பார்வையைச் செலுத்தியபடி, சந்த்ரார்கௌ -சூரிய-சந்திரர்களையும், அபி-கூட, லீநதாம்-ஒடுங்குதல், உபநயந்-நோக்கி இட்டுச்சென்று, நிஸ்பந்த-பாவேந - அசைவற்ற தன்மையுடன் (இருப்பவர்), ய: - யார், ஜ்யோதீரூபம்- ஒளிவடிவிலான, அஶேஷ-பீஜம்- அனைத்திற்கும் காரணமான, அகிலம் - அனைத்துமான, தேதீப்யமாநம் - ஜகஜ்ஜோதியாக ஒளிர்ந்து கொண்டிருக்கும், பரம் - மேலான, தத்த்வம் -தத்துவத்தை, தத்பதம்- தத் எனும் சொல்லால் குறிக்கப்படும், ஏதி - அடைகிறார், வஸ்து - பொருளை பரமம் - பரமமான வாச்யம் - கூறவேண்டியது, கிம் - என்ன, அத்ர - இங்கே, அதிகம் - அதிகம்

பாதிமூடிய விழிகளுடன், நிலையான மனதுடன், நாசியின் நுனியில் பார்வையைச் செலுத்தியபடி, சூரிய-சந்திரர்களையும் ஒடுங்கச் செய்து கொண்டு, அசைவற்று இருப்பவர் – மேலான விதத்தில் ஒளிவடிவில் ஜகஜ்ஜோதியாக ஒளிர்ந்து கொண்டிருக்கும் – தத் எனும் சொல்லால் குறிக்கப்படும், அனைத்திற்கும் காரணமான தத்துவ நிலையை, பரம்பொருளை அடைகிறார். இதற்கு மேல் அதிகம் கூறவும் வேண்டுமோ? 41

குறிப்புகள்

- **சூரிய-சந்திரர்** - பிராணன், அபானன் - இடா பிங்கலா நாடிகளில் சஞ்சரிக்கும் பிராணவாயு

சுலோகம் 42

திவா ந பூஜயேல்லிங்கம்

ராத்ரௌ சைவ ந பூஜயேத் |

ஸர்வதா பூஜயேல்லிங்கம்

திவாராத்ரி-நிரோதத: || 42 ||

திவா -பகலில், ந - கூடாது, பூஜயேத்- பூஜித்தல், லிங்கம் - லிங்கத்தை, ராத்ரௌ ச ஏவ - இரவிலும் கூட, ந - கூடாது, பூஜயேத் - பூஜித்தல், ஸர்வதா - எப்போதும், பூஜயேத்- பூஜிக்கவேண்டும், லிங்கம் - லிங்கத்தை, திவாராத்ரி-நிரோதத: - பகலையும், இரவையும் ஒடுக்கி

லிங்கத்தை பகலில் பூஜிக்கக்கூடாது. லிங்கத்தை இரவிலும் பூஜிக்கக்கூடாது. பகலையும், இரவையும் ஒடுக்கி, எப்போதும் லிங்கத்தை பூஜிக்கவேண்டும். 42

குறிப்புகள்

1. **லிங்கத்தை பகலில்...** - மேலே கூறிய உன்மனீ முத்ரா-வுக்கு கால நியமங்கள் இல்லை என்பது இந்த சுலோகத்தின் மூலம் தெளிவுபடுத்தப்படுகிறது - உரையாசிரியர்

2. **லிங்கம்** - எல்லாவற்றிற்கும் அடிப்படைக் காரணமான உணர்வுமயமான ஆன்மா - உரையாசிரியர்

3. **பூஜிக்கவேண்டும்** - தியானம் செய்ய வேண்டும் - உரையாசிரியர்

4. **இரவு, பகல்** – இரவு, பகல் என்பது சந்திரனிலும், சூரியனிலும் பிராணன் சஞ்சரிப்பதனைக் குறிக்கிறது. சூரிய-சந்திர-நாடிகளில் பிராணன் சஞ்சரிக்கும் போது மனம் ஒருநிலை பெறாது. பிராணன் சுஷும்னா நாடிக்குள் செலுத்தப்படும் போது தான் மனம் அமைதி பெறும். (அந்த நிலையில் தியானம் செய்தல் சிறந்தது ஆகும்) - உரையாசிரியர்

சுலோகம் 43

ஸவ்ய-தக்ஷிண-நாடீஸ்தோ

மத்யே சரதி மாருத: I

திஷ்டதே கேசரீ-முத்ரா

தஸ்மிந் ஸ்தாநே ந ஸம்ஸய: II 43 II

ஸவ்ய-தக்ஷிண-நாடீஸ்த:- இடது, வலது நாடிகளில் இருக்கும், மத்யே - நடுவில்/சுஷும்னாவில், சரதி - சஞ்சரிக்கும் போது, மாருத: - காற்று (பிராணன்), திஷ்டதே இருக்கிறது, கேசரீ-முத்ரா - கேச்சரீ முத்திரை, தஸ்மிந் - அந்த, ஸ்தாநே - இடத்தில், ந - இல்லை, ஸம்ஸய: - சந்தேகம்

இடது, வலது நாடிகளில் இருக்கும் காற்று (பிராணன்) மத்தியில் (சுஷும்னாவில்) சஞ்சரிக்கும் போது அவ்விடத்தில் கேச்சரீ முத்ரா ஏற்படுகிறது. இதில் எந்தச் சந்தேகமும் இல்லை. 43

சுலோகம் 44

இடா-பிங்கலயோ: மத்யே

ஶௌந்யம் சைவாநிலம் க்ரஸேத் I

திஷ்டதே கேசரீ-முத்ரா

தத்ர ஸத்யம் புந: புந: II 44 II

இடா-பிங்கலயோ: - இடா-பிங்கலா நாடிகளுக்கு, மத்யே - இடையே, ஶௌந்யம் ச ஏவ - ஏதுமற்ற ஆகாயம், அநிலம் - காற்றினை, க்ரஸேத் -விழுங்கிவிடும், திஷ்டதே - இருக்கும், கேசரீ- முத்ரா - கேச்சரீ முத்ரா, தத்ர - அங்கு, ஸத்யம் - உண்மை, புந: புந: - மீண்டும் மீண்டும்

இடா-பிங்கலா நாடிகளுக்கு இடையே இருக்கும் ஏதுமற்ற ஆகாயம் காற்றினை விழுங்கிவிடும் போது அங்கு கேச்சரீ முத்ரா ஏற்படுகிறது. மீண்டும் மீண்டும் இது தான் உண்மை. 44

குறிப்புகள்

- **ஆகாயம் காற்றினை விழுங்கிவிடும்** - சுஷும்னா நாடியில் பிராணன் நிலையாக இருப்பது தான் ஆகாயம் அதனை விழுங்குதல் என்று குறிப்பிடப்படுகிறது - உரையாசிரியர்

சுலோகம் 45

ஸஉர்யா-சந்த்ரமஸோ: மத்யே
நிராலம்பாந்தரே புந: I
ஸம்ஸ்திதா வ்யோம-சக்ரே யா
ஸா முத்ரா நாம கேசரீ II 45 II

ஸஉர்யா-சந்த்ரமஸோ: - சூரிய சந்திர நாடிகளுக்கு, மத்யே-
இடையே, நிராலம்பாந்தரே புந: - பிடிப்பேதும் இல்லாத
ஆகாயத்தில்,, ஸம்ஸ்திதா - நிலைத்திருக்கும், வ்யோம-சக்ரே
-வியோம சக்கரத்தில், யா - எதுவோ, ஸா - அந்த, முத்ரா -
முத்திரை, நாம - என்பது, கேசரீ - கேச்சரீ

சூரிய சந்திர நாடிகளுக்கு இடையே பிடிப்பேதும் இல்லாத
ஆகாயத்தில், வியோம சக்கரத்தில் (இரு புருவங்களுக்கு
இடையே) நிலைத்திருக்கும் முத்ரா-வே கேச்சரீ எனப்படும். 45

சுலோகம் 46

ஸோமாத் யத்ரோதிதா தாரா
ஸாக்ஷாத் ஸா ஶிவ-வல்லபா I
பூரயேததுலாம் திவ்யாம்
ஸுஷும்நாம் பஶ்சிமே முகே II 46 II

ஸோமாத் - சந்திரனிலிருந்து, யத்ர - எங்கிருந்து, உதிதா
-புறப்படும், தாரா - ஆற்றொழுக்கானது, ஸாக்ஷாத் - சாட்சாத்,
ஸா - அது, ஶிவ-வல்லபா - சிவனுக்கு மிகப்பிரியமானது,
பூரயேத் - நிரப்பிவிடவேண்டும், அதுலாம் - நிகரற்ற, திவ்யாம் -
திவ்வியமான, ஸுஷும்நாம் - சுஷும்னா நாடியினை, பஶ்சிமே -
பின்புற, முகே -வாயிலினை

சந்திரனிலிருந்து புறப்படும் ஆற்றொழுக்கானது சாட்சாத் சிவனுக்கு மிகப்பிரியமானது. திவ்வியமான, நிகரற்ற, சுஷும்னா நாடியின் பின்புற வாயிலினை (நாவின் உதவிகொண்டு) இதனால் நிரப்பிவிடவேண்டும். 46

குறிப்புகள்

* **(நாவின் உதவிகொண்டு) இதனால் நிரப்பிவிடவேண்டும்** – நாவின் உதவிகொண்டு என்பது உரையாசிரியர் கூற்று ஆகும். இதன் மூலம் இந்த கேச்சரீ முத்ரா-வும் கடந்த அத்தியாயத்தில் (சுலோகங்கள் 32 முதல் 54 வரை) கூறப்பட்ட கேச்சரீ முத்ரா-வும் ஒன்றே தான் என்று அறியலாம். கடந்த அத்தியாயத்தின் கேச்சரீ முத்ரா-வும் கூட நாக்கு சம்பந்தப்பட்டது தான் என்பது நினைவிருக்கலாம்.

சுலோகம் 47

புரஸ்தாச்சைவ பூர்யேத

நிஸ்சிதா கேசரீ பவேத் l

அப்யஸ்தா கேசரீ-முத்ராப்-

யுந்மநீ ஸம்ப்ரஜாயதே ll 47 ll

புரஸ்தாத் ச ஏவ - முன்புறமிருந்தும் கூட, பூர்யேத - (சுஷும்னா பிராணனால்) நிரப்பப்பட்டால், நிஸ்சிதா -நிச்சயமாக, கேசரீ - கேச்சரீ, பவேத் - ஏற்படும், அப்யஸ்தா - (இவ்விதம்) பயிற்சி செய்யப்பட்டால், கேசரீ-முத்ரா அபி - கேச்சரீ முத்ரா, உந்மநீ - உன்மனீ (சமாதி) நிலை, ஸம்ப்ரஜாயதே - ஏற்படும்

முன்புறமிருந்தும் கூட (சுஷும்னா பிராணனால்) நிரப்பப்பட்டால் நிச்சயமாக கேச்சரீ ஏற்படும். (இவ்விதம்) கேச்சரீ பயிற்சி செய்யப்பட்டால், உன்மனீ (சமாதி) நிலை ஏற்படும். 47

குறிப்புகள்

* முன்புறமிருந்தும் (சுஷும்னா பிராணனால்)
  நிரப்பப்பட்டால் – மேற்புறம்/பின்புற சோமரசத்தால்
  கேச்சரீ செய்து சுஷும்னா நிரப்படவேண்டும் என்று கடந்த
  சுலோகத்தில் கூறப்பட்டது. அதனைச் செய்வதுடன் கூட இந்த
  சுலோகத்தில் கூறிய விதத்தில் கீழிருந்து/முன்புறமிருந்து
  (மூலாதாரத்தின் வழியே) பிராணனை சுஷும்னாவில் புகச்
  செய்ய வேண்டும். மேலிருந்தும் கீழிருந்தும் சுஷும்னா
  நிரப்பப்படுவதால் நிச்சயமாக கேச்சரீ நிலையும் அதனால்
  உன்மனீ நிலை/ சமாதி நிலையும் சித்திக்கும். மேற்புறம்
  மட்டும் சுஷும்னா நிரப்பட்டால், ஏதும் அறியமுடியாத மனம்
  இருண்ட நிலை (மூட நிலை) ஏற்படும் - உரையாசிரியர்

சுலோகம் 48

ப்ருவோ: மத்யே ஶிவ-ஸ்தாநம்

மந: தத்ர விலீயதே |

ஜ்ஞாதவ்யம் தத்பதம் துர்யம்

தத்ர காலோ ந வித்யதே || 48 ||

ப்ருவோ: - இரு புருவங்களுக்கு, மத்யே - இடையே, ஶிவ-
ஸ்தாநம் - சிவனுடைய இடம், மந: - மனம், தத்ர -அங்கு, விலீயதே
- ஒன்றிவிடுகிறது, ஜ்ஞாதவ்யம் - அறியப்படவேண்டும், தத் -
அந்த, பதம் - நிலை, துர்யம் - துர்(ரீ)யம், தத்ர - அங்கு, கால: -
காலம், ந -, இல்லை வித்யதே - இருப்பது

இரு புருவங்களுக்கு இடையே உள்ளது சிவனுடைய
இடமாகும்/ ஸ்தானம் ஆகும். மனம் அங்கு ஒன்றிவிடுகிறது.
அந்த நிலை தான் துர்யம்/துரீயம் எனப்படுகிறது. அது
காலத்திற்கு அப்பாற்பட்டது. 48

குறிப்புகள்

1. **சிவனுடைய இடமாகும்** – மங்களகரமான ஆன்மா தான் சிவன் - உரையாசிரியர்

2. **துர்யம்/துரீயம்** – விழிப்பு, கனவு, தூக்கம் ஆகியவைகளுக்கு அப்பாற்பட்ட (சமாதி) நிலை - உரையாசிரியர்

3. **காலத்திற்கு அப்பாற்பட்டது** – பகல்-இரவுகளைக் குறிக்கும் சந்திர சூரிய நாடிகளில் பிராணன் சஞ்சரிப்பது இல்லை என்பதனால் – பகல்-இரவுகள் இல்லை என்பதனால் காலத்தை கடந்த நிலை எனப்படுகிறது. இந்த நிலையில் மரண பயம் இல்லை - உரையாசிரியர்

சுலோகம் 49

அப்யஸேத் கேசரீம் தாவத்

யாவத் ஸ்யாத் யோக-நித்ரித: l

ஸம்ப்ராப்த-யோகநித்ரஸ்ய

காலோ நாஸ்தி கதாசந ॥ 49 ॥

அப்யஸேத் - பயிற்சி செய்யவேண்டும், கேசரீம் - கேச்சரீ முத்திரையை, தாவத் - அதுவரை, யாவத் - எதுவரை, ஸ்யாத் - ஆகிறாரோ, யோக-நித்ரித: - யோக நித்திரை அடைந்தவர், ஸம்ப்ராப்த-யோகநித்ரஸ்ய - யோக நித்திரையை அடைந்துவிட்டவருக்கு, கால:- காலம், ந - இல்லை, அஸ்தி - இருப்பது, கதாசந - எப்போதும்

யோக நித்திரை ஏற்படும் வரை கேச்சரீ முத்ரா-வைப் பயிற்சி செய்யவேண்டும். யோக நித்திரையை அடைந்துவிட்டவருக்கு காலம் என்பதே கிடையாது. 49

குறிப்புகள்

* **யோக நித்ரை** – எல்லா உளச்செயல்களும் ஓடுங்குதல் தான் யோக நித்திரை ஆகும் – உரையாசிரியர்

சுலோகம் 50

நிராலம்பம் மந: க்ருத்வா

ந கிஞ்சிதபி சிந்தயேத் ।

ஸபாஹ்யாப்யந்தரே வ்யோம்நி

கடவத் திஷ்டதி த்ருவம் ॥ 50 ॥

நிராலம்பம் - எதிலும் ஊன்றவிடாமல், மந: - மனதை, க்ருத்வா - செய்து, ந - கூடாது, கிஞ்சித்- சிறிது, அபி - கூட, சிந்தயேத் -சிந்தித்தல், ஸபாஹ்யாப்யந்தரே - உள்ளும் புறமும் உள்ள, வ்யோம்நி - ஆகாயத்தில், கடவத் - குடத்தை போல, திஷ்டதி - இருக்கிறார், த்ருவம் -என்றென்றும்

(கேச்சரீநிலை ஏற்பட்ட பின்) மனதை எதிலும் ஊன்றவிடாமல் செய்து, எதனையும் சிந்திக்காமல் இருக்கச் செய்ய வேண்டும். அப்படிச் செய்பவர் ஆகாயத்தில் உள்ள குடம் உள்ளும் புறமும் (ஆகாயத்தால்) நிறைந்து இருப்பதைப் போல என்றென்றும் (ஆன்ம உணர்வால்) நிறைந்திருப்பார். 50

குறிப்புகள்

* **எதனையும் சிந்திக்காமல் இருக்கச் செய்ய வேண்டும்** – கேச்சரீ முத்ரா ஏற்படும் போது, உயர்ந்த (பர) வைராக்யத்தின் உதவி கொண்டு, பிரம்மத்தை பற்றியும் கூட சிந்திக்காமல் இருத்தல் வேண்டும். அப்போது உள்ளும் புறமும் ஆகாயத்தினால் நிறைந்த குடத்தைப் போல உள்ளும் புறமும்

பிரம்மத்தால் வியபிக்கப்பட்டு நிறைந்த நிலையில் இருப்பார் யோகி – உரையாசிரியர்

பர வைராக்கியம் என்பது உணர்வுமயமான ஆன்மாவை பற்றிய தெளிந்த புரிதலுடன், முக்குணங்களாகிய சத்துவம், ரஜஸ், தமஸ் ஆகியவைகளில் பற்றின்மை என்று பதஞ்சலி முனிவர் யோகசூத்திர நூலில் (1.16) தெளிவுபடுத்துகின்றார்.

சுலோகம் 51

பாஹ்ய-வாயு: யதா லீந:

ததா மத்யோ ந ஸம்ஶய: I

ஸ்வஸ்தாநே ஸ்திரதாமேதி

பவநோ மநஸா ஸஹ II 51 II

பாஹ்ய-வாயு: - வெளியில் உள்ள காற்று, யதா - எவ்விதம், லீந: - நின்றுபோவதனைப் போல, ததா - அப்படியே மத்ய: - (உடலுக்குள்ளே உள்ளே)மத்தியில், ந - இல்லை, ஸம்ஶய: - சந்தேகம், ஸ்வஸ்தாநே - தன்னுடைய இடத்தில், ஸ்திரதாம் - நிலையான தன்மையை, ஏதி - அடைகிறது, பவந: - காற்று, மநஸா - மனதுடன், ஸஹ - கூட

(கேச்சரீ பயிற்சியினால்) வெளியில் உள்ள காற்று நின்றுபோவதனைப் போல (உடலுக்குள்ளே உள்ள)மத்தியில் உள்ள காற்று ஒடுங்கிப்போகிறது என்பதில் சந்தேகமில்லை. தன்னுடைய இடத்தில் (மூச்சுக்) காற்று மனதுடன் நிலைபெற்றுவிடுகிறது. 51

குறிப்புகள்

1. **மத்தியில் உள்ள காற்று ஒடுங்கிப் போகிறது** - உள்ளிருக்கும் காற்று வெளியேறுவதில்லை - உரையாசிரியர்

2. **தன்னுடைய இடம்** - பிராணனின் இடம் பிரம்ம ரந்திரம்
   (உச்சந்தலைப் பகுதி) - உரையாசிரியர்

சுலோகம் 52

ஏவமப்யஸ்யதஸ்-தஸ்ய

வாயு-மார்கே திவாநிஶம் |

அப்யாஸாஜ்ஜீர்யதே வாயு:

மநஸ்-தத்ரைவ லீயதே || 52 ||

ஏவம்- இவ்விதம், அப்யஸ்யத:- பயிற்சி செய்பவருடைய,
தஸ்ய - அவருடைய, வாயு-மார்கே - காற்றின் பாதையில்
(சுஷும்னா நாடியில்), திவாநிஶம் - இரவு பகலாக,
அப்யாஸாத்- பயிற்சியினால், ஜீர்யதே - ஒடுங்கிவிடுகிறது,
வாயு: - மூச்சுக்காற்று, மந:- மனம், தத்ர ஏவ - அங்கேயே, லீயதே
- ஒடுங்கிவிடுகிறது

இவ்விதம் காற்றின் பாதையில் (சுஷும்னா நாடியில்)
இரவு பகலாகப் பயிற்சி செய்பவருடைய மூச்சுக்காற்று
ஒடுங்கிவிடுகிறது. மனமும் அங்கேயே ஒடுங்கிவிடுகிறது. 52

குறிப்புகள்

* **மனமும் அங்கேயே** - மூச்சுக் காற்று ஒடுங்கும் இடத்தில்
  (பிரம்ம-ரந்திரத்தில்) மனமும் ஒடுங்கிவிடுகிறது -
  உரையாசிரியர்

சுலோகம் 53

அம்ருதை: ப்லாவயேத் தேஹம்

ஆ பாத-தல-மஸ்தகம் l

ஸித்யத்யேவ மஹா-காயோ

மஹா-பல-பராக்ரம: ॥ 53 ॥

அம்ருதை: - அமுதப்பெருக்கினால், ப்லாவயேத் - அமிழ விட வேண்டும், தேஹம்- உடலை, ஆ பாத-தல-மஸ்தகம் - தலைமுதல் கால்வரை, ஸித்யதி - ஏற்படும், ஏவ - நிச்சயமாக, மஹா-காய:- சிறந்த உடல், மஹா-பல-பராக்ரம: - மிக்க பலம், பராக்கிரமம் ஆகியவை

(கேச்சரீ பயிற்சியினால் ஏற்படும்) அமுதப்பெருக்கினால் தலைமுதல் பாதம் வரை உடலினை அமிழ விட வேண்டும். அவ்விதம் செய்பவர் பலம், பராக்கிரமம் ஆகியவை மிகப் பெற்று மிகச்சிறந்த தேகத்தினைப் பெறுவார். 53

குறிப்புகள்

* இத்துடன் கேச்சரீ விளக்கம் நிறைவுபெறுகிறது - உரையாசிரியர்

சுலோகம் 54

ஶக்தி-மத்யே மந: க்ருத்வா

ஶக்திம் மாநஸ-மத்யகாம் l

மநஸா மந ஆலோக்ய

தாரயேத் பரமம் பதம் ॥ 54 ॥

ஶக்தி-மத்யே - குண்டலீ சக்தியில், மந: - மனதினை, க்ருத்வா - வைத்து, ஶக்திம் -சக்தியினை, மாநஸ-மத்யகாம் - மனதில்

பாய்ச்சவேண்டும், மனஸா - மனதால், மந:- மனதினை, ஆலோக்ய - கவனித்து, தாரயேத் - நிலைக்கச் செய்யவேண்டும், பரமம் - மேலான பதம் - நிலையை (உணர்வுமயமான ஆன்மாவினை)

மனதினை (குண்டலீ) சக்தியில் இருத்திவிட்டு, அந்தச் சக்தியினைமனதில்பாய்ச்சவேண்டும். (அதன்பின்) மனதினால் மனதைக் கவனித்து, மேலான நிலையை (உணர்வுமயமான ஆன்மாவினை) மனதில் நிலைக்கச் செய்யவேண்டும். 54

குறிப்புகள்

1. **மனதினை (குண்டலீ)சக்தியில்**... - குண்டலீ சக்தியைப் பற்றி தியானம் செய்து, மனம் குண்டலீ சக்தியின் வடிவுடன் ஒன்றும் விதத்தில் செய்துவிடவேண்டும். இதன் மூலம் குண்டலீயை எழுப்பலாம். - உரையாசிரியர்

2. **மனதினால் மனதைக் கவனித்து**... - புத்தியினால் (அலைபாயும்) மனதினை நிலை நிறுத்தி - உரையாசிரியர்

சுலோகம் 55

க-மத்யே குரு சாத்மாநம்

ஆத்ம-மத்யே ச கம் குரு ।

ஸர்வம் க-மயம் க்ருத்வா

ந கிஞ்சிதபி சிந்தயேத் ॥ 55 ॥

க-மத்யே - ஆன்மப் பெருவெளியில், குரு ச- இருத்திக்கொள், ஆத்மாநம் - மனதினை, ஆத்ம-மத்யே ச - மனதில், கம் - (ஆன்மப்) பெருவெளியினை, குரு - இருத்திக்கொள், ஸர்வம் -எல்லாவற்றையும், க-மயம் - பெருவெளி மயமாக, க்ருத்வா - ஆக்கிக்கொண்டு, ந - கூடாது, கிஞ்சித் அபி - எதனையும் கூட, சிந்தயேத் - சிந்தித்தல்

மனதினை (ஆன்மப்)பெருவெளியில் இருத்திக்கொள். மனதில் (ஆன்மப்) பெருவெளியினை இருத்திக்கொள். எல்லாவற்றையும் பெருவெளிமயமாக ஆக்கிக்கொண்டு வேறு எதனையும் சிந்திக்கக்கூடாது. 55

குறிப்புகள்

1. **மனதினை (ஆன்மப்)பெருவெளியில் இருத்திக்கொள்** - பிரம்மமே நான் என்று தியானிக்க வேண்டும் என்று பொருள் - உரையாசிரியர்

2. **மனதில் (ஆன்மப்) பெருவெளியினை இருத்திக்கொள்.** - நானே பிரம்மம் என்று தியானிக்க வேண்டும் – உரையாசிரியர்

   "பிரம்மமே நான்", "நானே பிரம்மம்" என்ற இரண்டு வாக்கியங்களில் இருக்கும் நுண்ணிய மாறுபாட்டினை கவனிக்க வேண்டும்

சுலோகம் 56

அந்த: ஶூந்யோ பஹி: ஶூந்ய:

ஶூந்ய: கும்ப இவாம்பரே |

அந்த: பூர்ணோ பஹி: பூர்ண:

பூர்ண: கும்ப இவார்ணவே || 56 ||

அந்த: - உள்ளே, ஶூந்ய:- ஒன்றுமில்லை, பஹி: -வெளியே, ஶூந்ய:- ஒன்றுமில்லை, ஶூந்ய: - காலியான, கும்ப:- குடம், இவ - போல, அம்பரே - ஆகாயத்தில், அந்த: - உள்ளே, பூர்ண:- நிறைந்திருக்கிறது, பஹி: - வெளியே, பூர்ண: - நிறைந்திருக்கிறது, பூர்ண:- நிறைந்த, கும்ப:- குடம், இவ- போல அர்ணவே - கடலில்

உள்ளேயும் ஒன்றுமில்லை. வெளியேயும் ஒன்றுமில்லை - ஆகாயத்தில் உள்ள காலியான குடம் போல. உள்ளேயும் நிறைந்திருக்கிறது. வெளியேயும் நிறைந்திருக்கிறது - கடலில் உள்ள நிறைந்த குடம் போல. 56

குறிப்புகள்

1. **உள்ளேயும்...-** கடந்த சுலோகத்தில் கூறிய விதத்தில் தியானிப்பதால் விளையும் பலன் இந்த சுலோகத்தில் கூறப்படுகிறது - உரையாசிரியர்

2. **உள்ளேயும் ஒன்றுமில்லை** - பிரம்மத்தினைத் தவிர வேறு எதுவும் காணப்படுவதில்லை என்பதனால் உள்ளேயும், வெளியேயும் ஏதுமில்லை என்று கூறப்படுகிறது - உரையாசிரியர்

3. **உள்ளேயும் நிறைந்திருக்கிறது** - எல்லாவிடங்களிலும் பிரம்மமே காணப்படுவதனால் அனைத்தும் பிரம்மமாக நிறைந்திருக்கிறது - உரையாசிரியர்

சுலோகம் 57

பாஹ்ய-சிந்தா ந கர்தவ்யா

ததைவாந்தர-சிந்தனம் ।

ஸர்வசிந்தாம் பரித்யஜ்ய

ந கிஞ்சிதபி சிந்தயேத் ॥ 57 ॥

பாஹ்ய-சிந்தா - வெளி எண்ணங்கள், ந - கூடாது, கர்தவ்யா- செய்தல், ததா ஏவ - அது போலவே, ஆந்தர-சிந்தனம் - உள் எண்ணங்களும், ஸர்வசிந்தாம்- எல்லா சிந்தனைகளையும், பரித்யஜ்ய - விட்டு விட்டு, ந - கூடாது, கிஞ்சித் அபி - எதனையும், சிந்தயேத் - சிந்தித்தல்

வெளி எண்ணங்கள் வேண்டா. உள் எண்ணங்களும் அவ்விதமே. எல்லா சிந்தனைகளையும் விட்டு எதனையும் சிந்திக்காமல் இருக்க வேண்டும். 57

குறிப்புகள்

* **வெளி எண்ணங்கள்**-மனம் ஒருநிலைபட்டவர் வெளிப்புறப் பொருட்களைப் பற்றி சிந்திக்கக் கூடாது. மனதில் கற்பனைகள் செய்தல் கூடாது. இவ்விதம் வெளி-உள் சிந்தனைகள் அற்று இருக்கும் போது, உணர்வுமயமான தன் உண்மை வடிவில் நிலைக்க முடியும். இதுவே ஜீவன் முக்தி - உரையாசிரியர்

சுலோகம் 58

ஸங்கல்ப-மாத்ர-கலநைவ ஜகத் ஸமக்ரம்
ஸங்கல்ப-மாத்ர-கலநைவ மநோ விலாஸ: l
ஸங்கல்ப-மாத்ரமதிமுத்ஸ்ருஜ்ய நிர்விகல்பம்
ஆஸ்ரித்ய நிஸ்சயமபாநுஹி ராம ஸாந்திம் ll 58 ll

ஸங்கல்ப-மாத்ர-கலநா -கற்பனையால் ஆனது, ஏவ- தான், ஜகத் - உலகம், ஸமக்ரம் - அனைத்துமே, ஸங்கல்ப-மாத்ர-கலநா - கற்பனையால் ஆனது, ஏவ - தான், மநோவிலாஸ:- மனதின் செயல்பாடுகளும், ஸங்கல்ப-மாத்ரமதிம்- கற்பனையில் மட்டுமே திளைக்கும் மனதை, உத்ஸ்ருஜ்ய - விட்டொழித்து, நிர்விகல்பம் - நிர்விகல்பத்தை, ஆஸ்ரித்ய - அண்டி, நிஸ்சயம்- நிச்சயம் அடைந்து, அவாப்நுஹி - பெறுவாய், ராம - ராமா! ஸாந்திம் - அமைதியை

இவ்வுலகம் அனைத்துமே கற்பனையால் ஆனது தான். மனதின் செயல்பாடுகளும் கற்பனைகளே. கற்பனையில் திளைக்கும் மனதை விட்டொழித்து நிர்விகல்பத்தை அண்டி, (அது பற்றி) நிச்சயம் அடைந்து, அமைதி பெறுவாய் ராமா! 58

குறிப்புகள்

- **நிர்விகல்பம்** - கற்பனைகளுக்கு அப்பாற்பட்ட உண்மையான ஆன்மா.

- **ராமா** - யோகவாசிஷ்ட நூலில் இருந்து இந்த சுலோகம் எடுக்கப்பட்டிருக்கலாம்.

சுலோகம் 59

கர்பூரமநலே யத்வத்

ஸைந்தவம் ஸலிலே யதா ।

ததா ஸந்தீயமாநம் து

மநஸ்-தத்த்வே விலீயதே ॥ 59 ॥

கர்பூரம்- கற்பூரம், அநலே - நெருப்பில், யத்வத் - எதுபோல, ஸைந்தவம் - உப்பு, ஸலிலே - தண்ணீரில், யதா - எவ்விதம், ததா - அவ்விதமே, ஸந்தீயமாநம் து - சேர்க்கப்பட்டால்/கரைத்தால், மந:- மனம், தத்த்வே - தத்துவத்தில், விலீயதே - ஒன்றிவிடும்

கற்பூரம் நெருப்பிலும், உப்பு தண்ணீரிலும் கரைவது போல கரைத்தால் மனம் தத்துவத்தில் ஒன்றிவிடும். 59

குறிப்புகள்

- **கற்பூரம் நெருப்பிலும்** - கற்பூரம் தீயின் தொடர்பால் தீயாகவே ஆகிவிடுவது போல, நீரில் கரையும் உப்பு நீராகவே ஆகிவிடுவது போல, ஆன்ம-தத்துவத்தில் ஈடுபடும் மனது, அதனுடன் ஒன்றிவிடுகிறது - உரையாசிரியர்

சுலோகம் 60

ஜ்ஞேயம் ஸர்வம் ப்ரதீதம் ச
ஜ்ஞானம் ச மந உச்யதே |
ஜ்ஞானம் ஜ்ஞேயம் ஸமம் நஷ்டம்
நாந்ய: பந்தா த்விதீயக: || 60 ||

ஜ்ஞேயம் - அறியத்தக்கது, ஸர்வம் - அனைத்தும், ப்ரதீதம் ச - அறிந்தது, ஜ்ஞானம் ச - அறிவும், மந:- மனம், உச்யதே - எனப்படுகிறது, ஜ்ஞானம் - அறிவு, ஜ்ஞேயம் - அறியப்பட வேண்டியது, ஸமம் - ஒருங்கே, நஷ்டம் - அழிந்தால், ந - இல்லை, அந்ய: - வேறு, பந்தா:- வழி, த்விதீயக: - இரண்டாவது

அறியத்தக்கது, அறிந்தது, ஆறிவு ஆகிய அனைத்துமே மனம் தான். அறிவும் அறியப்படவேண்டியதும் ஒருங்கே அழிந்தால், இரண்டாவது பாதை என்று ஒன்று இருப்பதில்லை. 60

குறிப்புகள்

- மனம் ஒடுங்கினால் அறியப்படவேண்டியது ஏதுமிருப்பதில்லை என்பது இங்கே கூறப்படுகின்றது - உரையாசிரியர்

சுலோகம் 61

மநோ-த்ருஸ்யமிதம் த்வைதம்
யத்-கிஞ்சித் ஸசராசரம் |
மநஸோ ஹ்யுந்மநீ-பாவாத்
த்வைதம் நைவோபலப்யதே || 61 ||

மநோ-த்ருஸ்யம்- மனதால் பார்க்கப்படுவது, இதம் - இந்த, த்வைதம் - இருமை (பார்ப்பவர், பார்க்கப்படும் பொருள் எனும்

விதமானது), யத்-கிஞ்சித் - அனைத்துமே, ஸசராசரம் - அசைவது அசைவற்றது என அனைத்தும், மனஸ: ஹி - மனதினுடைய, உந்மநீ-பாவாத் - உன்மனீநிலை ஏற்படுவதனால், த்வைதம் - இருமை, ந ஏவ - இல்லவே இல்லை உபலப்யதே - அறியப்படுவது

இந்த துவைதமான (இருமை - பார்ப்பவர், பார்க்கப்படும் பொருள் எனும் விதமானது) அசைவது, அசைவற்றது என அனைத்தும் மனதால் பார்க்கப்படுவது தான். மனம் உன்மனீ (சமாதி) நிலையை அடைந்தால் துவைதம் (இரண்டாம் பொருள்/இருமை) அறியப்படுவதே இல்லை. 61

சுலோகம் 62

ஜ்ஞேய-வஸ்து-பரித்யாகாத்
விலயம் யாதி மானஸம் ।
மனஸோ விலயே ஜாதே
கைவல்யமவஶிஷ்யதே ॥ 62 ॥

ஜ்ஞேய-வஸ்து-பரித்யாகாத் - அறியத்தக்க வெளிப்புறப் (புலன்) பொருட்களை விட்டுவிடுவதால், விலயம் - ஒடுங்குதல், யாதி - அடைகிறது, மானஸம் - மனது, மனஸ:- மனதினுடைய, விலயே - ஒடுங்குதல், ஜாதே - ஏற்பட்டால், கைவல்யம்- கைவல்ய(ஆன்மா மட்டும் இருக்கும்) நிலை, அவஶிஷ்யதே - மிஞ்சுகிறது

அறியத்தக்க வெளிப்புறப் (புலன்)பொருட்களை விட்டுவிடுவதால் (பற்றிழப்பதால்) மனம் ஒடுங்கிவிடுகிறது. மனம் ஒடுங்கினால் கைவல்ய(ஆன்மா மட்டும் இருக்கும்) நிலை மட்டும் மீதமிருக்கிறது. 62

சுலோகம் 63

ஏவம் நாநாவிதோபாயா:

ஸம்யக் ஸ்வாநுபவந்விதா: ।

ஸமாதிமார்கா: கதிதா:

பூர்வாசார்யை: மஹாத்மபி: ॥ 63 ॥

ஏவம் - இவ்விதம், நாநாவிதோபாயா: -பலவிதமான வழிகள், ஸம்யக் - தெளிவாக, ஸ்வாநுபவந்விதா: - தன்னனுபவத்துடன் கூடிய, ஸமாதிமார்கா: - சமாதிக்கான வழிகள், கதிதா: - கூறப்பட்டுள்ளன, பூர்வாசார்யை: - முற்காலத்திய ஆசிரியர்களால், மஹாத்மபி: - மகாத்மாக்களான

இவ்விதம் தெளிவாக தன்னனுபவத்தினால் உணர்ந்த சமாதிக்கான பலவிதமான வழிகள் மகாத்மாக்களான முற்காலத்திய ஆசிரியர்களால் கூறப்பட்டுள்ளன. 63

குறிப்புகள்

1. **இவ்விதம்...** - இந்த அத்தியாயத்தில் 36வது சுலோகம் துவங்கி இது வரை – உரையாசிரியர்

2. **தன்னனுபவத்தினால் உணர்ந்த** - தாங்களே அனுபவித்து உணர்ந்ததால் அவர்களுக்கு இந்த வழிமுறைகள் பற்றி சந்தேகம் ஏதும் இருப்பதில்லை - உரையாசிரியர்

சுலோகம் 64

ஸுஷும்நாயை குண்டல்யை
ஸுதாயை சந்த்ரஜந்மநே |
மநோந்மந்யை நமஸ்துப்யம்
மஹா-ஶக்த்யை சிதாத்மநே || 64 ||

ஸுஷும்நாயை - சுஷும்னாவுக்கும், குண்டல்யை - குண்டலீக்கும், ஸுதாயை - அமிர்தத்திற்கும், சந்த்ரஜந்மநே - சந்திரனிலிருந்து பெருகும், மநோந்மந்யை - மனோன்மனிக்கும் (சமாதி நிலை), நம:- நமஸ்காரம், துப்யம் - உனக்கு, மஹா-ஶக்த்யை - மகாசக்தியான, சிதாத்மநே - ஆன்ம உணர்விற்கும்

சுஷும்னாவுக்கும், குண்டலீக்கும், சந்திரனிலிருந்து பெருகும் அமிர்தத்திற்கும், மனோன்மனிக்கும் (சமாதி நிலை) மகாசக்தியான ஆன்ம உணர்வான உனக்கும் நமஸ்காரம். 64

சுலோகம் 65

அஶ்க்ய-தத்த்வ-போதாநாம்
மூடாநாமபி ஸம்மதம் |
ப்ரோக்தம் கோரக்ஷ-நாதேந
நாதோபாஸநமுச்யதே || 65 ||

அஶ்க்ய-தத்த்வ-போதாநாம் - தத்துவத்தை புரிந்துகொள்ளும் திறனற்ற, மூடாநாம்- மந்த புத்தியுடையவர்ளுக்கும், அபி -கூட, ஸம்மதம் -ஏற்புடையதான, ப்ரோக்தம் - கூறப்பட்ட, கோரக்ஷ-நாதேந - கோரக்ஷர நாதரால், நாதோபாஸநம்- நாதத்தின் உபாசனை, உச்யதே - கூறப்படுகிறது

தத்துவத்தை புரிந்துகொள்ளும் திறனற்ற மந்த புத்தியுடையவர்களுக்கும் ஏற்புடையதான, கோரக்ஷ நாதரால் கூறப்பட்ட நாதோபாசனம் (அடுத்தபடியாக) கூறப்படுகிறது. 66

குறிப்புகள்

1. பலவிதமான சமாதி முறைகளைக் கூறிய பின் மகத்துவம் மிக்க சமாதி முறையான நாதானுசந்தானம் இது முதல் கூறப்படுகிறது - உரையாசிரியர்

2. **மந்த புத்தியுடையவர்களுக்கும்** - மந்த புத்தியுடையவர்களுக்கும் என்று கூறப்பட்டதால் அறிவார்ந்தவர்களுக்கும் இது உகந்தது தான் என்று புரிந்துகொள்ள வேண்டும் - உரையாசிரியர்

சுலோகம் 66

ஸ்ரீஆதிநாதேந ஸபாத-கோடி-

லய-ப்ரகாரா: கதிதா ஜயந்தி |

நாதாநுஸந்தாநகமேகமேவ

மந்யாமஹே முக்யதமம் லயாநாம் || 66 ||

ஸ்ரீஆதிநாதேந- ஸ்ரீஆதிநாதரால் (பரமசிவனால்), ஸபாத-கோடி-லய-ப்ரகாரா: - ஒன்றேகால் கோடி லய-முறைகள், கதிதா:- கூறப்பட்டவை, ஜயந்தி - வெல்க, நாதாநுஸந்தாநகம் - நாதானுஸந்தானம், ஏகம் - ஒன்றை, ஏவ - தான், மந்யாமஹே - கருதுகின்றோம், முக்யதமம் - மிக முக்கியமானது (என்று), லயாநாம் - லய பயிற்சிகளுள்

ஸ்ரீஆதிநாதரால் (பரமசிவனால்) உபதேசிக்கப்பட்ட ஒன்றேகால் கோடி லய-முறைகள் வெல்க! ஆனால் நாதானுஸந்தானத்தைத் தான் லய-முறைகளுள் மிக முக்கியமானது என்று நாம் கருதுகின்றோம். 66

குறிப்புகள்

* கோரக்ஷநாதர் முதலியவர்களுக்கும் இது ஏற்புடையது –
  உரையாசிரியர்

சுலோகம் 67

முக்தாஸநே ஸ்திதோ யோகீ
முத்ராம் ஸந்தாய ஶாம்பவீம் l
ஶ்ருணுயாத் தக்ஷிணே கர்ணே
நாதமந்தஸ்தமேகதீ: ll 67 ll

முக்தாஸநே – முக்தாசனத்தில், ஸ்தித:- இருக்கும், யோகீ, முத்ராம் – முத்ரா-வை, ஸந்தாய - மேற்கொண்டு, ஶாம்பவீம் - சாம்பவியை, ஶ்ருணுயாத் - கேட்கவேண்டும், தக்ஷிணே – வலது, கர்ணே – செவியில், நாதம்- நாதத்தை, அந்தஸ்தம் - உள்ளிருக்கும், ஏகதீ: – மன ஒருமைப்பாட்டோடு

யோகி முக்தாசனத்தில் அமர்ந்து சாம்பவீ முத்ரா-வை மேற்கொண்டு வலது செவியின் உள்ளே ஒலிக்கும் நாதத்தை மன ஒருமைப்பாட்டோடு கேட்கவேண்டும். 67

குறிப்புகள்

* **சாம்பவீ முத்ரா-வை –** சாம்பவீ முத்ரா வழியே செய்யப்படும் நாதனுசந்தானம் கூறப்படுகிறது. சாம்பவீ முத்ரா இதே அத்தியாயத்தின் 36, 37 சுலோகங்களில் விளக்கப்பட்டுள்ளது. – உரையாசிரியர்

* **உள்ளே ஒலிக்கும் நாதத்தை...** – சுஷும்னா நாடியின் உள்ளே ஒலிக்கும் நாதத்தை – உரையாசிரியர்

சுலோகம் 68

ஷ்ரவண-புட-நயந-யுகல-க்ராணமுகாநாம்

நிரோதநம் கார்யம் |

ஶுத்த-ஸுஷும்நா-ஸரணௌ

ஸ்புடமமல: ஷ்ரூயதே நாத: || 68 ||

ஷ்ரவண-புட-நயந-யுகல-க்ராணமுகாநாம் - காது மடல்கள், இரண்டு கண்கள், நாசி, வாய் ஆகியவைகளின், நிரோதநம் - அடைத்தலை, கார்யம் - செய்யவேண்டும், ஶுத்த-ஸுஷும்நாஸரணௌ - தூய்மையான சுஷும்னா நாடியின் பாதையில், ஸ்புடம்- தெளிவாக, அமல: - தூய்மையான/மென்மையான, ஷ்ரூயதே - கேட்கும், நாத: - நாதம்

காது மடல்கள், இரண்டு கண்கள், நாசி, வாய் ஆகியவைகள் அடைக்கப்படவேண்டும். (அப்போது) தூய்மையானசுஷும்னா நாடியின் பாதையில்(லிருந்து), தூய்மையான/மென்மையான நாதம் தெளிவாகக் கேட்கும். 68

குறிப்புகள்

1. **காது மடல்கள்...** - ஷண்முகீ முத்ரா வாயிலாக நாதானுசந்தானம் செய்வது விளக்கப்படுகின்றது – உரையாசிரியர். ஷண்முகீ முத்ரா படம் காண்க: பிற்சேர்க்கை 2 படம் 19

2. **தூய்மையான சுஷும்னா நாடியின் பாதையில்** -பிராணாயாமம் செய்வதனால் சுஷும்னா நாடியின் பாதை தூய்மை அடைகிறது - உரையாசிரியர்

சுலோகம் 69

ஆரம்பஷ்ச கடஷ்சைவ
ததா பரிசயோ(அ)பி ச |
நிஷ்பத்தி: ஸர்வயோகேஷு
ஸ்யாதவஸ்தா-சதுஷ்டயம் || 69 ||

ஆரம்ப: ச - ஆரம்பமும், கட: சஏவ - கடமும், ததா - அது போலவே,
பரிசய: அபி ச - பரிசயமும் கூட, நிஷ்பத்தி: - நிஷ்பத்தியும்,
ஸர்வயோகேஷு - எல்லாவிதமான யோகங்களுக்குமான, ஸ்யாத்-
ஆகும், அவஸ்தா-சதுஷ்டயம் - நான்கு நிலைகள்

ஆரம்பம், கடம், பரிசயம், நிஷ்பத்தி என்பன எல்லாவிதமான
யோகங்களுக்குமான நான்கு நிலைகள். ௬௯

குறிப்புகள்

- **ஆரம்பம், கடம்...** - நாதானுஸந்தானத்தின் நான்கு
  நிலைகள் கூறப்படுகின்றன. உளச்செயல்களை ஒடுக்கும்
  அனைத்துவிதமான யோக பயிற்சிகளுக்கும் இந்த நான்கு
  நிலைகள் உண்டு - உரையாசிரியர்

சுலோகம் 70

ப்ரஹ்ம-க்ரந்தே: பவேத் பேதோ
ஹ்யாநந்த: ஶௌந்ய-ஸம்பவ: |
விசித்ர: க்வாணகோ தேஹே
(அ)நாஹத: ஶ்ரூயதே த்வநி: || 70 ||

ப்ரஹ்ம-க்ரந்தே: - பிரம்ம-கிரந்தியுடைய, பவேத் - ஏற்படும்,
பேத: ஹி - துளைத்தல், ஆநந்த: - ஆனந்தம், ஶௌந்ய-ஸம்பவ: -
சூன்யத்திலிருந்து விளையும், விசித்ர: - விசித்திரமான, க்வாணக:-

கிங்கிணி, தேஹே - தேகத்தில், அநாஹத: - மீட்டப்படாத, ஶ்ரூயதே
- கேட்கும், த்வநி: -நாதம்

பிரம்ம-கிரந்தி துளைக்கப்படும் போது சூன்யத்திலிருந்து ஆனந்தம் உண்டாகின்றது. விசித்திரமான மீட்டப்படாத (அநாஹதமான) கிங்கிணி நாதம் தேகத்தில் கேட்கும். 70

குறிப்புகள்

1. **பிரம்ம-கிரந்தி துளைக்கப்படும்…** - இது ஆரம்பநிலை. பிராணாயாமத்தினால் பிரம்ம கிரந்தியையைத் துளைக்கலாம் (இதன் வழிமுறையை குருவிடமிருந்து அறிந்துகொள்ள வேண்டும் - உரையாசிரியர்

2. **பிரம்ம-கிரந்தி** - இது அநாஹத சக்ரத்தைக் (நெஞ்சுக்குழிப் பகுதி) குறிக்கிறது - உரையாசிரியர்

சுலோகம் 71

திவ்ய-தேஹஶ்ச தேஜஸ்வீ

திவ்ய-கந்தஸ்-த்வரோகவாந் ।

ஸம்பூர்ண-ஹ்ருதய: ஶூந்ய

ஆரம்பே யோகவாந் பவேத் ॥ 71 ॥

திவ்ய-தேஹ: ச - தெய்விகமான உடல்பெற்றவராக, தேஜஸ்வீ - ஒளிரும் தன்மை கொண்டவராக, திவ்ய-கந்த: து - தெய்விக நறுமணம்கொண்டவராக, அரோகவாந் - நோய் அற்றவராக, ஸம்பூர்ண-ஹ்ருதய: - நிறைந்த இதயம் கொண்டவராக, ஶூந்யே- இதய வெளியிலிருந்து (சூன்யத்திலிருந்து) (நாதம்) கிளம்பும் போது, ஆரம்பே - ஆரம்பநிலையில், யோகவாந் - யோகீ, பவேத் - ஆவார்

இதய வெளியிலிருந்து (சூன்யத்திலிருந்து) (நாதம்) கிளம்பும் போது) தெய்விகமான உடல், ஒளிரும் தன்மை, தெய்விக நறுமணம், நோயின்மை, நிறைந்த இதயம் ஆகியவற்றை ஆரம்பநிலையில் யோகி பெறுவார். 71

சுலோகம் 72

த்விதீயாயாம் கடக்ருத்ய

வாயுர்-பவதி மத்யக: I

த்ருடாஸநோ பவேத் யோகீ

ஜ்ஞானீ தேவ-ஸமஸ்ததா ॥ 72 ॥

த்விதீயாயாம் - இரண்டாம் நிலையில், கடக்ருத்ய - தன்னுடன் (நாதம், பிந்து, அபானன் ஆகியவைகளைச்) சேர்த்துக்கொண்டு, வாயு: - பிராணன், பவதி - இருக்கும், மத்யக: - மத்தியில் பிரவேசிப்பதாக, த்ருடாஸந:- நிலையான ஆசனத்தைப் பெற்றவராக, பவேத் - ஆகிவிடுவார், யோகீ, ஜ்ஞானீ - ஞானியாக, தேவ-ஸம:- (அழகில்) தேவர்களுக்கு இணையானவராக, ததா - கூட

இரண்டாம் (கட) நிலையில் யோகியின் பிராணன் தன்னுடன் (நாதம், பிந்து, அபானன் ஆகியவைகளைச்) சேர்த்துக்கொண்டு மத்தியில் பிரவேசிக்கும். யோகி (அப்போது) நிலையான ஆசன நிலையைப் பெற்று, ஞானியாக (அழகில்)தேவர்களுக்கு இணையாகத் திகழ்வார். 72

குறிப்புகள்

*   **மத்தியில் பிரவேசிக்கும்** - இது மத்ய சக்ரத்தைக் குறிக்கும். மத்ய சக்ரம் என்பது தொண்டைப் பகுதி (விசுத்தி சக்ரம்).

சுலோகம் 73

விஷ்ணு-க்ரந்தே: ததோ பேதாத்

பரமாநந்த-ஸௌசக: I

அதி-ஶூந்யே விமர்தஶ்ச

பேரீ-ஶப்தஸ்ததா பவேத் II 73 II

விஷ்ணு-க்ரந்தே: - விஷ்ணு-கிரந்தியின், தத:- அதன் பின், பேதாத் - துளைக்கப்படுதலால், பரமாநந்த-ஸௌசக: - பரமானந்தத்தை குறிக்கும், அதி-ஶூந்யே - தொண்டைக்குழியில் இருக்கும் வெளியில்/ஆகாயத்தில், விமர்த: ச - பலவிதமான ஒலிகளும், பேரீ-ஶப்த:- பெருமுரசு சத்தமும், ததா - மற்றும், பவேத் - ஏற்படும்

அதன் பின் விஷ்ணு-கிரந்தி துளைக்கப்படும் போது பரமானந்தத்தை குறிக்கும் தொண்டைக்குழியில் இருக்கும் வெளியில்/ஆகாயத்தில் (அதிசூன்யத்தில்) பலவிதமான ஒலிகளும், பெருமுரசு சத்தமும் ஏற்படும். 73

குறிப்புகள்

1. இதுவும் கடந்த சுலோகத்தில் கூறப்பட்ட 'கட' நிலையின் விளக்கம் தான்.

2. **விஷ்ணு-கிரந்தி துளைக்கப்படும்** - தொண்டையில் உள்ள சக்ரம் (விசுத்தி சக்ரம்). இது கும்பக (பிராணாயாம) பயிற்சியினால் துளைக்கப்படும் - உரையாசிரியர்

சுலோகம் 74

த்ருதீயாயாம் து விஜ்ஞேயோ

விஹாயோமர்தல-த்வநி: |

மஹா-ஸௌந்யம் ததா யாதி

ஸர்வ-ஸித்தி-ஸமாஸ்ரயம் || 74 ||

த்ருதீயாயாம் து - மூன்றாம் நிலையில், விஜ்ஞேய:- அறியப்பட வேண்டும், விஹாயோமர்தல-த்வநி: - (புருவங்களுக்கு இடையே உள்ள) ஆகாயத்தில் மத்தள ஓசை, மஹா-ஸௌந்யம் - மஹாசூன்யத்தை (புருவங்களுக்கு இடையே உள்ள இடம்), ததா - அப்போது, யாதி - அடைகிறது, ஸர்வ-ஸித்தி-ஸமாஸ்ரயம் - எல்லாவிதமான யோக சக்திகளுக்கும் ஆதாரநிலையான

மூன்றாம் நிலையில் (புருவங்களுக்கு இடையே உள்ள) ஆகாயத்தில் மத்தள ஓசை அறியப்பட வேண்டும். அப்போது (பிராணன்) மஹாசூன்யத்தை (புருவங்களுக்கு இடையே உள்ள இடம்) அடையும். அவ்விடம் தான் (அணிமா முதலிய) எல்லாவிதமான சித்திகளுக்கும் ஆதார நிலையாகும். 74

குறிப்புகள்

*   **மூன்றாம் நிலை** - பரிச்சய நிலை

சுலோகம் 75

சித்தானந்தம் ததா ஜித்வா

ஸஹஜானந்த-ஸம்பவ: |

தோஷ-து:க-ஜரா-வ்யாதி-

க்ஷுதா-நித்ரா-விவர்ஜித: || 75 ||

சித்தானந்தம் - சித்தத்தில் (மேற்கூறிய நாதங்களை அனுபவிப்பதனால்) ஏற்படும் ஆனந்தத்தை, ததா - அப்போது,

ஜித்வா - வென்று, ஸஹஜாநந்த-ஸம்பவ:- இயற்கையான/ சகஜமான (ஆன்ம உணர்வினால் ஏற்படும்) ஆனந்தம் தோன்றும், தோஷ-து:க-ஜரா-வ்யாதி-க்ஷுதா-நித்ரா-விவர்ஜித: - (வாத-பித்த-கபம் ஆகிய) தோஷங்கள், துன்பம், மூப்பு, நோய், பசி, தூக்கம் ஆகியவை இல்லாதவர் ஆகிவிடுவார் (யோகீ)

(அப்போது) சித்தத்தில் (மேற்கூறிய நாதங்களை அனுபவிப்பதனால்) ஏற்படும் ஆனந்தம் வெல்லப்படும். இயற்கையான/ சகஜமான (ஆன்ம உணர்வினால் ஏற்படும்) ஆனந்தம் தோன்றும். (வாத-பித்த-கபம் ஆகிய) தோஷங்கள், துன்பம், மூப்பு, நோய், பசி, தூக்கம் ஆகியவை இல்லாதவர் ஆகிவிடுவார் (யோகி). 75

சுலோகம் 76

ருத்ர-க்ரந்திம் யதா பித்த்வா

ஸர்வ-பீட-கதோ(அ)நில: l

நிஷ்பத்தௌ வைணவ: ஸப்த:

க்வணத்-வீணா-க்வணோ பவேத் ll 76 ll

ருத்ர-க்ரந்திம் - ருத்ர கிரந்தியை, யதா- எப்போது, பித்த்வா - துளைத்து, ஸர்வ-பீட-கத:- ஸர்வ-பீடத்தை அடைந்ததாகிறதோ, அநில: - பிராணன், நிஷ்பத்தௌ - நிஷ்பத்தி நிலையில், வைணவ: - குழலிலிருந்து தோன்று,ம் ஸப்த: - ஒலி, க்வணத்-வீணா-க்வண: - மீட்டப்படும் வீணையின் ஓசை, பவேத் - ஏற்படும்

பிராணன் ருத்ர கிரந்தியைத் துளைத்து ஸர்வ-பீடத்தை அடைகிறது. அப்போது நிஷ்பத்தி நிலை ஏற்படுகிறது. அங்கே குழல், மீட்டப்படும் வீணையின் ஓசை ஆகியவை ஏற்படும். 76

குறிப்புகள்

* **சர்வ-பீடத்தை அடைகிறது** - இது இரு புருவங்களுக்கு இடைப்பட்ட இடத்தை குறிக்கிறது - உரையாசிரியர்

சுலோகம் 77

ஏகீ-பூதம் ததா சித்தம்

ராஜ-யோகாபிதாநகம் ।

ஸ்ருஷ்டி-ஸம்ஹார-கர்தாஸௌ

யோகீஸ்வர-ஸமோ பவேத் ॥ 77 ॥

ஏகீ-பூதம் - (ஆன்மவுடன்) ஒன்றிவிட்ட, ததா - அப்போது, சித்தம் - சித்தம், ராஜ-யோகாபிதாநகம் - ராஜயோகம் எனப்படும், ஸ்ருஷ்டி-ஸம்ஹார-கர்தா - ஆக்கல், அழித்தல் ஆகியவை செய்யும் திறனைப் பெற்றுவிடுகிறார், அஸௌ -அவர், யோகீ, ஈஸ்வர-ஸம:- ஈச்வரனுக்கு சமமானவராக, பவேத் - ஆகிவிடுகிறார்

மனம் அப்போது (ஆன்மவுடன்) ஒன்றிவிடுகிறது. இதுவே ராஜயோகம் எனப்படும். அப்போது யோகி, ஈச்வரனுக்கு சமமானவராக ஆகிவிடுகிறார். அவர் ஆக்கல், அழித்தல் ஆகியவை செய்யும் திறனைப் பெற்றுவிடுகிறார். 77

சுலோகம் 78

அஸ்து வா மாஸ்து வா முக்தி

அத்ரைவாகண்டிதம் ஸுகம் ।

லயோத்பவமிதம் ஸௌக்யம்

ராஜ-யோகாதவாப்யதே ॥ 78 ॥

அஸ்து வா - இருக்கலாம், மாஸ்து வா - இல்லாமலும் போகலாம் முக்தி:- வீடுபேறு, அத்ர - இங்கு, ஏவ - தான், அகண்டிதம் -

இடையீடற்ற, ஸுகம் - இன்பம், லயோத்பவம் - லய பயிற்சியினால் ஏற்படும், இதம் - இந்த, ஸௌக்யம் - செளக்கியம், ராஜ-யோகாத்- ராஜயோகநிலையை எய்துவதானல், அவாப்யதே - கிடைக்கப் பெறுகிறது

வீடுபேறு எனும் நிலை இருக்கலாம், இல்லாமலும் போகலாம். ஆனால் இங்கு தான் (இந்த நிலையில் தான்) இடையீடற்ற இன்பம் ஏற்படுகிறது. லய பயிற்சியினால் ஏற்படும் இந்த சுகம் (உண்மையில்) ராஜயோக நிலையை எய்துவதானல் கிடைக்கப் பெறுகிறது. 78

சுலோகம் 79

ராஜ-யோகமஜாநந்த:

கேவலம் ஹட-கர்மிண: I

ஏதாநப்யாஸிநோ மந்யே

ப்ரயாஸ-பலவர்ஜிதாந் II 79 II

ராஜ-யோகம்- ராஜயோகத்தை, அஜாநந்த: - அறியாது, கேவலம் - வெறும், ஹட-கர்மிண: - ஹட கிரியைகளை மட்டுமே மேற்கொள்பவர்களை, ஏதாந் - இவர்களை, அப்யாஸிந:- பயிற்சி செய்பவர்களை, மந்யே- கருதுகிறேன், ப்ரயாஸ-பலவர்ஜிதாந் - உழைப்பின் பலனை அடையாதவர்கள்

ராஜயோகத்தை அறியாது வெறும் ஹட கிரியைகளை மட்டுமே மேற்கொள்ளும் பயிற்சி செய்பவர்களின் உழைப்பு பலனளிக்காமல் போகும் என்பது என் கருத்து. 79

சுலோகம் 80

உந்மந்யவாப்யதே ஸீக்ரம்
ப்ரூத்யாநம் மம ஸம்மதம் I
ராஜ-யோக-பதம் ப்ராப்தும்
ஸுகோபாயோ(அ)ல்ப-சேதஸாம் I
ஸத்ய: ப்ரத்யய-ஸந்தாயீ
ஜாயதே நாத-ஜோ லய: II 80 II

உந்மநீ - உன்மனீ (சமாதி), அவாப்யதே - அடையப்படுகிறது, ஸீக்ரம் - விரைவில், ப்ரூத்யாநம் - புருவங்களுக்கு இடையே தியானம், மம - எனக்கு, ஸம்மதம் - ஏற்புடையது, ராஜ-யோக-பதம் - ராஜயோக நிலையை, ப்ராப்தும் - அடைய, ஸுகோபாய:- எளிமையான உபாயமாகும், அல்ப-சேதஸாம் - அறிவுத்திறன் குறைவாக இருப்பவர்களும், ஸத்ய: - உடனடியாக, ப்ரத்யய-ஸந்தாயீ - (ஆன்ம)அனுபவதைத் அளிக்க வல்லதாக, ஜாயதே -ஆகிறது, நாத-ஜ:- நாதத்தினால் ஏற்படும், லய: - லயம்

உன்மனீ (சமாதி) நிலையை விரைவில் அடைய புருவங்களுக்கு இடையே உள்ள இடத்தில் (நாதத்தின்?) தியானம் செய்யவேண்டும் என்பது என் கருத்து. அறிவுத்திறன் குறைவாக இருப்பவர்களும் கூட ராஜயோக நிலையை அடைய இது எளிமையான உபாயமாகும். உடனடியாக (ஆன்ம) அனுபவதைத் அளிக்க வல்லது நாதத்தினால் ஏற்படும் லயம் (மனம் ஒடுங்குதல்). 80

சுலோகம் 81

நாதானுஸந்தாந-ஸமாதி-பாஜாம்

யோகீஸ்வராணாம் ஹ்ருதி வர்தமாநம் |

ஆநந்தமேகம் வசஸாமகம்யம்

ஜாநாதி தம் ஸ்ரீகுருநாத ஏக: || 81 ||

நாதானுஸந்தாந-ஸமாதி-பாஜாம் - நாதானுசந்தானத்தினால் சமாதி நிலையை அடையும், யோகீஸ்வராணாம் - யோகீச்வரர்களின், ஹ்ருதி - இருதயத்தில், வர்தமாநம் - பெருகும், ஆநந்தம்- ஆனந்தம், ஏகம் - ஒரு, வசஸாம்- வார்த்தைகளுக்கு, அகம்யம் - எட்டாதது, ஜாநாதி - அறிவார், தம் - அதனை, ஸ்ரீகுருநாத:- ஸ்ரீகுருநாதர், ஏக: - ஒருவர்

நாதானுசந்தானத்தினால் சமாதி நிலையை அடையும் யோகீஸ்வரர்களின் இதயத்தில் பெருகும், வார்தைகளால் விவரிக்க இயலாத ஆனந்தத்தை ஸ்ரீகுருநாதர் ஒருவரே அறிவார். 81

குறிப்புகள்

* **...ஸ்ரீகுரு ஒருவரே அறிவார்** - இதன் மூலம் நாதானுஸந்தான பயிற்சி குருவிடமிருந்து தான் அறியப்படவேண்டும் என்பது தெளிவாகிறது - உரையாசிரியர்

சுலோகம் 82

கர்ணௌ பிதாய ஹஸ்தாப்யாம்
யம் ஸ்ருணோதி த்வநிம் முநி: |
தத்ர சித்தம் ஸ்திரீகுர்யாத்
யாவத் ஸ்திர-பதம் வ்ரஜேத் || 82 ||

கர்ணௌ - காதுகளை, பிதாய - மூடிக்கொண்டு, ஹஸ்தாப்யாம் - இரு கைகளாலும், யம் - எந்த, ஸ்ருணோதி -கேட்கிறாரோ, த்வநிம் - ஒலியை, முநி: - முனிவர், தத்ர - அங்கு, சித்தம் - சித்தத்தை, ஸ்திரீகுர்யாத் - நிலைநிறுத்த வேண்டும், யாவத் - எதுவரை, ஸ்திர-பதம் - நிலையான தன்மையை, வ்ரஜேத் - அடையுமோ

இரு கைகளாலும் (கட்டை விரல்களாலும்) காதுகளை மூடிக்கொண்டால் கேட்கும் சப்தத்தில் மனம் நிலை பெறும் வரை முனிவர்/யோகி மனதை இருத்தவேண்டும். 82

குறிப்புகள்

- **இருகைகளாலும்** – நாதானுஸந்தானத்திலிருந்து பிரத்தியாஹாரம் (புலன்களை கட்டுப்படுத்துதல்) அதிலிருந்து சமாதி நிலை அடைவது எவ்விதம் என்பது கூறப்படுகிறது – உரையாசிரியர்

சுலோகம் 83

அப்யஸ்யமாநோ நாதோ(அ)யம்
பாஹ்யமாவ்ருணுதே த்வநிம் |
பக்ஷாத் விக்ஷேபமகிலம்
ஜித்வா யோகீ ஸுகீ பவேத் || 83 ||

அப்யஸ்யமாந:-பயிற்சிசெய்யும்போது,நாத:-நாதம்,அயம்-இந்த, பாஹ்யம்- வெளிப்புற, ஆவ்ருணுதே - தூழ்ந்துகொண்டுவிடுகிறது,

த்வநிம் - ஒலிகளை, பக்ஷாத் - பதினைந்து நாட்களில், விக்ஷேபம்- கவனச்சிதறல்கள், அகிலம் - அனைத்தையும், ஜித்வா -வெற்றிகொண்டு, யோகீ, ஸுகீ - ஆனந்தம் பெற்றவராக, பவேத் - ஆகிறார்

இவ்விதம் பயிற்சி செய்யும் போது இந்த நாதம் வெளிப்புற ஒலிகளை சூழ்ந்துகொண்டு விடுகிறது. இதனால் பதினைந்து நாட்களில் எல்லாவிதமான கவனச்சிதறல்களையும் வெற்றிகொண்டு யோகி ஆனந்தத்தை அடைகிறார். 83

சுலோகம் 84

ஶ்ரூயதே ப்ரதாமாப்யாஸே
நாதோ நாநா-விதோ மஹாந் ।
ததோ(அ)ப்யாஸே வர்தமாநே
ஶ்ரூயதே ஸூக்ஷ்ம-ஸூக்ஷ்மக: ॥ 84 ॥

ஶ்ரூயதே - கேட்கும், ப்ரதாமாப்யாஸே - முதலில் பயிற்சி செய்யும் போது, நாத: - நாதம், நாநா-வித:- பலவிதமான, மஹாந் - ஓங்கி ஒலிக்கும், தத:- அதன் பின், அப்யாஸே - பயிற்சி, வர்தமாநே - வளர வளர, ஶ்ரூயதே -கேட்கும், ஸூக்ஷ்ம-ஸூக்ஷ்மக: - நுண்ணியதிலும் நுண்ணிய

முதலில் பயிற்சி செய்யும் போது பலவிதமாக ஓங்கி ஒலிக்கும் நாதங்கள் கேட்கும். அதன் பின் பயிற்சி வளர வளர நுண்ணியதிலும் நுண்ணிய ஒலிகள் கேட்கும். 84

சுலோகம் 85

ஆதௌ ஜலதி-ஜீமூத-

பேரீ-ஜர்ஜர-ஸம்பவா: I

மத்யே மர்தல-ஶங்கோத்தா:

கண்டா-காஹல-ஜாஸ்ததா II 85 II

ஆதௌ - ஆரம்பத்தில், ஜலதி-ஜீமூத-பேரீ-ஜர்ஜர-ஸம்பவா:- கடல், மேகங்கள், பெருமுரசு, ஜர்ஜரம் (ஒருவிதமான முரசு) ஆகியவற்றிலிருந்து தோன்றும், மத்யே - இடை நிலையில், மர்தல-ஶங்கோத்தா: - மிருதங்க நாதம், சங்கொலி, ஆகியவைகளிலிருந்து தோன்றும்(ஒலிகள்), கண்டா-காஹல-ஜா:- (பெரும்) மணியோசை, கொம்பு (ஊதப்படும் வகையினைச் சார்ந்த ஒரு இசைக்கருவி) ஆகியவற்றிலிருந்து தோன்றும் (ஒலிகள்), ததா - மற்றும்

ஆரம்பத்தில் கடல், மேகங்கள், பெருமுரசு, ஜர்ஜரம் (ஒருவிதமான முரசு) ஆகியவற்றின் நாதம் கேட்கும். இடை நிலையில் மிருதங்க நாதம், சங்கொலி, (பெரும்) மணியோசை, கொம்பு (ஊதப்படும் வகையினைச் சார்ந்த ஒரு இசைக்கருவி) ஆகியவை கேட்கும். 85

சுலோகம் 86

அந்தே து கிங்கிணீ-வம்ஶ-

வீணா-ப்ரமர-நிஸ்வநா: I

இதி நாநா-விதா நாதா:

ஶ்ரூயந்தே தேஹ-மத்யகா: II 86 II

அந்தே து - கடைசியில், கிங்கிணீ-வம்ஶ-வீணா-ப்ரமர-நிஸ்வநா: - (மணியின்) கிங்கிணி ஒலி, குழலோசை, வீணைநாதம், தேனீயின்

ரீங்காரம் ஆகிய ஒலிகள், இதி - என்று, நாநா-விதா:- பலவிதமான, நாதா: - நாதங்கள், ஸ்ரூயந்தே - கேட்கும், தேஹ-மத்யகா: - தேகத்தின் உள்ளிருந்தே

கடைசியில் (மேல் நிலையில்) (மணியின்) கிங்கிணி ஒலி, குழலோசை, வீணைநாதம், தேனீயின் ரீங்காரம் ஆகியவை கேட்கும். இவ்விதம் தேகத்தின் உள்ளிருந்தே, பலவிதமான நாதங்கள் கேட்கும். 86

சுலோகம் 87

மஹதி ஸ்ரூயமாணே(அ)பி
மேக-பேர்யாதிகே த்வனௌ l
தத்ர ஸௌக்ஷ்மாத் ஸௌக்ஷ்மதரம்
நாதமேவ பராம்ருஶேத் ll 87 ll

மஹதி - பெரிய, ஸ்ரூயமாணே -கேட்டாலும், அபி - கூட, மேக-பேர்யாதிகே - மேக (கர்ஜனை), பேரிகை (ஒலி) போன்ற, த்வனௌ - ஒலிகள், தத்ர - அவற்றின் மத்தியில், ஸௌக்ஷ்மாத் - நுண்ணியதிலும், ஸௌக்ஷ்மதரம் - நுண்ணியதான, நாதம் - நாதத்தில், ஏவ - தான், பராம்ருஶேத் - கவனம் செலுத்த வேண்டும்

மேக (கர்ஜனை), பேரிகை (ஒலி) போன்ற பெரிய நாதங்கள் கேட்டாலும், அவற்றின் மத்தியில் கேட்கும் நுண்ணியதிலும் நுண்ணிய நாதங்களில் தான் கவனத்தைச் செலுத்த வேண்டும். 87

குறிப்புகள்

- **நுண்ணிய நாதங்களில் தான்...** - நுண்ணிய நாதங்கள் நீண்டகாலம் இருக்கும் என்பதனால், அவற்றில் லயிக்கும் சித்தம் நிலையாக இருக்கும் என்பது இதன் கருத்து - உரையாசிரியர்

சுலோகம் 88

கநமுத்ஸ்ருஜ்ய வா ஸூக்ஷ்மே
ஸூக்ஷமமுத்ஸ்ருஜ்ய வா கநே ।
ரமமாணமபி க்ஷிப்தம்
மநோ நாந்யத்ர சாலயேத் ॥ 88 ॥

கநம்- பெரும் நாதத்தை, உத்ஸ்ருஜ்ய வா - விட்டு, ஸூக்ஷ்மே - நுண்ணியதில் (ஒலியில்), ஸூக்ஷமம்- நுண்ணியதனை, உத்ஸ்ருஜ்ய வா - விட்டு, கநே - பெரும் நாதத்தில், ரமமாணம்- நாட்டம் கொண்டிருக்கும், அபி - கூட, க்ஷிப்தம் - கவனச்சிதறல் கொண்டிருக்கும் (கொண்டிருந்தாலும்), மந:- மனதை, ந - கூடாது, அந்யத்ர - வேறு இடத்தில், சாலயேத் - செலுத்துதல்

(மேக கர்ஜனை முதலிய) பெரும் நாதத்தை விட்டு (அணிகலன்களின் ஓசை முதலிய) நுண்ணிய நாதத்தில் மனதைச் செலுத்தலாம். அல்லது (மனம் அலைபாயும் போது) நுண்ணிய நாதத்திலிருந்து மனதை பெரும் நாதத்திலே செலுத்தலாம். ஆனால் கவனச்சிதறல் கொண்டிருந்தாலும் நாதத்தைத் தவிர வேறு எதிலும் மனதைச் செலுத்தலாகாது. 88

குறிப்புகள்

* **வேறு எதிலும் மனதை…** - (அலைபாயும் மனது) வேறு விஷயங்களில் செலுத்தப்பட்டால் ஒடுங்காது. ஆனால், (அலைபாயும் மனது) வெவ்வேறு விதமான நாதங்களில் செலுத்தப்பட்டாலும் ஒடுங்கும். (இது நாதத்தின் சிறப்பு) - உரையாசிரியர்

சுலோகம் 89

யத்ர குத்ராபி வா நாதே

லகதி ப்ரதமம் மந: |

தத்ரைவ ஸ்ஸ்திரீ-பூய

தேந ஸார்தம் விலீயதே || 89 ||

யத்ர குத்ர அபி வா - ஏதேனும் ஒன்றில், நாதே - நாதத்தில், லகதி - பதிந்த, ப்ரதமம் - முதலில், மந: - மனம், தத்ர ஏவ - அங்கேயே, ஸ்ஸ்திரீ-பூய - நிலையான தன்மையை அடைந்து, தேந - அதனுடனே, ஸார்தம் - கூட விலீயதே - ஒடுங்கிவிடுகிறது

துவக்கத்தில் மனம் ஏதோ ஒரு நாதத்தை பற்றிக்கொண்டு அதில் நிலை பெறுகிறது. அதன் பின்னர் அந்த நாதத்திலேயே அது ஒன்றிவிடுகிறது. 89

குறிப்புகள்

1. **ஏதோ ஒரு நாதத்தை பற்றிக்கொண்டு** - இந்த வாக்கியத்தால் பிரத்யாஹாரம் குறிப்பிடப்படுகிறது (புலன்கள் வேறு விஷயங்கள் நீங்கி நாதத்தை பற்றிக்கொள்கிறது).

2. **நிலை பெறுகிறது…** - மனம் அந்த நாதத்தில் நிலை பெறுதல் - தாரணை எனும் பயிற்சியைக் குறிக்கிறது.

3. **அந்த நாதத்திலேயே அது ஒன்றிவிடுகிறது** - இதன் மூலம் தியானம் மூலமான சமாதி குறிப்பிடப்படுகிறது - உரையாசிரியர்

சுலோகம் 90

மகரந்தம் பிபந் ப்ருங்கோ

கந்தம் நாபேக்ஷதே யதா ।

நாதாஸக்தம் ததா சித்தம்

விஷயாந் ந ஹி காங்க்ஷதே ॥ 90 ॥

மகரந்தம் - மகரந்தத்தை, பிபந் - சுவைத்துக்கொண்டிருக்கும், ப்ருங்க:- தேனீ, கந்தம் - நறுமணத்தை, ந அபேக்ஷதே - கவனிப்பதில்லையோ, யதா - (இது) எவ்விதமோ, நாதாஸக்தம் - நாதத்தில் பற்று கொண்ட, ததா - அவ்விதமே, சித்தம் - மனம், விஷயாந் - (புலன்) விஷயங்களை, ந ஹி காங்க்ஷதே - நாடுவது இல்லை

மகரந்தத்தை சுவைக்கும் தேனீக்கு எவ்வாறு (பூவின்) நறுமணத்தில் கவனம் செல்வதில்லை/நாட்டம் ஏற்படுவதிலையோ அதே போல நாதத்தில் பற்று கொண்ட மனம் வேறு (புலன்) விஷயங்களில் நாட்டம் கொள்வதில்லை. ௯௦

சுலோகம் 91

மநோமத்த-கஜேந்த்ரஸ்ய

விஷயோத்யாந-சாரிண: ।

ஸமர்தோ(அ)யம் நியமநே

நிநாத-நிஸிதாங்குஸ: ॥ 91 ॥

மநோமத்த-கஜேந்த்ரஸ்ய - மனம் எனும் மத யானையை, விஷயோத்யாந-சாரிண: - புலன் நுகர்ச்சிக்கான பொருட்கள் எனும் தோட்டத்தில் சஞ்சரிக்கும், ஸமர்த: - திறன் வாய்ந்தது, அயம் - இது, நியமநே - அடக்குவதில், நிநாத-நிஸிதாங்குஸ:- இனிமையான நாதம் எனும் கூர்மையான அங்குசம்

புலன் நுகர்ச்சிக்கான பொருட்கள் எனும் தோட்டத்தில் சஞ்சரிக்கும் மனம் எனும் மத யானையை அடக்கவல்லது இனிமையான நாதம் எனும் கூர்மையான அங்குசம். 91

சுலோகம் 92

பத்தம் து நாத-பந்தேந
மந: ஸந்த்யக்த-சாபலம் ।
ப்ரயாதி ஸூதராம் ஸ்தைர்யம்
சிந்ந-பக்ஷ: ககோ யதா ॥ 92 ॥

பத்தம் து - பிணைக்கப்பட்ட, நாத-பந்தேந - நாதம் எனும் கயிற்றால், மந: -மனம், ஸந்த்யக்த-சாபலம் - கவனச்சிதறலை விடுத்து, ப்ரயாதி - அடைகிறது, ஸூதராம் - மிகவும், ஸ்தைர்யம் - நிலையான தன்மையை, சிந்ந-பக்ஷ: -சிறகுகள் வெட்டப்பட்ட, கக:- பறவை, யதா - போல

நாதத்தினால் பிணைக்கப்பட்ட மனம், கவனச்சிதறலை விடுத்து சிறகுகள் வெட்டப்பட்ட பறவைபோல மிகவும் நிலையாக (ஒரே இடத்தில்) இருக்கும். 92

சுலோகம் 93

ஸர்வ-சிந்தாம் பரித்யஜ்ய
ஸாவதாநேந சேதஸா ।
நாத ஏவாநுஸந்தேயோ
யோக-ஸாம்ராஜ்யமிச்சதா ॥ 93 ॥

ஸர்வ-சிந்தாம் -எல்லா கவலைகளையும், பரித்யஜ்ய - விட்டுவிட்டு, ஸாவதாநேந -, கவனமான, சேதஸா - மனதுடன், நாத:- நாதம், ஏவ - மட்டும் தான், அனுஸந்தேய:- உபாஸிக்கப்பட

வேண்டும், யோக-ஸாம்ராஜ்யம் - யோகம் எனும் சாம்ராஜ்யத்தை, இச்சதா - விரும்புபவரால்

யோகம் எனும் சாம்ராஜ்யத்தை விரும்புபவர் எல்லா கவலைகளையும் விட்டுவிட்டு, கவனமான மனதுடன், நாதத்தை மட்டுமே உபாஸிக்கவேண்டும். 93

சுலோகம் 94

நாதோ(அ)ந்தரங்க-ஸாரங்க-
பந்தநே வாகுராயதே |
அந்தரங்க-குரங்கஸ்ய வதே
வ்யாதாயதே(அ)பி ச || 94 ||

நாத:- நாதம், அந்தரங்க-ஸாரங்க-பந்தநே - மனம் எனும் மானைப் பிடிக்க, வாகுராயதே - வலை ஆகிறது, அந்தரங்க-குரங்கஸ்ய - மனம் எனும் மானை, வதே - வேடையாடுவதில், வ்யாதாயதே - வேடன் ஆகிறது, அபி ச - கூட

மனம் எனும் மானைப் பிடிக்கும் வலை தான் நாதம். மனம் எனும் மானை வேடையாடும் வேடனும் அதுவே. 94

சுலோகம் 95

அந்தரங்கஸ்ய யமிந:
வாஜிந: பரிகாயதே |
நாதோபாஸ்திரதோ நித்யம்
அவதார்யா ஹி யோகிநா || 95 ||

அந்தரங்கஸ்ய - மனம் எனும், யமிந: - தன்னொடுக்கம் பெற்ற யோகியின், வாஜிந: - குதிரைக்கு, பரிகாயதே -

கடிவாளமாவதும், நாதோபாஸ்தி:- நாதத்தின் உபாஸனை, அத: - ஆகவே, நித்யம்- அனுதினமும், அவதார்ய: ஹி- கவனத்துடன் செய்யப்படவேண்டும், யோகிநா - யோகியால்

தன்னொழுக்கம் பெற்ற யோகியின் மனம் எனும் குதிரைக்கு கடிவாளமாவதும் நாதமே. ஆகவே, யோகி நாதோபாஸனையை அனுதினம் கவனத்துடன் செய்ய வேண்டும். ௯௫

சுலோகம் 96

பத்தம் விமுக்த-சாஞ்சல்யம்

நாத-கந்தக-ஜாரணாத் ।

மந:-பாரதமாப்நோதி

நிராலம்பாக்ய-கே(அ)டநம் ॥ 96 ॥

பத்தம் - கட்டுப்பட்டு, விமுக்த-சாஞ்சல்யம் - அலைபாயும் தன்மையிலிருந்து விடுபட்டு, நாத-கந்தக-ஜாரணாத் - நாதம் எனும் கந்தகத்தின் நிலையற்ற தன்மை இழந்து, மந:-பாரதம் - மனம் எனும் பாதரசம், ஆப்நோதி - அடைகிறது, நிராலம்பாக்ய- கே - பிடிப்பற்ற வெளியில், அடநம் - சஞ்சரிக்கும் திறனை

நாதம் எனும் கந்தகம் அலைபாயும் மனம் எனும் பாதரசத்தை கட்டிப் போட்டுவிடுகிறது. அப்படிப்பட்ட மனம் எனும் பாதரசம், பிடிப்பேதும் இல்லாத ஆகாயத்தில் (பிரம்மத்தில்) உலவமுடியும். ௯௬

குறிப்புகள்

- **நாதம் எனும் கந்தகம் —** எவ்வாறு பாதரசம் கந்தகத்துடன் சேரும் போது ஆகாயத்தில் பறக்க உதவுகிறதோ அதே போல, மனம் எனும் பாதரசம், நாதமாகிய கந்தகத்துடன் சேரும் போது பிரம்மம் எனும் பெருவெளியில் சஞ்சரிக்கும் - உரையாசிரியர் (பல வித யோக

சக்திகளை அடைய பாதரசத்தை கந்தகத்துடன் சேர்ப்பது முதலிய செய்கைகள், சித்தர்கள் இயற்றிய நூல்களில் விளக்கப்பட்டிருக்கலாம்)

சுலோகம் 97

நாத-ப்ரவணத: க்ஷிப்ரம்

அந்தரங்க-புஜங்கம: ।

விஸ்ம்ருத்ய ஸர்வமேகாக்ர:

குத்ரசிந்நஹி தாவதி ॥ 97 ॥

நாத-ப்ரவணத: - நாதத்தைக் கேட்பதால், க்ஷிப்ரம்- விரைவிலேயே, அந்தரங்க-புஜங்கம:- மனம் என்னும் நாகம், விஸ்ம்ருத்ய - மற்றவைகளை, ஸர்வம்- எல்லாவற்றையும், ஏகாக்ர: - ஒருமுகத்தன்மை அடைந்து, குத்ரசித்- எங்கும் கூட, ந ஹி -இல்லை தாவதி - ஓடுவது

நாதத்தைக் கேட்கும் மனம் என்னும் நாகம் விரைவிலேயே எல்லாவற்றையும் மறந்து, ஒருமுகத்தன்மை அடைந்து, வேறு எங்கும் ஓடுவதில்லை. 97

குறிப்புகள்

* **நாதத்தைக் கேட்கும் மனம்** - இதனால் சம்பிரஜ்ஞாத சமாதி நிலை கூறப்பட்டது - உரையாசிரியர்

சுலோகம் 98

காஷ்டே ப்ரவர்திதோ வஹ்நி:

காஷ்டேந ஸஹ ஶாம்யதி ।

நாதே ப்ரவர்திதம் சித்தம்

நாதேந ஸஹ லீயதே ॥ 98 ॥

காஷ்டே-விறகில்ப்ரவர்திதः-பற்றவைக்கப்பட்ட,வஹ்னி:-நெருப்பு காஷ்டேந - விறகுடன் ஸஹ - கூட, ஶாம்யதி - தணிந்துபோகிறது, நாதே - நாதத்தில், ப்ரவர்திதம் - ஈடுபடுத்தப்பட்ட, சித்தம் - மனம், நாதேந - நாதத்துடன், ஸஹ - கூட, லீயதே - ஒடுங்கிப் போகிறது

விறகில் பற்றவைக்கப்பட்ட நெருப்பு விறகு எரிந்து போன பின் தணிந்துபோகிறது. அதே போல நாதத்தில் ஈடுபடுத்தப்பட்ட மனம் நாதத்துடன் ஒடுங்கிப் போகிறது. 98

குறிப்புகள்

- **விறகில் பரவிய நெருப்பு** - ரஜஸ், தமஸ் நிறைந்த உளச்செயல்கள் முழுமையாக அழிந்து போவதால், மனம் உளப்பதிவுகளுடன் மட்டுமே எஞ்சியிருக்கிறது (இது அஸம்பிரஜ்ஞாத சமாதி நிலை) - உரையாசிரியர்

சுலோகம் 99

கண்டாதி-நாத-ஸக்த-

ஸ்தப்தந்த:கரண-ஹரிணஸ்ய ।

ப்ரஹரணமபி ஸுகரம்

ஸ்யாச்சரஸந்தாந-ப்ரவீணஸ்சேத் ॥ 99 ॥

கண்டாதி-நாத-ஸக்த-ஸ்தப்தந்த:கரண-ஹரிணஸ்ய - மணியோசை போன்ற நாதங்களை அசையாமல் கேட்டுக்கொண்டிருக்கு மனம் எனும் மானை, ப்ரஹரணம் - வேட்டையாடுதல், அபி - கூட, ஸுகரம்- எளிதானதாக, ஸ்யாத்- இருக்கும், ஶரஸந்தாந-ப்ரவீண: சேத் - அம்பினை (வில்லில்) பொருத்தத் தெரிந்தால்

மணியோசை போன்ற நாதங்களை அசையாமல் கேட்டுக்கொண்டிருக்கும் மனம் எனும் மானை எளிதில் வேட்டையாடிவிடலாம் - அம்பினை (வில்லில்) பொருத்தத் தெரிந்தால். 99

குறிப்புகள்

1. **மனம் எனும் மானை -** மான்கள் இசையை அசையாமல் கேட்கும். அதே போல மனமும் நாதத்தை வேறு உளச் செயல்களின் இடையீடு இல்லாமல் கேட்குமானால், அதனை ஒடுங்கச் செய்துவிடமுடியும் – உரையாசிரியர்

2. **அம்பினை (வில்லில்) பொருத்தத் தெரிந்தால் –** அம்பினைப் போல வேகமாகச் செல்லும் பிராணனை சுஷும்னா நாடியில் செலுத்துதல் இதனால் குறிப்பிடப்படுகிறது... இதனால் நாதானுசந்தானத்தில் பிராணனுக்கும் பங்குண்டு என்பது உணர்த்தப்படுகின்றது – உரையாசிரியர்

சுலோகம் 100

அநாஹதஸ்ய ஶப்தஸ்ய

த்வநிர்ய உபலப்யதே।

த்வநேரந்தர்கதம் ஜ்ஞேயம்

ஜ்ஞேயஸ்யாந்தர்கதம் மந: ।

மநஸ்தத்ர லயம் யாதி

தத்விஷ்ணோ: பரமம் பதம் ॥ 100 ॥

அநாஹதஸ்ய - அநாஹதமான (மீட்டப்படாத), ஶப்தஸ்ய - நாதத்தின், த்வநி: - ஒலி, ய: - எது, உபலப்யதே - கேட்குமோ, த்வநே: - ஒலியின், அந்தர்கதம் - உள்ளே, ஜ்ஞேயம் - அறியவேண்டிய பொருள் (உணர்வுமயமான ஆன்மா), ஜ்ஞேயஸ்ய - அந்தர்கதம் - அறியவேண்டிய பொருளில் (உணர்வுமயமான ஆன்மா), மந: - மனம் தத்ர - அங்கு, லயம் - ஒடுங்குதல், யாதி - அடைகிறது தத் - அது, விஷ்ணோ: - விஷ்ணுவின், பரமம் - மேலான, பதம் - உறைவிடம்

அனாஹத-நாதத்தில் கேட்கும் ஒலியின் உள்ளே அறியவேண்டிய பொருள் (உணர்வுமயமான ஆன்மா) அடங்கியுள்ளது. (நாதத்தில் மனம் லயிக்கும் போது) அறியவேண்டிய பொருளின் ஆன்மாவின் வடிவினை அடைகிறது. (மேலான வைராக்கியத்தினை வளர்த்துக்கொள்வதனால் படிப்படியாக) மனம் அங்கேயே ஒடுங்கியும் விடுகிறது. இதுதான் (பரம்பொருளான) விஷ்ணுவின் பரமபதம் (மேலான உறைவிடம்). 100

சுலோகம் 101

தாவதாகாஸ-ஸங்கல்போ

யாவச்சப்த: ப்ரவர்தே ।

நி:ஶப்தம் தத் பரம் ப்ரஹ்ம

பரமாத்மேதி கீயதே ॥ 101 ॥

தாவத்- அதுவரை, ஆகாஸ-ஸங்கல்ப: -ஆகாயம் உண்டு, யாவத்- எதுவரை, சப்த: -ஒலி, ப்ரவர்தே - செயல்படுகிறதோ/ உணரப்படுகிறதோ, நி:ஶப்தம் - ஒலி அற்றது/ஒலி கடந்தது, தத் - அந்த, பரம் - மேலான, ப்ரஹ்ம - பிரம்மம், பரமாத்மா - பரமாத்மா, இதி - என்று, கீயதே - போற்றப்படுகிறது

(நாதம்)ஒலி கேட்கப்படும் வரை ஆகாயம் உண்டு (ஒலி ஆகாயத்தில் பரவுவதால்) என்று கற்பிக்கப்படுகிறது. ஒலி அடங்கும் போது (அதனுடன் மனமும் ஒடுங்கும் போது) ஒலிகடந்த பிரம்மம் (நிலைக்கிறது) பரமாத்மா என்று போற்றப்படுகிறது. 101

சுலோகம் 102

யத்கிஞ்சிந்நாத-ரூபேண
ஸ்ரூயதே ஸக்திரேவ ஸா |
யஸ்தத்த்வாந்தோ நிராகார:
ஸ ஏவ பரமேஸ்வர: || 102 ||

யத்கிஞ்சத்- ஏதானாலும், நாத-ரூபேண - நாதவடிவில், ஸ்ரூயதே
- கேட்கப்படுவது, ஸக்தி: - (பிராண?) சக்தி, ஏவ - தான் ஸா -
அது, ய:- எது, தத்த்வாந்த:- தத்துவங்களின் முடிவான, நிராகார:
- வடிவுகடந்து/ அருவமாக (இருப்பது), ஸ:- அவர், ஏவ - தான்,
பரமேஸ்வர: - பரமேசுவரன்

நாதவடிவில் கேட்கப்படுவது ஏதானாலும் அது (பிராண?)
சக்தி தான். தத்துவங்களின் முடிவான (நாதம் முதலியவை
தத்துவங்கள் ஒடுங்கும் போது) அருவமாக இருப்பவரே
பரமேசுவரன். 102

குறிப்புகள்

* இத்துடன் நாதானுசந்தானம் நிறைவுபெறுகிறது -
  உரையாசிரியர்

சுலோகம் 103

ஸர்வே ஹட-லயோபாயா:
ராஜ-யோகஸ்ய ஸித்தயே |
ராஜ-யோக-ஸமாரூட:
புருஷ: கால-வஞ்சக: || 103 ||

ஸர்வே -அனைத்தும், ஹட-லயோபாயா:-ஹட, லய யோகங்களின்
உபாயங்கள், ராஜ-யோகஸ்ய - ராஜயோகத்தை, ஸித்தயே -

அடைவதற்காகவே, ராஜ-யோக-ஸமாரூட: - ராஜயோகத்தை அடைந்தவர், புருஷ: - மனிதன், கால-வஞ்சக: - காலத்தையே வஞ்சித்துவிடுகிறார் (நீண்ட காலம் வாழ்கிறார்)

ஹட, லய யோகங்களின் உபாயங்கள் அனைத்துமே ராஜயோகத்தை அடைவதற்காகவே (உளச்செயல்கள் ஒடுங்குவதற்காகவே). ராஜயோகத்தை அடைந்தவர் காலத்தையே வஞ்சித்துவிடுகிறார் (நீண்ட காலம் வாழ்கிறார்). 103

சுலோகம் 104

தத்த்வம் பீஜம் ஹட: க்ஷேத்ரம்

ஒளதாஸீந்யம் ஜலம் த்ரிபி: I

உந்மநீ-கல்ப-லதிகா

ஸத்ய ஏவ ப்ரவர்ததே II 104 II

தத்த்வம் - தத்துவம் (உள்ளம்/சித்தம்), பீஜம் - விதை, ஹட: - ஹடம் (யோகம்), க்ஷேத்ரம்- விளைநிலம், ஒளதாஸீந்யம் - பற்றற்ற தன்மை, ஜலம் - நீர், த்ரிபி: - இம்மூன்றினால், உந்மநீ-கல்ப-லதிகா - உன்மநீ எனும் கற்பகக்கொடி, ஸத்ய: ஏவ - விரைவாக, ப்ரவர்ததே - வளர்கிறது

தத்துவம் (உள்ளம்/சித்தம்) விதை. ஹடம் (யோகம்) விளைநிலம். பற்றற்ற தன்மை நீர். இம்மூன்றினால் உன்மநீ எனும் கற்பகக்கொடி விரைவாக வளர்கிறது. 104

சுலோகம் 105

ஸதா நாதாநுஸந்தாநாத்
க்ஷீயந்தே பாப-ஸஞ்சயா: |
நிரஞ்ஜநே விலீயேதே
நிஸ்சிதம் சித்த-மாருதௌ || 105 ||

ஸதா- எப்போதும், நாதாநுஸந்தாநாத் - நாதாநுஸந்தானம் செய்வதனால், க்ஷீயந்தே - குறைந்து போகின்றன, பாப-ஸஞ்சயா: - பாவக் குவியல்கள், விலீயேதே - ஒடுங்கிப்போகின்றன, நிஸ்சிதம் - நிச்சயமாக, சித்த-மாருதௌ -மனதும், பிராணனும்

எப்போதும் நாதாநுசந்தானம் செய்வதனால் பாவக்குவியல் குறைந்து போகின்றது. மாசற்ற (ஆன்மாவில்) மனதும், பிராணனும் நிச்சயமாக ஒடுங்கிப்போகின்றன. 105

சுலோகம் 106

ஶங்க-துந்துபி-நாதம் ச
ந ஶ்ருணோதி கதாசந |
காஷ்டவஜ்ஜாயதே தேஹ:
உந்மந்யவஸ்தயா த்ருவம் || 106 ||

ஶங்க-துந்துபி-நாதம் ச - (உன்மனீ நிலையில்) சங்கொலி, முரசின் ஒலி ஆகியவை, ந - இல்லை, ஶ்ருணோதி - கேட்பது, கதாசந - ஒருபோதும், காஷ்டவத்- கட்டையைப் போல, ஜாயதே - ஆகிவிடுகிறது, தேஹ:- உடல், உந்மந்யவஸ்தயா - உன்மனீ நிலையினால், த்ருவம் - என்றும்

(உன்மனீ நிலையில்) சங்கொலி, முரசின் ஒலி ஆகியவை ஒரு போதும் கேட்பதில்லை. உன்மனீநிலை ஏற்படும் போது என்றும் உடல் கட்டையைப் போல (சலனமற்றதாக) ஆகிவிடுகிறது. 106

சுலோகம் 107

சர்வாவஸ்தா-விநிர்முக்த:
ஸர்வ-சிந்தா-விவர்ஜித: |
ம்ருதவத் திஷ்டதே யோகீ
ஸ முக்தோ நாத்ர ஸம்ஶய: || 107 ||

ஸர்வாவஸ்தா-விநிர்முக்த: - எல்லா (விழிப்பு, கனவு, உறக்கம் ஆகிய எல்லா) நிலைகளிலுமிருந்து விடுபட்டு, ஸர்வ-சிந்தா-விவர்ஜித: - எல்லா கவலைகளிலுமிருந்தும் விடுபட்டு, ம்ருதவத் - இறந்தவர் போல, திஷ்டதே - இருக்கிறார், யோகீ, ஸ:- அவர், முக்த:- முக்தி அடைகிறார், ந - இல்லை அத்ர - இங்கு, ஸம்ஶய: - சந்தேகம்

(உன்மனீ நிலையினால்) எல்லா (விழிப்பு, கனவு, உறக்கம் ஆகிய எல்லா) நிலைகளிலுமிருந்து விடுபட்டு, எல்லா கவலைகளிலுமிருந்தும் விடுபட்டு, இறந்தவர் போல யோகி இருக்கிறார். அவர் முக்தி அடைகிறார் என்பதில் எந்தச் சந்தேகமும் இல்லை. 107

சுலோகம் 108

காத்யதே ந ச காலேந
பாத்யதே ந ச கர்மணா |
ஸாத்யதே ந ஸ கேநாபி
யோகீ யுக்த: ஸமாதிநா || 108 ||

காத்யதே - விழுங்கப்படுவது, ந ச - இல்லை, காலேந - காலத்தினால், பாத்யதே - பாதிக்கப்படுவது, ந ச -, இல்லை கர்மணா - வினைகளினால், ஸாத்யதே - வசப்படுத்தப்படுவது, ந - இல்லை, ஸ: - அவர், கேந அபி - யாராலும் கூட, யோகீ, யுக்த: - கூடிய, ஸமாதிநா - சமாதி நிலையுடன்

சமாதி நிலையுடன் கூடிய யோகி காலத்தினால் விழுங்கப்படுவதில்லை. வினைகளினால் அவர் பாதிக்கப்படுவது இல்லை. யாராலும் அவர் வசப்படுத்தப்படுவதும் இல்லை. 108

குறிப்புகள்

1. **வினைகளினால் அவர் கட்டுண்டு...** - பிறப்பு இறப்பு ஆகிய வினைப்பயன்கள், அதனால் துன்பம் இவருக்கு இல்லை என்று பொருள் - உரையாசிரியர்

2. **யாராலும் அவர்...** - வேறு எந்த மனிதராலும் மந்திர தந்திரங்களால் அவரை துன்புறுத்த, கட்டுப்படுத்த இயலாது - உரையாசிரியர்

சுலோகம் 109

ந கந்தம் ந ரஸம் ரூபம்

ந ச ஸ்பர்ஶம் ந நிஸ்வநம் l

நாத்மாநம் ந பரம் வேத்தி

யோகீ யுக்த: ஸமாதிநா ll 109 ll

ந - இல்லை, கந்தம் - மணத்தினை, ந - இல்லை, ரஸம் - சுவையினை, ரூபம் - வடிவத்தினை, ந ச - கூட இல்லை, ஸ்பர்ஶம் - தொடுவுணர்வினை, ந - இல்லை, நிஸ்வநம் - ஒலியை, ந - இல்லை ஆத்மாநம் - தன்னை, ந - இல்லை, பரம் - பிறரை, வேத்தி - அறிவது, யோகீ, யுக்த: - கூடிய, ஸமாதிநா - சமாதிநிலையுடன் கூடிய

சமாதி நிலையில் நிலைத்த யோகி மணம், சுவை, வடிவம், தொடுவுணர்ச்சி, ஒலி என எதனையும் உணர்வது இல்லை. தான் என்றும் பிறர் என்றும் அவர் பிரித்து உணர்வதில்லை. 109

சுலோகம் 110

சித்தம் ந ஸுப்தம் நோஜாக்ரத்
ஸ்ம்ருதி-விஸ்ம்ருதி-வர்ஜிதம் ।
ந சாஸ்தமேதி நோதேதி
யஸ்யாஸௌ முக்த ஏவ ஸ: ॥ 110 ॥

சித்தம் - மனம், ந - இல்லை, ஸுப்தம் - தூங்குவது, நோ - இல்லை, ஜாக்ரத் - விழித்திருப்பது, ஸ்ம்ருதி-விஸ்ம்ருதி-வர்ஜிதம் - நினைவு மறதி அற்றது, ந ச - இல்லை, அஸ்தம்- அஸ்தமனம், ஏதி - அடைதல், ந - இல்லை, உதேதி - உதித்தல், யஸ்ய அஸௌ - யாருடைய, முக்த:- முக்தர், ஏவ - தான், ஸ: - அவர்

யாருடைய மனம் விழித்திருக்காதோ, தூங்கவும் செய்யாதோ, நினைவு, மறதி ஆகியவைகளைக் கடந்ததோ, அஸ்தமனமும் ஆகாமல், உதிக்காமலும் இருக்கிறதோ, அவரே முக்தி அடைந்தவர். 110

குறிப்புகள்

• **அஸ்தமனமும் ஆகாமல், உதிக்காமலும் இருக்கிறதோ** - உளச்செயல்கள் ஏற்படுவதில்லை என்பதனால் சித்தம் உதிப்பதில்லை என்று அறியவேண்டும். ஆனால் உளப்பதிவுகள் இருப்பதனால் அஸ்தமனம் ஆவதில்லை. இது ஜீவன் முக்தி நிலை. (உடல் அகன்று யோகி பிரம்மத்துடன் ஒன்றும் போது உளப்பதிவுகளுடன் சித்தமும் அகன்றுவிடுகிறது)- உரையாசிரியர்

சுலோகம் 111

ந விஜாநாதி ஶீதோஷ்ணம்
ந து:கம் ந ஸுகம் ததா |
ந மாநம் நாபமாநம் ச
யோகீ யுக்த: ஸமாதிநா || 111 ||

ந -இல்லை, விஜாநாதி- அறிவது, ஶீதோஷ்ணம் - குளிர்ச்சியை, உஷ்ணம் - உஷ்ணத்தை, ந - இல்லை, து:கம் - துக்கத்தை, ந - இல்லை, ஸுகம் - சுகத்தை, ததா -மேலும், ந - இல்லை, மாநம் - பெருமையை, ந - இல்லை, அபமாநம் ச - அவமானத்தை, யோகீ, யுக்த: - கூடிய, ஸமாதிநா - சமாதி நிலையுடன்

சமாதி நிலையுடன் கூடிய யோகி குளிர்ச்சி, உஷ்ணம், சுகம், துக்கம், பெருமை, அவமானம் ஆகியவைகளை அறிவதில்லை. 111

சுலோகம் 112

ஸ்வஸ்தோ ஜாக்ரதவஸ்தாயாம்
ஸுப்தவத் யோ(அ)வதிஷ்டதே |
நி:ஶ்வாஸோச்ச்வாஸ-ஹீநஶ்ச
நிஶ்சிதம் முக்த ஏவ ஸ: || 112 ||

ஸ்வஸ்த:- (மகிழ்வுடன்) தன்னில் நிலைத்து, ஜாக்ரதவஸ்தாயாம் - விழிப்பு நிலையில், ஸுப்தவத் - தூங்கிக்கொண்டிருப்பவர் போல, ய:-யார், அவதிஷ்டதே - இருக்கிறாரோ, நி:ஶ்வாஸோச்ச்வாஸ-ஹீந: ச - உள்மூச்சும் வெளிமூச்சும் கூட இன்றி, நிஶ்சிதம் -நிச்சயமாக, முக்த:- முக்தியடைந்தவர், ஏவ -தான், ஸ: - அவர்

விழிப்பு நிலையில், (மகிழ்வுடன்) தன்னில் நிலைத்து, உள்மூச்சும்வெளிமூச்சும்கூடஇன்றி, தூங்கிக்கொண்டிருப்பவர் போல யார் இருக்கிறாரோ அவர் நிச்சயமாக முக்தி அடைந்தவர் ஆகிறார். 112

குறிப்புகள்

1. **(மகிழ்வுடன்) தன்னில் நிலைத்து** - புலன்களும் மனமும் கிலேசங்கள் இன்றி இனிமையாக இருத்தலை இது குறிக்கிறது. இதனால் ஜீவன்முக்தி நிலையில் மயக்கமும், சோம்பலும் இருப்பதில்லை என்று தெளிவுபடுத்தப்படுகின்றது - உரையாசிரியர்

2. **தூங்கிக்கொண்டிருப்பவர் போல** - உடலிலும் புலன்களிலும் சலனமற்று இருப்பார் ஜீவன் முக்தர் என்று பொருள் - உரையாசிரியர்

சுலோகம் 113

அவத்ய: ஸர்வ-ஶஸ்த்ராணம்

அஶுக்ய: ஸர்வ-தேஹிநாம் l

அக்ராஹ்யோ மந்த்ர-யந்த்ராணாம்

யோகீ யுக்த: ஸமாதிநா ll 113 ll

அவத்ய: - வதைக்கமுடியாது, ஸர்வ-ஶஸ்த்ராணம் - எந்த அஸ்திரத்தாலும்/ ஆயுதத்தாலும், அஶுக்ய: - (தீங்கிழைக்க) முடியாது, ஸர்வ-தேஹிநாம் - எந்த ஜீவராசியாலும், அக்ராஹ்ய:- கட்டப்படுவதில்லை, மந்த்ர-யந்த்ராணாம் -மந்திர யந்திரங்களால், யோகீ, யுக்த: - கூடிய ஸமாதிநா - சமாதி நிலையுடன்

சமாதி நிலையுடன் கூடிய யோகியை எந்த அஸ்திரத்தாலும்/ ஆயுதத்தாலும் தாக்க முடியாது, எந்த ஜீவராசியாலும் அவருக்கு

(தீங்கிழைக்க) முடியாது, மந்திர யந்திரங்களால் அவர் கட்டப்படுவதில்லை. 113

சுலோகம் 114

யாவந்நைவ ப்ரவிஶதி சரந் மாருதோ மத்ய-மார்கே
யாவத் பிந்துர்ந பவதி த்ருட: ப்ராண-வாத-ப்ரபந்தாத் I
யாவத் த்யானே ஸஹஜ-ஸத்ருஶம் ஜாயதே நைவ தத்த்வம்
தாவஜ்ஜ்ஞானம் வததி ததிதம் தம்பமித்யா-ப்ரலாப: II 114 II

யாவத்- எதுவரை, ந ஏவ - இல்லையோ, ப்ரவிஶதி - நுழைவது, சரந்- சஞ்சரித்து, மாருத:- காற்று, மத்ய-மார்கே- சுஷும்னா நாடியில், யாவத் - எதுவரை, பிந்து:-விந்து ந - இல்லையோ, பவதி - இருப்பது, த்ருட: - உறுதியாக, ப்ராண-வாத-ப்ரபந்தாத் - மூச்சுக்காற்றினைக் கட்டுவதன் மூலம் (பிராணாயாமத்தினால்), யாவத் - எதுவரை, த்யானே - தியானத்தில், ஸஹஜ-ஸத்ருஶம் - சமாதி (நிலை), ஜாயதே - ஏற்படுவது, ந ஏவ - இல்லையோ, தத்த்வம் - தத்துவபொருளில், தாவத்- அதுவரை, ஜ்ஞானம் - ஞானம் (பற்றி), வததி - கதைப்பவர், தத் இதம் - இந்த, தம்பமித்யா-ப்ரலாப: - பொய்யாக தம்பட்டம் அடிப்பவர் (ஆகிறார்)

சுஷும்னா நாடியில் பிராணன் நுழையாத வரையில், மூச்சுக்காற்றினைக் கட்டுவதன் மூலம் (பிராணாயாமத்தினால்) விந்து நிலைபெறாதவரையில், தியான நிலையில் தியானிக்கப்படும் பொருளில் சமாதி (நிலை) ஏற்படாத வரை/ மனம் ஒன்றாத வரையில் - இது பற்றி கதைப்பவர், பொய்யான ஞானத்தினை தம்பட்டம் அடிப்பவர் ஆகிறார். 114

குறிப்புகள்

- யோகப் பயிற்சி செய்யாதவரிடம் இருக்கும் ஞானம் ஞானமே அல்ல. யோகப் பயிற்சியாளராக இருப்பவரிடம்

உள்ளதே உண்மையான ஞானமாகும் என்பது இதன் மூலம் தெளிவுபடுத்தப்படுகிறது (அதாவது, யோகத்தினை பற்றி அறிந்தால் போதாது, அதனை பயிற்சிசெய்தலும் மிக முக்கியம் என்பது இதனால் தெரிவிக்கப்படும் கருத்தாகும்) – உரையாசிரியர்

- **மூச்சுக்காற்றினைக் கட்டுவதன் மூலம்** - கும்பக பயிற்சி மூலம் விந்துவும் நிலைபெறுகிறது என்று இதே அத்தியாயத்தில் (28 வது சுலோகத்தில்) கூறப்பட்டது - உரையாசிரியர்

- **தியான நிலையில் தியானிக்கப்படும் பொருளுடன் மனம் ஒன்றாத வரையில்** - இங்கும் கூட மேற்கூறிய கும்பகப் பயிற்சியால் தான் மனம் தியானிக்கப்படும் பொருளுடன் ஒன்றுகிறது என்று கொள்ள வேண்டும் – உரையாசிரியர்

- **பொய்யான ஞானத்தினை…** - பிராணன், விந்து, சித்தம் ஆகியவை நிலையாக, சலனமற்றுப் போகாதவரை, உலக வாழ்க்கை, அது தரும் துன்பங்களிலிருந்து விடுதலை இல்லை. ஆகவே, இவை சித்திக்காமல் யோகம் பற்றி பேசுபவர்களின் பேச்சு உலகோர் என்னை (யோகி என்று) பூஜிக்க வேண்டும் என்ற எண்ணத்துடன் செய்யப்படும் பொய்யான தம்பட்டமாகும் - உரையாசிரியர்

பிற்சேர்க்கை 1

ஹடயோகத்தின் முக்கியமான சொற்களின்

அகரவரிசைப்பட்டியல்

இந்தச் சொற்கள் அந்தந்த சுலோகங்களின் உரைகுறிப்பில்
விளக்கப்பட்டுள்ளன

சொல்	சுலோகம் எண்
1. அக்னிமண்டலம்	3.66
2. அட்டமாசித்தகள்	3.8
3. அத	2.1
4. அபான வாயு	3.61
5. அமர-வாருணீ	3.49
6. ஆதிசேஷன்	3.1
7. இரவு, பகல்	4.42
8. உன்மனீ கலை	1.41
9. எண்பத்து நான்கு ஆசனங்கள்	1.33
10. ஐந்துவிதமான கீரைகள்	1.62
11. கண்ட-காபாலிகர்	3.96
12. கந்தப் பகுதி	3.113
13. காயசித்தி	3.52

பிற்சேர்க்கை 2

யோக பயிற்சிகளின் படங்கள்

படம் 1

சுவஸ்திகாசனம்
(உபதேசம் 1 சுலோகம் 19)

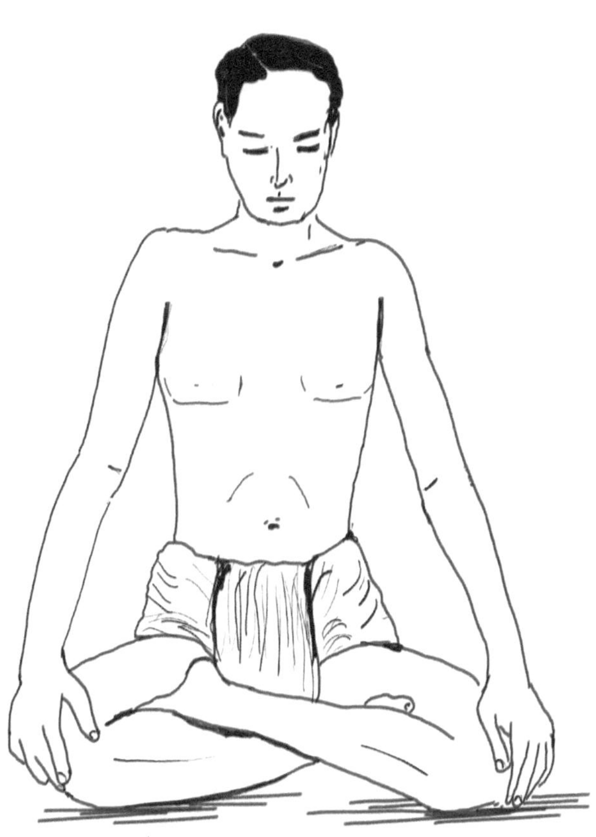

படம் 2

கோமுகாசனம்
(உபதேசம் 1 சுலோகம் 20)

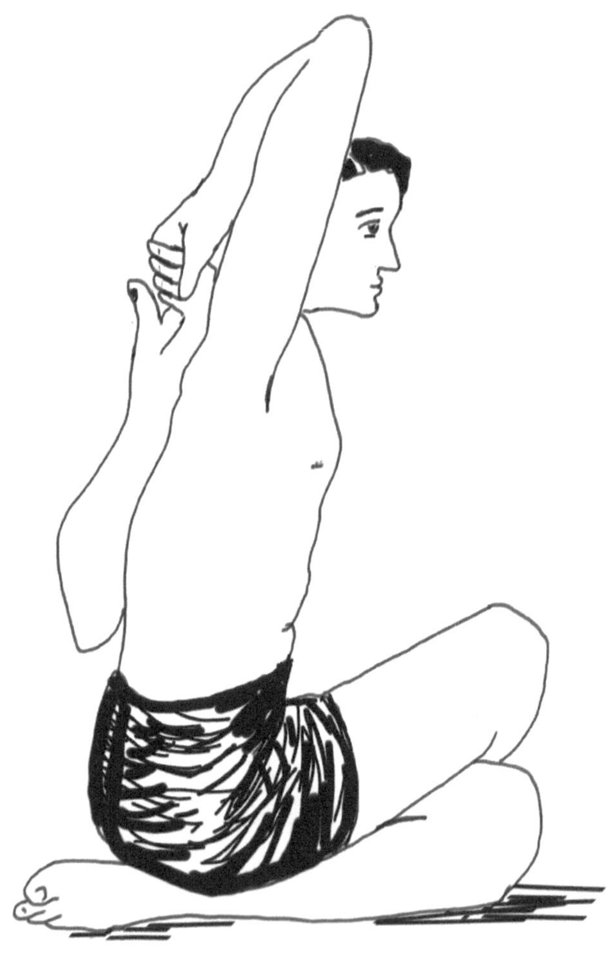

படம் 3

வீராசனம்
(உபதேசம் 1 சுலோகம் 21)

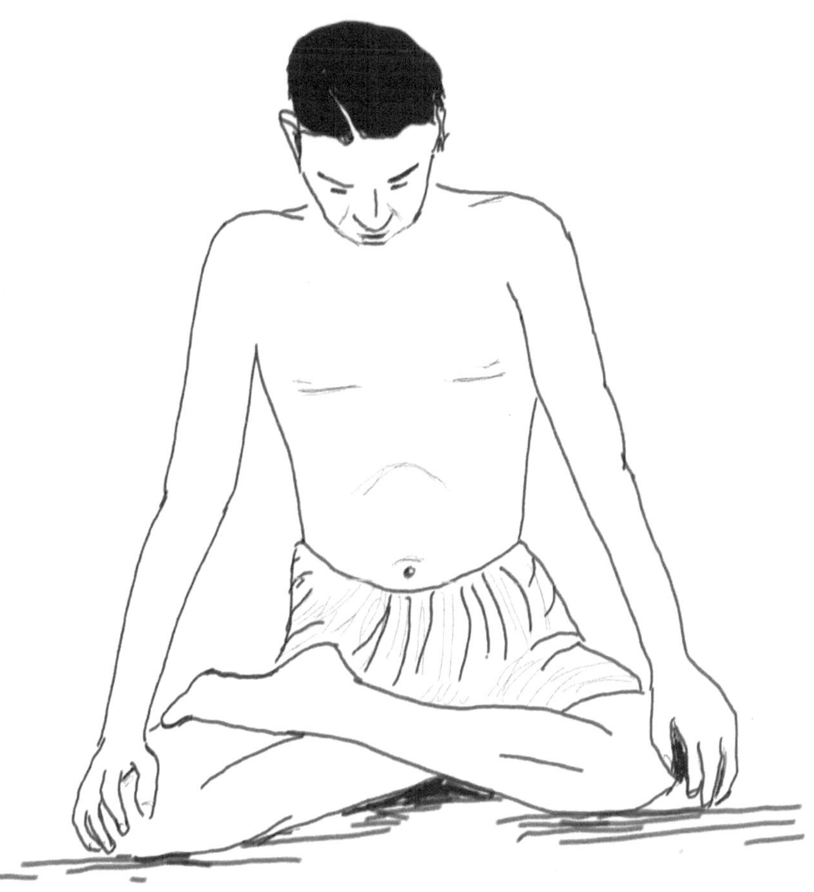

படம் 4

கூர்மாசனம்
(உபதேசம் 1 சுலோகம் 22)

படம் 5

குக்குடாசனம்
(உபதேசம் 1 சுலோகம் 23)

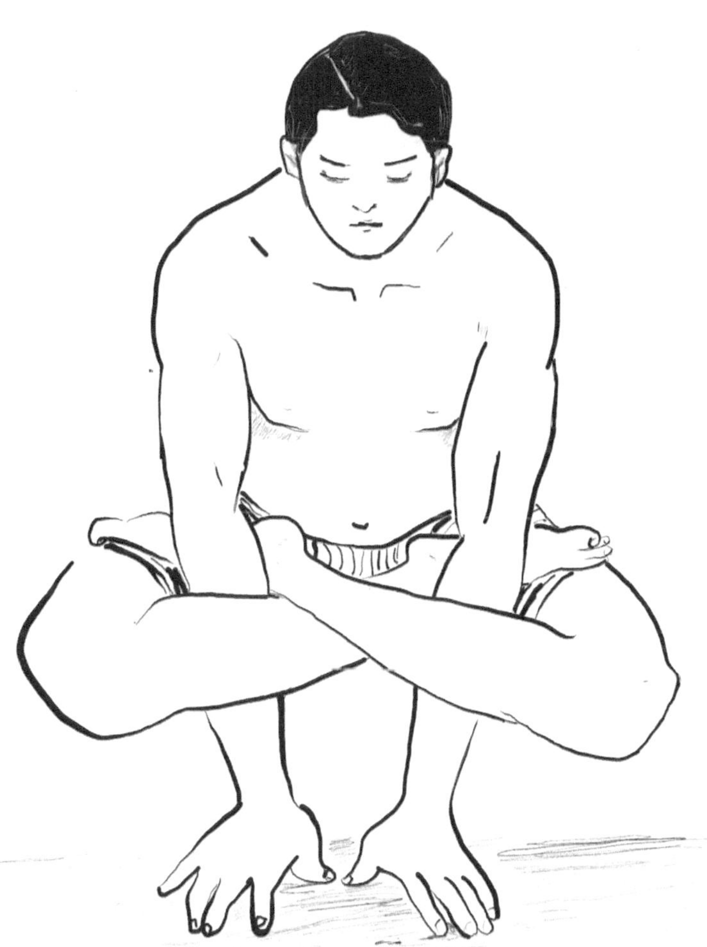

படம் 6

உத்தானகூர்மகாசனம்
(உபதேசம் 1 சுலோகம் 24)

படம் 7

தனுராசனம்
(உபதேசம் 1 சுலோகம் 25)

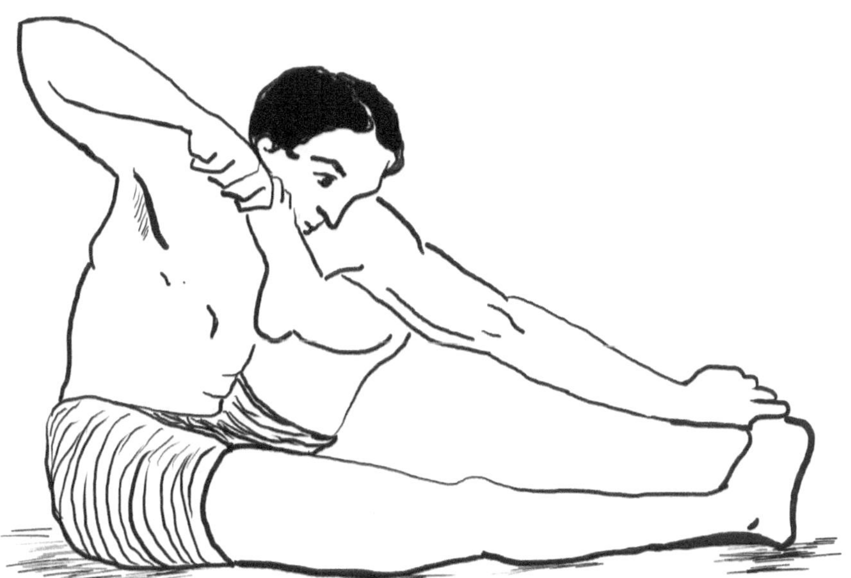

படம் 8

மத்ஸ்யேந்த்ராசனம்
(உபதேசம் 1 சுலோகம் 26)

படம் 9

பஸ்சிமதானாசனம்
(உபதேசம் 1 சுலோகம் 28)

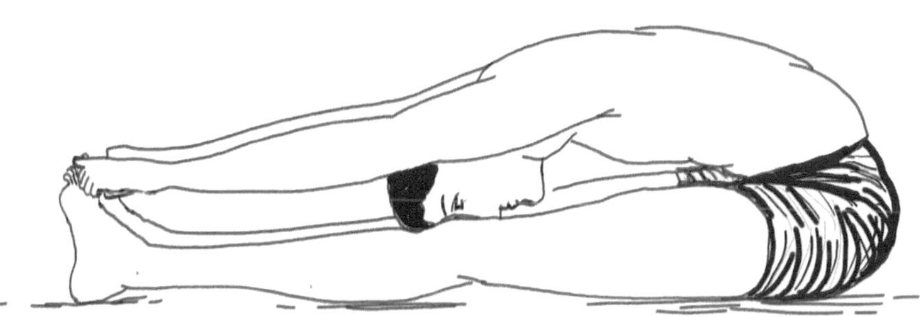

படம் 10

மயூராசனம்
(உபதேசம் 1 சுலோகம் 30)

படம் 11

சவாசனம்
(உபதேசம் 1 சுலோகம் 32)

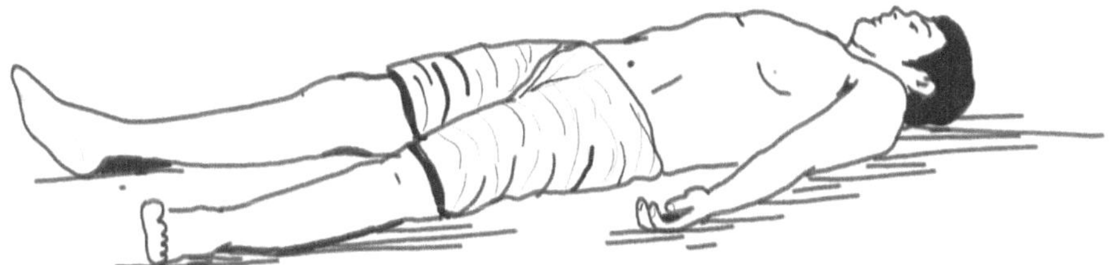

படம் 12

சித்தாசனம்
(உபதேசம் 1 சுலோகம் 35)

படம் 13

(பத்த) பத்மாசனம்
(உபதேசம் 1 சுலோகம் 44)

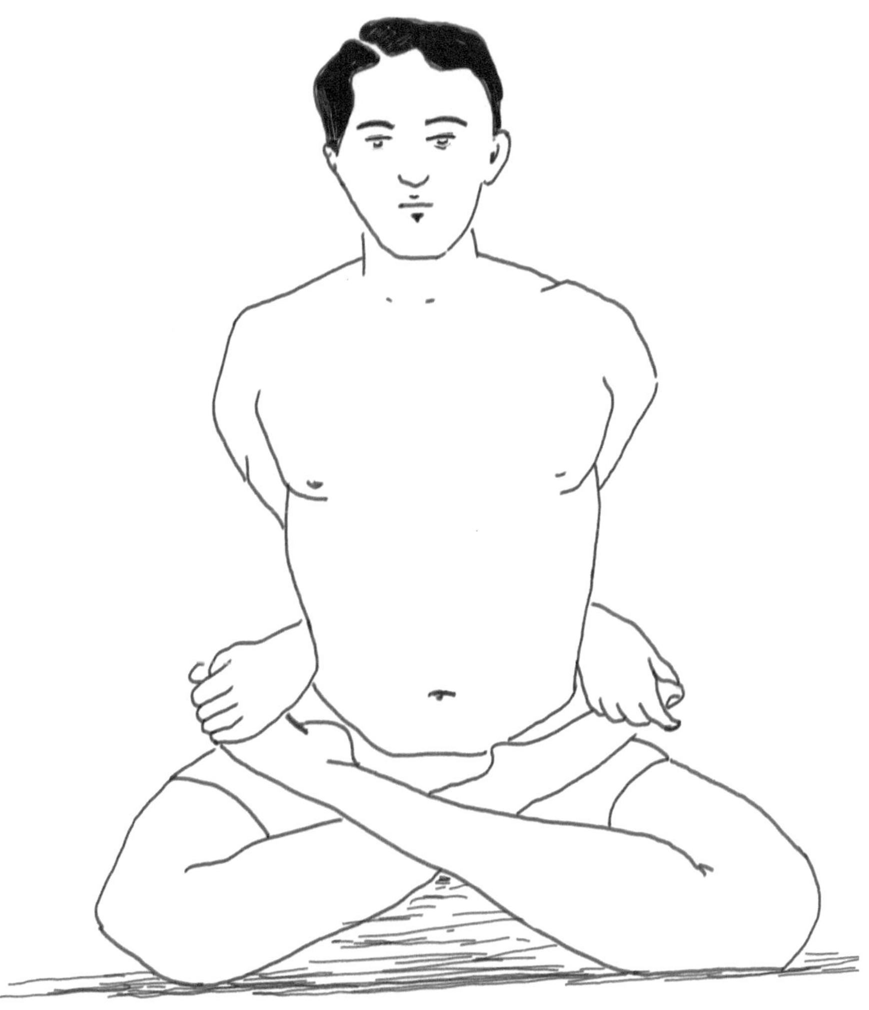

படம் 14

சிம்ஹாசனம்
(உபதேசம் 1 சுலோகம் 50)

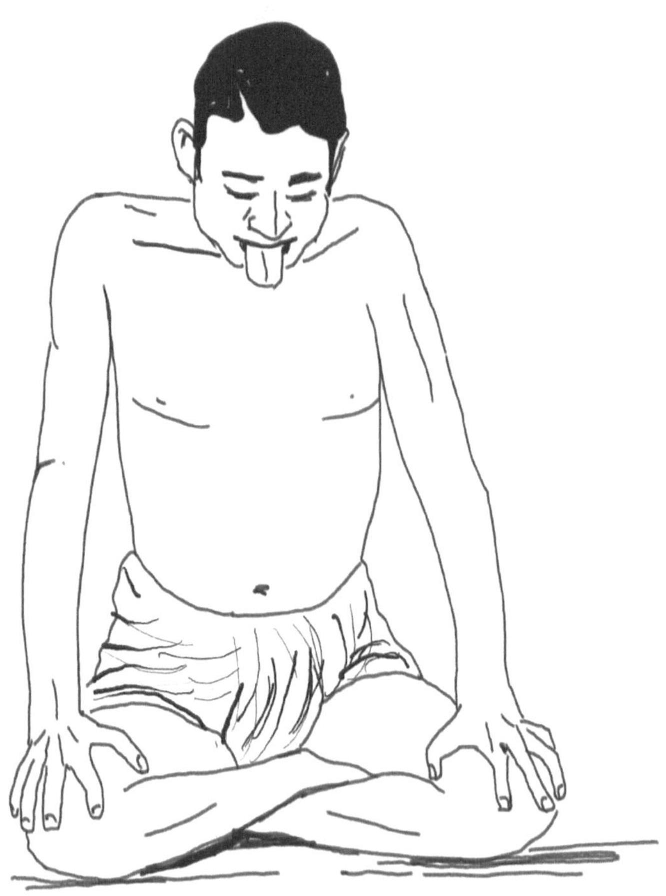

படம் 15

பத்ராசனம்
(உபதேசம் 1 சுலோகம் 53)

படம் 16

மஹாமுத்ரா
(உபதேசம் 3 சுலோகம் 10)

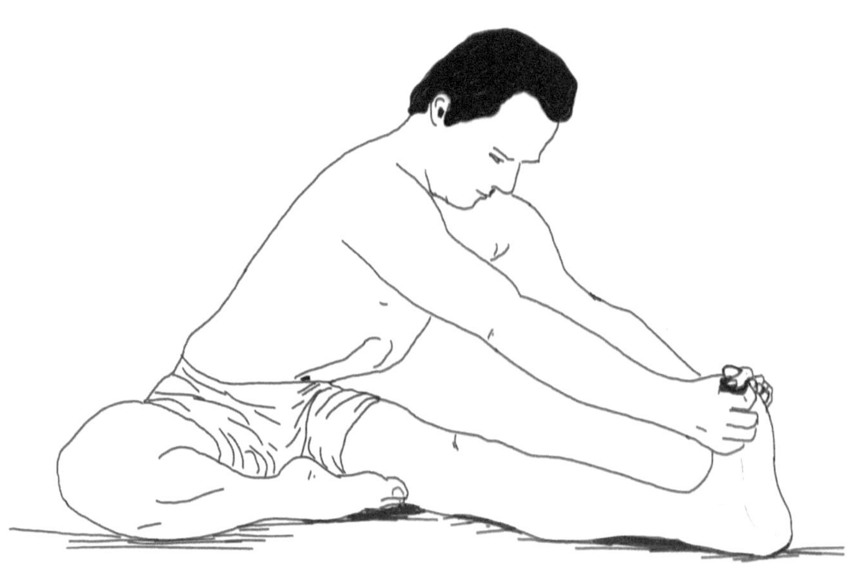

படம் 17

உட்டியான பந்தம்
(உபதேசம் 3 சுலோகம் 55)

படம் 18

விபரீத கரணீ
(உபதேசம் 3 சுலோகம் 79)

படம் 19

ஷண்முகீ முத்ரா
(உபதேசம் 4 சுலோகம் 68)

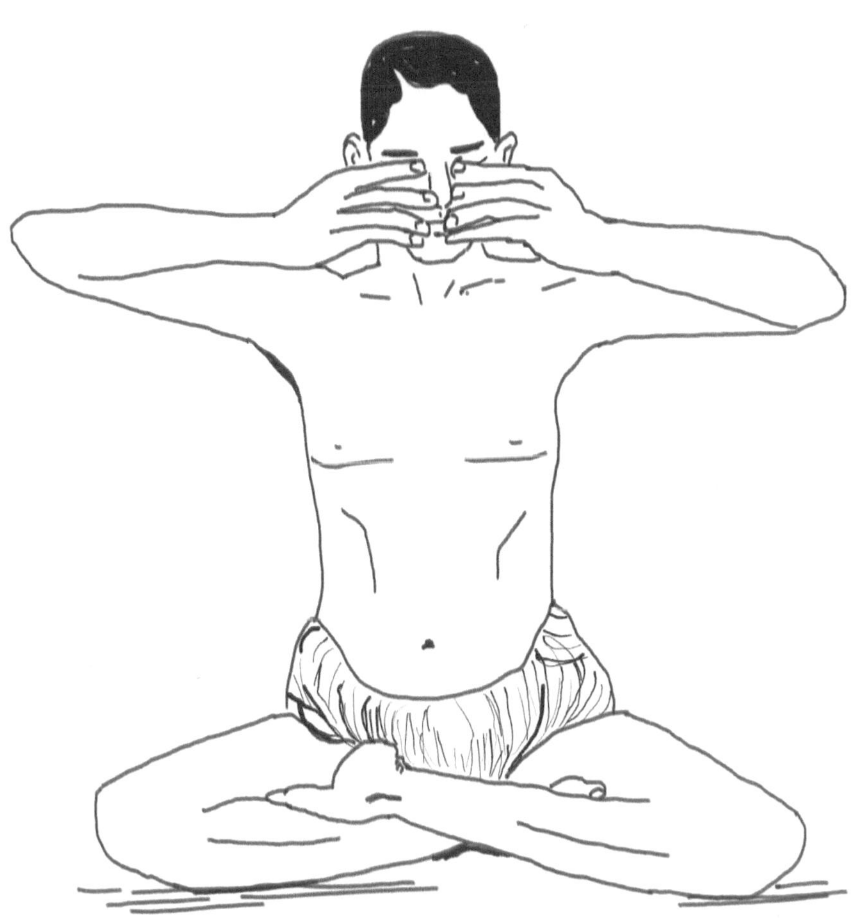

ஆசிரியர் பற்றி

மொழிபெயர்ப்பாளர்: முனைவர் ம. ஜயராமன், சென்னைப் பல்கலைகழகத்தில் முனைவர் பட்டம் (2010) பெற்ற பின், பிரசித்தி பெற்ற கிருஷ்ணமாச்சாரிய யோக மந்திரத்தில் ஆராய்ச்சிப் பிரிவில் இயக்குனராக பணியாற்றியுள்ளார் (2010-2021). தற்போது இண்டிகா யோக அமைப்பில் நூலாராச்சிப் பிரிவில் இயக்குனராக உள்ளார். 15 புத்தகங்கள், தேசிய, சர்வதேச ஆய்வேடுகளில் 17 ஆராய்ச்சி கட்டுரைகளை பதிப்பித்துள்ளார். பதஞ்சலி சரிதம், யோக சூத்திரங்களின் வியாஸர் உரை (3 தொகுதிகள்) ஆகிய நூல்கள் இவரால் தமிழில் மொழிபெயர்க்கப்பட்டுள்ளன. மந்திர-அர்த்தம் எனும் இவரது நூலுக்காக கர்நாடக சம்ஸ்க்ருத பல்கலையின் நூல்விருதையும் பெற்றுள்ளார் (2021).